மகாபாரதம்

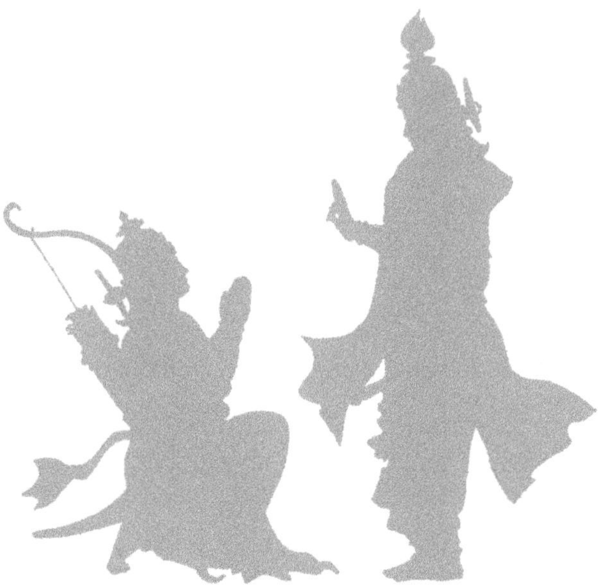

மகாபாரதம்

உமா சம்பத்

கிழக்கு

மகாபாரதம்
Mahabaratham
Uma Sampath ©

First Edition: November 2007
288 Pages

ISBN: 978-81-8368-498-9
Title No. Kizhakku 420

Kizhakku Pathippagam
177/103, First Floor,
Ambal's Building, Lloyds Road,
Royapettah, Chennai 600 014.
Ph: +91-44-4200-9601

Email : support@nhm.in
Website : www.nhm.in

Author's Email: umasampath60@gmail.com

Illustrations : Shyam

Kizhakku Pathippagam is an imprint of New Horizon Media Private Limited

பிரியமுடன்...

துணைவி உமாவுக்கு

உள்ளே...

(1)

சிக்கலில் சிக்கவைத்த சபதம்

கலகலவென்று உருண்டது பகடை!

அஸ்தினாபுரத்தில் ஆரம்பித்தது அந்தச் சூதாட்டம்!

தருமனும் சகுனியும் எதிரெதிரே, ஆடத் தயாராக அமர்ந்து இருந்தார்கள்.

ஆனால், கண்ணுக்குத் தெரியாமல் விதிதான் தனது விருப்பப்படி வெகு லாகவமாக விளையாடத் தொடங்கியிருந்தது!

காலம், கணக்குப்போட்டு கச்சிதமாகக் கட்டங்களில் காய் நகர்த்தியது! பாண்டவர்களும் கௌரவர்களும் அதன் கைகளில் பகடையாக உருண்டுகொண்டிருந்தார்கள்!

சகுனி கள்ளப்பார்வையுடன் சபையைச் சுற்றிப் பார்த்தான்.

சூதாட்டத்துக்காகவே புத்தம் புதிதாகக் கட்டப்பட்டிருந்த அந்தப் பளிங்கு மண்டபத்தில், நடுநாயகமாக மன்னன் திருதராஷ்டிரன் அமர்ந்திருந்தான். அவனது முகத்தில் ஆர்வம், பதற்றம், திகில் என எல்லா உணர்வுகளும் கலந்து பிரதிபலித்தது.

அவனைச் சுற்றிலும் மற்ற ஆசனங்களில் பீஷ்மர், துரோணர், கிருபர், விதுரர் போன்ற பெரியவர்கள் அதிருப்தி கொண்டவர்களாக சங்கட உணர்வுடன் காணப்பட்டனர். இன்னும் வீரமும் விவேகமும் கொண்ட கர்ணன் போன்ற புகழ்பெற்ற அரசர்களும்கூட அங்கே திரளாகக் கூடியிருந்தனர்.

மற்றொருபுறம் துரியோதனன் முதலான கௌரவர்கள் நூறு பேரும், அர்ஜுனன், பீமன், நகுலன், சகாதேவனாகிய பாண்டவர்களும் பட படத்த மனத்துடன் நடக்கப்போவதை கவனிக்கக் காத்திருந்தனர்.

சகுனி, தருமனிடம் திரும்பினான்.

‘தருமனே! துணி விரித்துக் காத்திருக்கிறது. ஆட்டத்துக்கு அத்தனையும் தயார். வா ஆடலாம்!’ என்றான். சபை அதிரச் சிரித்தான்.

சகுனியின் ரூபத்தில் விதிதான் அப்படி ஆர்ப்பாட்டமாகச் சிரிக்கிறது என்று எண்ணிக்கொண்டார் பீஷ்மர். வேதனை அவர் இதயத்தைத் துளைத்தது.

சொக்கட்டான் ஆட்டத்தில் எல்லோரையுமே எளிதாக வெற்றிகொள்கிறவன் சகுனி. காய்கள் அவன் இஷ்டப்படிதான் நகரும். பகடை அவன் விருப்பப்படிதான் உருளும். சூதாட்டத்தில் சகுனியை வெல்லக்கூடியவன் இந்தப் பூமியிலேயே எவனும் இல்லை.

மகா தர்மவானும் சிறந்த புத்திசாலியுமான தருமனுக்கு இது தெரியாதா என்ன?

தெரியும்! ஆனாலும் சூதாட்டத்தின் மீதான மோகமும் சராசரி மனிதர்களுக்கே உண்டான நப்பாசையும் அவனது மனத்திலும் இடம்பெற்று இருந்தன.

‘சூதாட்டத்தில் வெற்றியானது எப்போதும் ஒரே இடத்திலேயே நிலைத்திருக்காது; அதிர்ஷ்டம் தனக்கும் துணை வரும்!’ என்று அப்பாவித்தனமாக நம்பினான் அந்தக் குந்தி மைந்தன்.

எல்லாவற்றுக்கும் மேலாக அவன் செய்திருந்த ஒரு சபதமும் அவனை இப்படியொரு இக்கட்டில் ஆழ்த்தியிருந்தது.

ஒருமுறை தேவலோக சஞ்சாரியான நாரதர் தருமனைச் சந்தித்தபோது, ‘தருமனே! இந்தப் பூமியில் அரசாட்சி செய்யும் அத்தனை அரசர்களும் விரைவிலேயே அழியப்போகிறார்கள். அதற்கான காலம் நெருங்கிக்கொண்டிருக்கிறது. அதுவும், அவர்களுடைய அழிவுக்கு நீயே காரணமாக இருக்கப்போகிறாய்!’ என்று சொல்லி திடுக்கிடவைத்தார்.

தருமன் இதனால் பெரிதும் மனம் கலங்கிப்போனான். தனது பாட்டனாரான வியாசரிடம் ஓடோடிச் சென்றான். நாரதர் கூறியதைப்பற்றிச் சொல்லி விவரம் கேட்டான்:

‘குந்தி மைந்தனே, மனம் கலங்காதே! நாரதர் கூறியது உண்மைதான். சிவபெருமான் கையில் சூலம் ஏந்தி தனது வாகனமான காளையின்மீது ஏறி, யமனுக்கு உரிய தென்திசைப் பக்கம் விடாமல் சென்றுகொண்டே

இருப்பதைப்போல எப்போது நீ கனவு காண்கிறாயோ, அன்றைய தினத்திலிருந்து பதின்மூன்றாவது வருடத்தின் முடிவில் மன்னர் வம்சம் உன்னைக் காரணமாக வைத்தே அழிந்துபோகும்!' என்றார்.

தருமன் இதைக்கேட்டு மனம் வருந்தினான். அந்த நொடியே ஒரு தீர்மானத்துக்கு வந்தான். தனது நான்கு சகோதரர்களையும் பக்கத்தில் வைத்துக்கொண்டே அந்த வார்த்தைகளைக் கூறினான்.

'இன்று முதல் நான் ஒரு சபதம் எடுக்கிறேன். யார் என்னைத் திட்டினாலும் இகழ்ந்தாலும் துன்புறுத்தினாலும் பொறுத்துக் கொள்ளுவேன்! கோபம் கொள்ளமாட்டேன். பதின்மூன்று வருட காலம் நான் எனது சகோதரர்களையோ மற்ற அரசர்களையோ ஒரு போதும் கடிந்துகொள்ள மாட்டேன். தகாத வார்த்தைகள் பேச மாட்டேன். என் குலத்தைச் சேர்ந்தவர்கள் எதைச் சொன்னாலும் அதைக் கட்டளையாகவே பாவித்து அதன்படியே நடந்துகொள் வேன். யாரையும் எதிர்க்கமாட்டேன். இது சத்தியம்!'

இதுதான்! இந்தச் சபதம்தான் இப்போது தருமனை சிக்கலில் சிக்க வைத்துவிட்டது.

துரியோதனனும் சகுனியும் திட்டமிட்டு அவனை சூதாட்டத்துக்கு அழைத்தபோது, கௌரவர்களுடன் கலகம் வரக்கூடாது என்பதாலும், யாரையும் பகைத்துக்கொள்ளக்கூடாது என்கிற நல்ல எண்ணத்தி னாலேயே தருமன் சூதாட்டத்துக்கு ஒப்புக்கொண்டான்.

'விளையாட்டுதானே! இதனால் என்ன ஆபத்து ஏற்பட்டுவிடப் போகிறது?' என்று எளிதாக எடுத்துக்கொண்டான்.

ஆனால், அந்தச் சபையில் நடந்த சூதாட்டத்தின் விளைவோ மிக மோசமாக இருந்தது. யாருமே எதிர்பாராதபடி மிகப் பெரிய விபரீதத் தில் முடிந்தது!

சாதாரண விபரீதமல்ல! பூமியையே புரட்டிப்போட்ட ஒரு மாபெரும் யுத்தத்துக்கான வித்து அங்கேதான் விழுந்தது.

ஆம்! அதர்மம் அப்போது அந்தச் சபையில் கோரதாண்டவம்ஆடியது!

தர்மசாத்திரங்கள் அறிந்த நல்லோர்களும் பெரியோர்களும் குழுமி யிருந்த சபை, அங்கே அடுத்தடுத்து நடந்தேறிய அநாகரிகச் செயல் களைப் பார்த்து அவமானத்தால் தலைகுனிந்தது.

குலத்தின் மூத்தவரான பிதாமகர் பீஷ்மர், கண்ணெதிரில் நடந்த காட்சிகளை நம்பமுடியாதவராக அப்படியே உறைந்து போனார்.

எல்லைமீறி நடைபெற்ற சம்பவங்கள் அவருடைய கண்களில் கண்ணீரை வரவழைத்தன.

'அநியாயம்! மிக மிக அநியாயம்! பெருமைமிக்க பரத வம்சத்தின் சிறப்பு சீர்குலைந்தது. கௌரவர்களின் நாசம் தொடங்கிவிட்டது!' என்று அவருடைய இதயம் அலறித் துடித்தது.

ஏனோ தெரியவில்லை! நல்லதை நாடியே செய்யப்படும் சபதம்கூட, சிலநேரங்களில் தீயவினைகளையே ஏற்படுத்திவிடுகிறது.

இது இப்போது தருமனுக்கு மட்டுமா நேர்ந்தது? முன்பொரு காலத்தில் பீஷ்மருக்குமேகூட நேரிட்டதுதான்!

அப்போது பீஷ்மர் செய்தது, பிரமிக்கத்தக்க சபதம்! மூவுலகமுமே போற்றி வாழ்த்திய அற்புதமான சபதம் அது!

அந்தச் சபதத்தைச் செய்ததாலேயே, காங்கேயன் என்றும் தேவவிரதன் என்றும் அழைக்கப்பட்டவர் பீஷ்மர் ஆனார்! வானத்து தேவர்கள் வியந்துபோய் மலர்தூவி வாழ்த்தித்தந்த பட்டம் அது! 'பீஷ்மன்' என்றால் அற்புதமான செயலைச் செய்தவன் என்று அர்த்தம்.

அப்படியென்ன அற்புதமான செயலைச் செய்துவிட்டார் பீஷ்மர்? அதை யாருக்காகச் செய்தார்?

பரத வம்சத்தில் வந்த சந்தனு என்கிற அரசனின் வாழ்க்கையிலிருந்து தொடங்குகிறது அந்த அற்புத வரலாறு.

அந்தச் சந்தனுதான் பீஷ்மரின் தந்தை!

2

குழந்தைகளைக் கொன்ற தாய்!

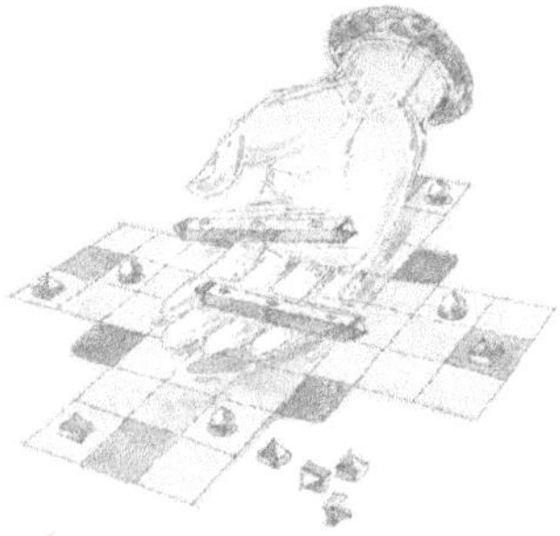

அஸ்தினாபுரத்து அரசனான சந்தனு எப்போதும்போல மாலைநேரத்தில் அந்த நதிக்கரைக்கு வந்தான்.

ஏனோ தெரியவில்லை! இந்தக் கங்கை நதிக்கரைக்கு வரும்போதெல்லாம் சந்தனுவின் மனத்தில் என்னவென்றே புரியாத ஓர் உணர்வு தோன்றி உடலெல்லாம் சிலிர்ப்பூட்டும்!

இந்த நதிக்கரைக்கும் தனக்கும் ஏதோ ஒருவகையில் ஜென்ம ஜென்மாந்திரத் தொடர்பு உள்ளதுபோல ஓர் எண்ணம் தோன்றி இனம்புரியாத பரவசம் நிலவும்!

நெடுநேரம் நதிக்கரை மணல்வெளியில் அமர்ந்துகொண்டு ஓடும் நதியையே ரசித்துக்கொண்டிருப்பான் சந்தனு.

காலநேரம் மறந்து நதிக்கரையிலேயே இருப்பவன் கடைசியாக அரண்மனைக்குத் திரும்புபவன் நெஞ்சத்தில் எதனாலோ ஒரு வெறுமையே நிரம்பியிருக்கும்! 'எதற்காக அடிக்கடி இந்த இடத்தை நாடிவருகிறேன்? ஏன் விவரிக்கமுடியாத குழப்ப உணர்வுகளால் தினம் தினம் வதைபடுகிறேன்?'

புரியவில்லை சந்தனுவுக்கு!

விரைவிலேயே புதிரை விடுவிக்க வந்தாள் ஓர் கட்டழகி!

•••

அந்திப்பொழுது.

சூரியன் கீழ்வானத்தில் தங்கநிறத்தில் ஜொலித்துக்கொண்டிருந்தான். ஓடிக்கொண்டிருந்த கங்கைநதியில் சூரியக்கதிர்கள் பட்டுத்தெறித்து நதியே தங்கக்குழம்புபோல் தகதகத்தது.

அப்போது, நதிக்குள்ளிருந்து வெளிப்பட்டாள் ஒரு பேரழகுப்பெண்!

நதியில் குளித்து முடித்துக் கரையேறியவள் அல்ல அவள்!

நதியே அவள்தான்! ஆமாம்! கங்காதேவிதான் மானிடப்பெண்ணாக வடிவம் கொண்டு வெளிப்பட்டாள்.

தன்னை மணக்கப்போகிறவனின் வருகைக்காகக் காத்திருந்தாள்.

யார் அந்த மணமகன்?

வேறு யார்? அஸ்தினாபுரத்து அரசன் சந்தனுதான்!

கங்காதேவிக்கும் சந்தனுவுக்குமான பிணைப்பு இங்கு ஏற்பட்டதல்ல. தேவலோகத்தில் நேர்ந்தது அது!

மஹாபிஷக் என்பவன் பரதவம்சத்து அரசன். ஆயிரம் அஸ்வமேத யாகங்களும் நூறு ராஜசூய யாகங்களும் செய்தவன். அதன் பலனாக பிரம்மலோகம் சென்று பிரம்மதேவனின் அருகில் அமரும் புண்ணியம் பெற்றான்.

அப்போது ஓர்நாள், கங்கை தனது தோழிகளுடன் அங்கு வந்தாள். அந்தச் சமயத்தில் அவளுடைய ஆடை காற்றினால் சிறிது விலகியது. இதைக்கண்ட மற்ற தேவர்கள் தலைகுனிந்தனர். ஆனால், மஹாபிஷக் மட்டும் மனம் லயித்துப் போனவனாக அவளையே பார்த்துக்கொண்டிருந்தான். இதைக்கண்ட பிரம்மா கோபம் கொண்டார்.

'மஹாபிஷக்! நீ செய்த இந்தத் தவறுக்காக மீண்டும் பூலோகத்தில் பிறக்கக்கடவாய். அப்போது இதே கங்காதேவி உன்னை மணந்து கொண்டு உனக்கு விருப்பம் இல்லாததைச் செய்வாள்!' என்று சாபமிட்டார்.

அந்த மஹாபிஷக்தான் இந்தச் சந்தனு.

அவன் பூலோகத்தில் மீண்டும் பிறந்ததினால் சாபத்தின் ஒருபாதி நிறைவேறிவிட்டது. இனி மற்றொரு பாதியும் பூர்த்தியாக வேண்டு மல்லவா! அந்தக் கடமையை முடிக்கத்தான் சந்தனுவை மணப் பதற்காக மானிடப்பெண்ணாக வந்திருந்தாள் கங்கை.

கங்கை வந்த காரியம் எளிதாகவே முடிந்தது!

வழக்கம்போல் நதிக்கரைக்கு வந்த சந்தனு, அழகே வடிவாக நின்ற கங்காதேவியைக் கண்டான். முதல்பார்வையிலேயே அவளழகில் மனம் மயங்கினான். வசீகர வனப்புடன் திகழ்ந்தவளிடம் அப்போதே இதயத்தைப் பறிகொடுத்தான்.

'என் உள்ளத்தைக் கொள்ளை கொண்ட அழகிய பெண்ணே! யார் நீ? உன்னை இதுவரை நான் இங்கு கண்டதில்லையே! எங்கிருந்து வருகிறாய்? உன் பெற்றோர் யார்?' படபடவென்று கேள்விகளால் அவளை வளைக்கமுயன்றான்.

கங்காதேவி ஒரு மின்னல் புன்னகையை மட்டுமே பதிலாகத் தந்தாள்.

'சரி போகட்டும்! நீ யாராயிருந்தாலும் எனக்குக் கவலையில்லை. பெண்ணே! நான் அஸ்தினாபுரத்து மன்னன் சந்தனு. உன்னைப் பார்த்ததை என் வாழ்வின் வரமாகவே கருதுகிறேன். உன்னை என் மனைவியாக்கிக் கொள்வதென்று முடிவு செய்துவிட்டேன். உனக்குச் சம்மதம்தானே? 'ஆம்' என்ற ஒற்றை வார்த்தையைச் சொல்லி என் உயிருக்குள் அமுதத்தைச் செலுத்து அன்பே!' - சந்தனு வார்த்தைகளில் காதலைக் குழைத்து வேண்டினான்.

கங்காதேவி இதைத்தானே எதிர்பார்த்தாள்!

வீணையின் ஒற்றைக்கம்பியை மீட்டியதுபோல மிருதுவாகப் பேசினாள்:

'மன்னரே! தங்களைப் போன்ற வீரரை மணந்துகொள்ள எந்தப் பெண்தான் சம்மதிக்க மாட்டாள்? உங்களுக்கு மனைவியாவதில் எனக்கு எந்தத் தடையுமில்லை. ஆனால் ஒரு நிபந்தனை இருக்கிறது!'

'என்னவானாலும் சொல் கண்ணே! அதை நான் உத்தரவாகவே ஏற்றுக்கொள்கிறேன்' - காதலின் மோகவேகத்தில் சிந்தனையற்றுப் பேசினான் சந்தனு.

'நான் யார்? எனது குலம் என்ன?' என்று என்னைப்பற்றி எதுவும் விசாரிக்கக் கூடாது. எனது செயல்கள் நல்லதோ கெட்டதோ எது வானாலும் அதைத் தடுக்கக் கூடாது. எந்தக் காரணத்தைக் கொண்டும் என்னைக் கோபிக்கக் கூடாது. கடுமையான வசைமொழிகளைப் பேசக் கூடாது. அப்படி ஏதாவது நடந்தால், அப்போதே நான் உங்களைவிட்டுப் பிரிந்துவிடுவேன். இதற்குச் சம்மதமானால் சொல்லுங்கள். நாம் மணம் செய்துகொள்வோம்!'

பெற்ற குழந்தையை நதியில் வீசும் கங்காதேவி.
பார்த்துப் பதறும் தந்தை சந்தனு.

கங்காதேவியின் அழகில் மூழ்கித்திளைத்து மூச்சுத்திணறிக்கொண் டிருந்த சந்தனு அவளுக்காக எதுதான் செய்யமாட்டான்? கங்கா தேவியின் நிபந்தனைகளை அப்படியே ஏற்றுக்கொள்வதாக சத்தியம் செய்தான். முறைப்படி கங்காதேவியைத் திருமணம் செய்து கொண்டான்.

சந்தனுவும் கங்காதேவியும் சந்தோஷமாகக் குடும்பம் நடத்தினார்கள். இருவரும் ஒருவர்மேல் ஒருவர் மிக்க பிரியத்துடன் அன்பாகக் காலம் கழித்தனர்.

விரைவிலேயே கங்காதேவி தாயானாள். சூரியப் பிரகாசத்துடன் அவளுக்கு ஓர் ஆண்குழந்தை பிறந்தது. அஸ்தினாபுரத்தை ஆள ஆண் வாரிசு பிறந்துவிட்டதில் அளவில்லாத சந்தோஷம் கொண்டான் சந்தனு.

குழந்தையைக் காண ஆவலுடன் அந்தப்புரத்துக்கு விரைந்தான். அங்கே கங்காதேவியைக் காணவில்லை. குழந்தையுடன் அவள் நதிக்கரைக்குச் சென்றிருப்பதாக பணிப்பெண்கள் கூறினார்கள்.

நதிக்கரைக்கு ஓடோடிப்போன சந்தனுவுக்கு, அங்கே ஓர் அதிர்ச்சி காத்திருந்தது!

கங்காதேவி, பத்துமாதம் சுமந்துபெற்ற தனது குழந்தையைக் கொஞ்சமும் மனம் கூசாமல் நதியில் வீசியெறிந்தாள். இதைக் கண்ட சந்தனு திடுக்கிட்டுப் போனான்.

'எந்தத் தாயுமே செய்யத்துணியாத காரியத்தை கங்காதேவி ஏன் செய்தாள்? கல் மனம் கொண்டவளாக அவள் இப்படிச் செய்ததற்கு என்ன காரணம்?' என்று அறியத் துடித்தான். மிகுந்த கோபத்துடன் அவளை நோக்கிச் செல்லும்போதுதான், திருமணத்துக்காக கங்கா தேவி விதித்த நிபந்தனையும் தான் அவளுக்குச் செய்து தந்த சத்தியமும் நினைவுக்கு வந்தது. வேறுவழியில்லாமல் தன்னைக் கட்டுப் படுத்திக்கொண்டான்.

கங்காதேவியின் கொலைபாதகச் செயல் அந்த ஒரு குழந்தையுடன் நிற்கவில்லை. அடுத்தடுத்து, தான் பெற்ற மற்ற ஆறுகுழந்தை களையும்கூட அப்படியே கொன்று தீர்த்தாள்.

பொறுத்துப் பொறுத்துப் பார்த்த சந்தனு, கங்காதேவிக்கு எட்டாவது குழந்தை பிறந்து அதையும் அவள் நதியில் வீசியெறியச் சென்றபோது மனம் பொறுக்காமல் பொங்கிஎழுந்தான்.

'அடிப்பாவி! நில்! ஏன் இப்படியொரு பாவகாரியத்தைத் தொடர்ந்து செய்கிறாய்? பெற்ற குழந்தையையே கொல்லத் துணிந்த நீ, தாயா? பேயா? யார் நீ? சொல்! எதற்காக இந்தக் கொடிய செயலைச் செய்தாய்?' என்று அவளை உலுக்கினான்.

கங்காதேவி, சந்தனுவின் கோபத்தைக்கண்டு வாய்விட்டுச் சிரித்தாள்.

'மன்னரே! செய்து தந்த சத்தியத்தை மறந்து என்னைக் கேள்வி கேட்கிறீர்கள். நான் சொன்னபடியே உங்களைப் பிரிந்து செல்லும் காலம் வந்துவிட்டது. இனி நான் உங்களுடன் இருக்கமாட்டேன். நான் யார், குழந்தைகளை எதற்காகக் கொன்றேன் என்பதெல்லாம் உங்களுக்குத் தெரியவேண்டும்; அவ்வளவுதானே! சொல்கிறேன். கேளுங்கள்' என்றவள் சந்தனு பிரம்மதேவனிடம் சாபம் பெற்ற சம்பவத்தைப்பற்றிச் சொல்லி முடித்தாள்.

பிறகு, தான் ஏழு குழந்தைகளையும் நதியில் வீசியெறிந்ததற்கான காரணத்தை விளக்கத் தொடங்கினாள்.

தேவர்களாகிய அஷ்டவசுக்கள் என்பவர்கள், ஒருநாள் தத்தம் மனைவிகளுடன் வசிஷ்ட மகரிஷியின் ஆசிரமம் இருந்த மலைச்சாரலுக்கு வந்தார்கள். அனைவரும் அங்கு சந்தோஷமாக விளையாடிக் கொண்டிருந்தார்கள். அப்போது அவர்கள் வசிஷ்ட மகரிஷியிடம் இருந்த தேவலோகப் பசுவான நந்தினியின் அழகைக்கண்டு வியந்து போனார்கள். நந்தினிப் பசு எதைக்கேட்டாலும் தரக்கூடிய அற்புத ஆற்றல் பெற்றது.

அஷ்டவசுக்களின் மனைவிகளில் ஒருத்தி, 'இந்தப் பசு எனக்கு வேண்டும்!' என்று ஆசையுடன் தனது கணவனிடம் கேட்டாள்.

மனைவியின் ஆசையை நிறைவேற்றுவதற்காக, அந்தக் கணவன் வசிஷ்டருக்குத் தெரியாமல் நந்தினிப் பசுவைக் கவர்ந்துசென்றான். மற்ற வசுக்கள் அவனுக்குத் துணைபுரிந்தனர்.

வசிஷ்டர், ஆசிரமத்துக்குத் திரும்பி வந்தார். நந்தினிப் பசு காணாமல் போனதைக் கண்டு திகைத்தார். முக்காலமும் உணர்ந்த ரிஷி, இது அஷ்ட, வசுக்களின் காரியமே என்பதை அறிந்துகொண்டார். 'எனது நித்தியகடமைக்கு அவசியமான நந்தினிப் பசுவை திருடிப்போன அஷ்டவசுக்கள், பூவுலகில் மனிதர்களாகப் பிறக்கட்டும்' என்று சாபமிட்டார்.

சாபத்தினால் பயந்துபோன வசுக்கள், நந்தினிப் பசுவைக் கொண்டு வந்து வசிஷ்டரிடம் ஒப்படைத்து பாதம் பணிந்தார்கள். மன்னிப்புக்

கேட்டுக் கெஞ்சினார்கள். சாபத்திலிருந்து தங்களை விடுவிக்குமாறு வேண்டினார்கள்.

வசிஷ்டர் மனம் இரங்கினார்.

'வசுக்களே! கொடுத்த சாபம் கொடுக்கப்பட்டதுதான். அதை நிறுத்தவோ தடுக்கவோ முடியாது. மனைவியின் பேச்சைக் கேட்டு பசுவை திருடக் காரணமான பிரபாஸன் மட்டும், பெண் சுகமே இல்லாமல் பிரம்மச்சாரியாக நீண்டகாலம் பூமியில் வாழ்வான். ஆனாலும், பூவுலகில் மிக்க புகழ்பெற்றுத் திகழ்வான். மற்ற வசுக்கள் ஏழுபேரும் பூமியில் பிறந்தவுடன் விடுதலை பெற்றுவிடுவார்கள்' என்றவர், சாபத்திலிருந்து விடுபட கங்காதேவியை அணுகுமாறு வழி சொல்லிவிட்டுப்போனார்.

அஷ்டவசுக்களும் கங்காதேவியிடம் சென்றார்கள்.

'கங்காதேவியே! நீதான் எங்களுக்கு உதவி செய்யவேண்டும். பூலோகம் சென்று ஒரு நல்ல கணவனை அடைந்து நீயே எங்களுக்குத் தாயாகவேண்டும். நாங்கள் பிறந்த உடனேயே எங்களை நதியில் சேர்ப்பித்து விடுதலையும் அளிக்கவேண்டும்' என்று வேண்டிக் கொண்டார்கள். அதன்படியே கங்காதேவி அவர்களுக்கு உதவும் விதமாக எல்லாவற்றையும் செய்து முடித்துவிட்டாள்.

ஏழு குழந்தைகளையும் நதியில் வீசியெறிந்ததற்கான காரணத்தை சந்தனுவிடம் சொல்லிமுடித்த கங்காதேவி, 'சந்தனு ராஜாவே! இதோ இந்த எட்டாவது குழந்தையை நான் கொல்லப்போவதில்லை. இவனை நான் எடுத்துச்சென்று சிறிது காலம் வளர்த்து பத்திரமாக உங்களிடம் ஒப்படைப்பேன். இந்தக் குழந்தை உங்களுக்குப் பெரும் சிறப்பைச் சேர்ப்பான். தானும் மிகுந்த புகழைப் பெறுவான்!' என்று சொல்லிவிட்டு, குழந்தையுடன் விடைபெற்றுப் பிரிந்து சென்றாள்.

கங்காதேவி சென்றதும் எதிலும் பற்றில்லாமல், வேறு எந்தப் பெண்ணையும் நாடாமல் வைராக்கிய மனத்துடன் ராஜ்ஜிய பரி பாலனம் செய்து வந்தான் சந்தனு.

ஒருநாள் கங்காதேவி சந்தனுவின் கனவில் தோன்றி அவனை நதிக் கரைக்கு வரச்சொன்னாள். சந்தனு அங்கு சென்றபோது, இந்திரனைப் போன்ற அழகான வாலிபனைக் கண்டான்.

அவன் தனது அஸ்திரங்களால் கங்கை நதியின் பிரவாகத்தைத் தடுத்து விளையாடி பயிற்சி செய்துகொண்டிருந்தான். சந்தனு அவனுடைய

அஸ்திரப் பிரயோகத்தின் வல்லமையைப் பார்த்து ரசித்துக்கொண் டிருந்தபோது கங்காதேவி அங்கு தோன்றினாள்.

'சந்தனு ராஜாவே! இதோ, இவன்தான் நான் எடுத்துப்போய் வளர்த்த நமது எட்டாவது மகன் தேவவிரதன். இவன் வசிஷ்ட மகரிஷியிடம் எல்லா வேதங்களையும் வேதாந்தங்களையும் பயின்றிருக்கிறான். யுத்தத்தில் பரசுராமருக்குச் சமமானவன். வீரனும் வில்லாளியும் ராஜ நீதிகளை முற்றும் அறிந்தவனுமான நம் மகனை உங்களிடத்தில் ஒப்படைக்கிறேன். அழைத்துப்போங்கள்!' என்று சொல்லி, தேவவிரதனை சந்தனுவிடம் சேர்ப்பித்து மறைந்தாள்.

சந்தனு மகிழ்ச்சியுடன் தனது மகன் தேவவிரதனை அழைத்துக் கொண்டு அரண்மனைக்கு வந்துசேர்ந்தான்.

3

பீஷ்ம சபதம்!

கங்கையின் புத்திரனான தேவவிரதனை, மகனாக அடைந்ததில் சந்தனு அளவில்லாத மகிழ்ச்சி கொண்டான். மகன்மீது மிகுந்த பிரியம் கொண்டு அவனிடம் பேரன்பு செலுத்தினான். விரைவிலேயே தேவவிரதனை அஸ்தினாபுரத்தின் இளவரசனாக அறிவித்து பட்டாபிஷேகமும் செய்துவைத்தான்.

தேவவிரதனும், தனது தந்தையான சந்தனுவிடம் மிகுந்த பக்தியுடனும் பாசத்துடனும் பணிவாக நடந்துகொண்டான். ராஜ்யபரிபாலனம் செய்வதில் தந்தைக்குத் துணையாக இருந்து நாட்டுநலனில் அக்கறை காட்டினான்.

ராஜ்ய பாரத்தில் பெரும்பகுதியை மகனே கவனித்துக் கொண்டதால் சந்தனு கவலையின்றிக் காலம் கழித்தான். அப்போதுதான், அவனுடைய வாழ்வில் மற்றொரு திருப்பம் ஏற்பட்டது.

கங்காதேவியைப் பிரிந்தது முதல் வேறு பெண் துணை நாடாமல் தனியனாகவே வாழ்ந்து வந்த சந்தனு, விதிவசத்தால் யமுனையாற்றங்கரையில் மற்றொரு அழகியைச் சந்தித்தான்.

ஒருநாள் அவன் ஆற்றங்கரையில் உலா வந்தபோது, மனத்தை மயக்கும்விதமாக ஒரு இனிய கானத்தைக் கேட்டான். அத்துடன் எப்போதும் இல்லாதபடி ஓர் அற்புதமான வாசனையும் அங்கு நிலவியது.

கானம் பாடும் பெண்குரலும் இதுவரை நுகர்ந்திராத இந்தத் திவ்ய வாசனையும் எங்கிருந்து வருகிறது என்று அவன் தேடிச் சென்றபோதுதான், அங்கே தேவலோக கன்னிகையைப் போன்ற அழகி ஒருத்தி, ஓடத்தின்மீது எழிலாக அமர்ந்தபடி பாடிக்கொண்டிருப்பதைக் கண்டான்.

வேறு பெண்ணையே நாடுவதில்லை என்ற எண்ணம் கொண்டிருந்த சந்தனுவின் வைராக்கியம் இந்தப் பெண்ணைக் கண்டதுமே கரைந்து போனது. அவளை தன் மனைவியாக்கிக் கொள்ளவேண்டுமென்று தாளமுடியாத விருப்பம் கொண்டான் சந்தனு.

அந்தப் பெண்ணிடம் சென்று பேசினான். அவளிடம் தனது காதலைத் தெரிவித்தான். அவளை மணந்துகொள்ள விரும்புவதாகச் சொன்னான்.

அந்தப் பெண் வெட்கத்துடன் தலை குனிந்தபடி குயிலின் குரலில் பேசினாள்:

'மன்னவா! நான் செம்படவப் பெண். எனது பெயர் சத்தியவதி. எனது தகப்பனார் செம்படவக் குலத்தலைவர். நீங்கள் என்னை மணக்க விரும்பினால் அவரை அணுகிக் கேட்பதே முறை. எனது தந்தை தங்களுக்குச் சம்மதம் தெரிவித்தால், நிச்சயம் நான் உங்களை மணந்து கொள்வேன்!' என்றாள்.

'செம்படவத் தலைவன், மன்னனாகிய தனக்கு பெண் கொடுக்க மறுக்கவா போகிறான்!' என்கிற எண்ணத்தில், சந்தனு சத்தியவதியின் தந்தையிடம் சென்றான். தனது விருப்பத்தைச் சொன்னான்.

செம்படவத் தலைவன் மகா புத்திசாலி; சாமர்த்தியசாலியும்கூட!

'மன்னவா! தங்களுக்கு எனது மகளைத் திருமணம் செய்துவைக்க நான் மிகவும் அதிர்ஷ்டம் செய்திருக்கவேண்டும் என்பதில் எந்தச் சந்தேகமுமில்லை. ஆனால், தாங்கள் எனக்கு ஒரு சத்தியம் செய்து தரவேண்டும். எனது மகள் சத்தியவதிக்குப் பிறக்கும் குழந்தைதான் உங்களுக்குப்பின் மன்னனாக இந்த நாட்டை ஆளவேண்டும். இதற்கு நீங்கள் ஒப்புக்கொண்டால், திருமணத்துக்கு எந்த ஆட்சேபணையுமில்லை!

செம்படவன் கேட்டதில் நிலைகுலைந்து போனான் சந்தனு.

சத்தியவதியின்மேல் மிகத் தீவிரமாக ஆசை கொண்டிருந்தான் என்றாலும், இந்த நிபந்தனைக்கு ஒப்புக்கொள்ள அவன் மனம்வரவில்லை. மூத்த மைந்தனான தேவவிரதனே தனக்குப்பின் அஸ்தினாபுரத்தின் மன்னனாக முடிசூடவேண்டும் என்பதில் உறுதியாக இருந்தான் சந்தனு.

எனவே செம்படவத் தலைவனுக்கு வாக்களிக்காமல், காரியம் நிறைவேறாதவனாக துக்கத்துடன் அரண்மனைக்குத் திரும்பினான்.

இந்த விஷயத்தை யாரிடமும் தெரிவிக்காமல், சத்தியவதியின் மீது கொண்ட காதலையும் துறக்கமுடியாமல் மனத்துக்குள்ளேயே வேதனைப்பட்டு இளைத்துப்போனான்.

தேவவிரதன் தந்தையின் நிலை கண்டு வேதனை கொண்டான். சந்தனுவிடம் பலமுறை அவனுடைய கவலைக்கான காரணத்தைக் கேட்டான்.

'ஒரு பெண்ணின்மேல் கொண்ட காதலால்தான் என் உடல்நிலை கெட்டுப்போகிறது' என்று தந்தை, மகனிடம் சொல்லமுடியுமா என்ன?

எத்தனைமுறை கேட்டும் தந்தையிடமிருந்து பதில் வராததால், மன்னனுடைய தேர்ப்பாகனை அழைத்து அந்தரங்கமாக விசாரித்தான் தேவவிரதன். யமுனையாற்றங்கரையில் நடந்தவைகளை அவன் மூலம் கேட்டுத் தெரிந்துகொண்டான். 'தந்தையின் ஆசையை நானே நிறைவேற்றி வைக்கிறேன்!' என்று சொல்லி செம்படவத் தலைவன் இல்லத்துக்கு விரைந்தான். அவன் மகளை தனது தந்தைக்குப் பெண் கேட்டான்.

செம்படவத் தலைவனுக்கு சற்று அதிர்ச்சியாகத்தான் இருந்தது. தந்தைக்காக மகனே பெண் கேட்டுவந்த வினோதம் அவனைத் திகைப்பூட்டியது.

'தேவவிரதரே! நான் சொல்வதை சற்றுப் பொறுமையுடன் கேளுங்கள். எனது மகள் சத்தியவதியின் ஜாதகத்தைப் பார்த்துக் கணித்த ஜோதிடர்கள், 'அவள் ஒரு நாட்டின் பட்டமகிஷியாவாள் என்றும், அவளுக்குப் பிறக்கும் மகன் அந்த நாட்டை அரசாளுவான்' என்றும் கூறியிருக்கிறார்கள். ஆனால் அஸ்தினாபுரத்து மன்னர் சந்தனுவுக்குப்பிறகு யுவராஜனாகிய நீங்கள்தான் பட்டத்துக்கு வருவீர்கள். அப்படி இருக்கும்போது சந்தனுவை மணந்துகொள்ளும் எனது மகளின் நிலை என்ன? அவள் மகன் எப்படி பட்டத்துக்கு வரமுடியும்? எனவேதான், தங்களது தந்தைக்கு எனது மகளைத் தரமுடியாத சூழ்நிலை ஏற்பட்டுள்ளது. தயவுசெய்து என்னை மன்னித்துவிடுங்கள்!'

செம்படவத் தலைவன் சொல்லிமுடித்த மறுகணமே தேவவிரதன் சற்றும் யோசிக்காமல் சொன்னான்:

'ஐயா! நீங்கள் சற்றும் சந்தேகம் கொள்ளவேண்டாம். உங்கள் மகளுக்குப் பிறக்கும் மகனே இந்த நாட்டின் அரசனாவான். நான் எனது பட்டாபிஷேகத்தை இந்தக் கணத்திலிருந்தே தியாகம் செய்கிறேன். இது சத்தியம்!'

செம்படவத் தலைவன் மகிழ்ந்துபோனான்.

'தேவவிரதரே! இதுவரை எந்த ராஜவம்சங்களிலும் யாரும் செய்யாததை செய்யத் துணிந்தீர்கள். மிக்க நன்றி! உங்கள் சத்தியத்தில் எனக்கு

எந்தச் சந்தேகமுமில்லை. ஆனால், உமக்குப் பிறக்கும் மகன் உங்களைப்போலவே தியாக உணர்வு உள்ளவனாக இருப்பான் என்பது என்ன நிச்சயம்? மகாவீரராகிய உங்களுக்குப் பிறக்கும் மகனும் உங்களைப் போலவே வீரனாகத்தான் இருப்பான். அவன் சத்தியவதியின் மகனிடமிருந்து ராஜ்ஜியத்தை அபகரிக்கலாம் அல்லவா?'

செம்படவத் தலைவன் தன்னுடைய சந்தேகத்தை தெள்ளத் தெளிவாகக் கேட்டான்.

இது சற்று சிக்கலான விஷயம்தான் என்று யோசித்த தேவவிரதன், தந்தையின் விருப்பத்தை நிறைவேற்ற எந்த எல்லைக்கும் செல்லத் துணிந்தான். யாருமே எதிர்பாராதபடி சத்திய வடிவாக முழங்கினான்:

'இதுதான் உங்கள் சந்தேகம் என்றால், அது இனிமேல் தேவையில்லை. எனக்கு மகன் ஒருவன் பிறந்தால்தானே பிரச்னை! வாழ்க்கையில் எனக்குத் திருமணம் என்பதே இல்லை. நான் ஆயுள் முழுவதும் பிரம்மச்சரிய விரதம் பூண்டு நிற்பேன். எனது உயிர் உள்ளவரை பெண்களை மனத்தாலும் தீண்டமாட்டேன். இனி, தங்கள் மகள்தான் எனது தாய். அவருக்குப் பிறக்கும் என் தம்பி, தம்பி மகன், மகனின் மகன் ஆகியோர் வழிவழியாக இந்த ராஜ்ஜியத்தை ஆளுவார்கள். அவர்களுக்கு எந்தக் கெடுதியும் நேராமல் எனது வாள் அவர்களுக்குப் பக்கபலமாக நிற்கும். அந்தச் சந்ததியரை நான் எப்போதும் காப்பேன். இது சத்தியம்!' என்று சபதம் செய்தான்.

அப்போது இந்த அற்புதச் சபதத்தின் காரணமாக தேவர்கள் பூமாரி பொழிந்தார்கள். 'பீஷ்மன்' என்ற கோஷம் அசரீரியாக விண்ணிலிருந்து ஒலித்தது.

பீஷ்மன், சத்தியவதியை அழைத்துச்சென்று தனது தந்தைக்குத் திருமணம் செய்துவைத்தான்.

சந்தனு மனம் நெகிழ்ந்துபோனான். கூடவே வருத்தமும்கொண்டான்.

தந்தையின் ஆசையைப் பூர்த்தி செய்வதற்காக எத்தனை பெரிய தியாகம் செய்துவிட்டாய் மகனே! மனப்பூர்வமாகச் சொல்கிறேன். புனிதனான உனக்கு, நீயே விரும்பினால் தவிர மரணம் நேராது என்று ஆசியளிக்கிறேன்!' - தழுதழுத்த குரலில் ஆசிகூறினான் சந்தனு.

4

பழி வாங்க ஒரு பிறவி!

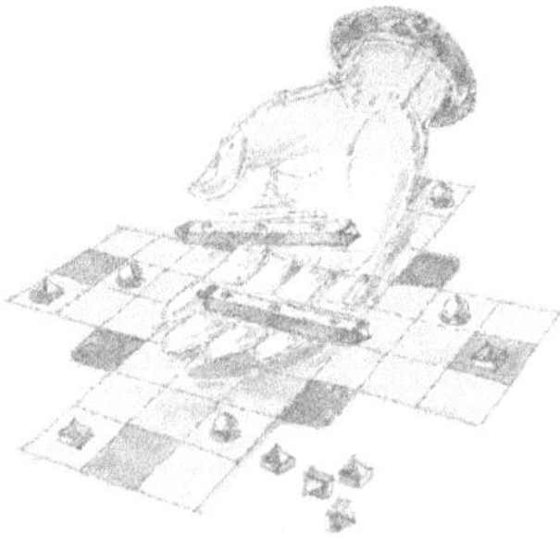

***ச**ந்தனு – சத்தியவதி தாம்பத்தியத்தில், அவர்களுக்கு சித்திராங்கதன், விசித்திரவீரியன் என்ற புதல்வர்கள் பிறந்தார்கள். பீஷ்மர் தமது தம்பிகளை தாய்க்கும் மேலாக பரிவுகாட்டிப் பாசத்துடன் வளர்த்தார். அவர்களுக்கு சகல கலைகளையும் போதித்தார்.*

பிள்ளைகள் வளர்ந்த நேரத்தில் சந்தனு ராஜன் மரணமடைந்தான்.

பீஷ்மர், சித்திராங்கதனுக்கு முடிசூட்டி அஸ்தினாபுரத்தின் அரசனாக்கினார். ஆனால், சில காலங்களிலேயே சித்திராங்கதன் ஒரு கந்தர்வனோடு சண்டையிட்டு அவனால் கொல்லப்பட்டான். பிறகு, விசித்திரவீரியன் பட்டத்துக்கு வந்தான்.

விசித்திரவீரியனுக்கு திருமணம் செய்துவைக்கவும் எண்ணினார் பீஷ்மர்.

அந்தச் சமயத்தில்தான் காசிராஜனின் மகள்கள் மூவருக்கு சுயம்வரம் நடக்கவிருப்பது அவருக்குத் தெரிந்தது. அவர்களை விசித்திரவீரியனுக்குத் திருமணம் செய்துவைக்க எண்ணி, தேர் ஏறி சுயம்வர சபைக்குச் சென்றார்.

காசிராஜனின் மகள்களான அம்பை, அம்பிகை, அம்பாலிகை மூவருமே சிறந்த அழகிகள். எனவே, அவர்களை மணக்க அரசர்களுக்குள் பெரிய போட்டியே இருந்தது.

பீஷ்மர், சுயம்வரத்தில் கலந்துகொள்ள வந்தது கண்டு ராஜகுமாரர்கள் திகைத்துப்போயினர். 'பீஷ்மர் சிறந்த அறிவாளி! ஈடு இணையில்லாத வீரர். எல்லாம் சரிதான். ஆனால் அவருக்கு, வயதும் மிகமிக அதிகமாயிற்றே! ஆயுள் முழுவதும் பிரம்மச்சாரியாக இருப்பேன்

என்று சபதமிட்டாரே! அது என்னவாயிற்று?' என்றெல்லாம் பேசிக்கொண்டார்கள்.

அவர் தனது தம்பி விசித்திரவீரியனுக்காகத்தான் வந்திருக்கிறார் என்பதை யாரும் அறியவில்லை. மாலையுடன் மணமகனைத் தேர்ந் தெடுக்க வந்த காசிராஜனின் மகள்களும் அதனாலேயே பயந்துபோய் பீஷ்மரின் அருகிலேயே செல்லவில்லை.

பீஷ்மர் கோபம் கொண்டார். அந்த மூன்று கன்னிகை/களையுமே தனது ரதத்தில் தூக்கிக்கொண்டு புறப்பட்டார். தன்னை எதிர்த்த எல்லா ராஜகுமாரர்களையும் போரில் தோற்கடித்து விரட்டி அஸ்தினாபுரத் துக்குக் கிளம்பினார். ஆனால், சௌபல தேசத்து அரசனான சால்வன் என்பவன் மட்டும் விடாமல் அவரைத் துரத்தி வந்தான்.

காசிராஜனின் மூன்று பெண்களில் மூத்தவளான அம்பையும் சால் வனும் ஒருவரையொருவர் காதலித்து வந்தார்கள். அதனாலேயே சால்வன், பீஷ்மரை தீவிரமாக எதிர்த்துப் போர் செய்தான்.

பீஷ்மர், அவனைச் சுலபமாகத் தோற்கடித்தார். மூன்று பெண்களும் அவரிடம் கெஞ்சிக்கேட்டதால் சால்வனைக் கொல்லாமல் உயிருடன் போகவிட்டார்.

காசிராஜனின் மூன்று மகள்களையும் அழைத்துக்கொண்டு அஸ்தி னாபுரம் வந்துசேர்ந்தார். கூடவே, தனது மரணத்துக்கான வித்தையும் தூக்கி வந்திருக்கிறோம் என்பதை அவர் அப்போது உணர்ந் திருக்கவில்லை!

அஸ்தினாபுரத்தில் விசித்திரவீரியனுக்கும் காசிராஜனின் மகள்களுக் கும் திருமணம் செய்துவிக்க கோலாகலமான ஏற்பாடுகளைச் செய்தார் பீஷ்மர்.

மணமகள்கள் மூவரையும் அலங்கரித்து திருமணப்பந்தலுக்கு அழைத்து வந்தார்கள்.

அப்போது காசிராஜனின் மூத்த மகளாகிய அம்பை பீஷ்மரைப் பார்த்து, 'கங்கா புத்திரரே! உங்கள் வலிமையால் சுயம்வரத்துக்கு வந்த எல்லா மன்னர்களையும் தோற்கடித்து எங்களைத் தூக்கி வந்துவிட்டீர்கள். க்ஷத்திரிய தர்மப்படி இது சரிதான். என்றாலும், என் உள்ளத்தில் உள்ளதை மறைக்காமல் சொல்லிவிடுவதே உத்தமம் என்று எண்ணுகிறேன். நான் ஏற்கெனவே சௌபல தேசத்து அரசனான சால்வனை, மனத்தால் எனது கணவனாக ஏற்றுக்கொண்டுவிட்டேன்.

வேறு புருஷனிடத்தில் ஆசை கொண்ட பெண்ணை, தங்கள் தம்பிக்கு மணம் முடித்துவைப்பது சரிதானா என்பதை சாஸ்திரம் அறிந்த தாங்கள்தான் சொல்லவேண்டும்!'

பீஷ்மர் திகைத்துப் போனார். என்றாலும், அம்பையின் எதிர்ப்பை ஆட்சேபணையின்றி ஏற்றுக்கொண்டார்.

அம்பையின் தங்கைகளான அம்பிகை, அம்பாலிகை இருவரை மட்டும் விசித்திரவீரியனுக்கு மணம் முடித்துவைத்தார்.

அம்பையை அவள் விரும்பியபடியே சால்வனிடம் அனுப்பி வைத்தார்.

காதலித்தவனையே கைப்பிடிக்கப் போகிறோமென்ற சந்தோஷத்துடன் சால்வனிடம் புறப்பட்டாள் அம்பை.

பாவம்! அங்கே அவளுக்கு பெரியதொரு அதிர்ச்சி காத்திருந்தது.

'என்னை மன்னித்துவிடு அம்பை! எல்லா அரசர்கள் முன்பாகவும் என்னைப் போரில் தோற்கடித்து உன்னைத் தூக்கிச்சென்றார் பீஷ்மர். ஆகவே, நான் உன்னை ஏற்றுக் கொள்ள முடியாது. நீ பீஷ்மரிடமே சென்றுவிடு. அவருடைய கட்டளைப்படி நடந்து கொள்' என்று அவளை பீஷ்மரிடமே திருப்பி அனுப்பிவிட்டான் சால்வன்.

பீஷ்மர் அவளை, விசித்திரவீரியனிடம் அழைத்துச்சென்றார்.

'விசித்திரா! சால்வன் அம்பையை ஏற்றுக்கொள்ள மறுத்து திருப்பி அனுப்பிவிட்டான். ஆகவே, நீ அவளைத் திருமணம் செய்துகொள்ள இப்போது தடையேதும் இல்லை. அன்போடு இவளை ஏற்றுக்கொள்' என்றார்.

விசித்திரவீரியன் திட்டவட்டமாக மறுத்துப் பேசினான்.

'அண்ணா! உள்ளத்தை வேறு ஒருவனிடம் செலுத்திய பெண்ணை நான் எப்படி திருமணம் செய்துகொள்ள முடியும்? இது க்ஷத்திரியப் பண்பாடு இல்லையே! தங்கள் வார்த்தையை மீறுவதற்கு மன்னித்து விடுங்கள். தயவுசெய்து என்னை வற்புறுத்தாதீர்கள்!'

அம்பை நிர்க்கதியாக நின்றாள். அடுத்து என்ன செய்வதென்று அறியாமல் கண்கலங்கினாள்.

'கங்கா புத்திரரே! எனக்கு இப்போது வேறு கதியில்லை. எனவே, நீங்களே என்னை மணம் செய்துகொள்ளுங்கள்!' என்று பீஷ்மரிடம் வேண்டினாள்.

பீஷ்மர் பதறிப்போனார்.

'பெண்ணே! இது நடக்காத காரியம். எனது வாழ்க்கையில் திருமணம் என்பதை நினைத்துப்பார்ப்பதே இல்லையென சபதம் செய்திருக்கிறேன். எதற்காகவும் எனது சபதத்தைத் துறக்கமுடியாது. நீ மற்றொரு முறை சால்வனிடம் சென்று கேட்டுப்பார்' என்று அனுப்பிவைத்தார்.

அம்பை மறுபடியும் சால்வனிடம் சென்று கெஞ்சினாள். அவனோ உறுதியாக மறுத்து திருப்பியனுப்பினான். மீண்டும் பீஷ்மரிடம் வந்தாள். தன்னை ஏற்றுக்கொள்ளுமாறு வேண்டினாள். பீஷ்மர் மறுத்தபோதும், விடாப்பிடியாக பலகாலம் அவருடைய அரண்மனையிலேயே இருந்து வற்புறுத்தினாள்.

இப்படியாக, சால்வனிடமும் விசித்திரவீரியனிடமும் பீஷ்மரிடமுமாக மாறிமாறிச் சென்று தனக்கு வாழ்க்கை தருமாறு கெஞ்சியும் கதறியும் கண்ணீரிலேயே ஆறு வருடங்களைக் கழித்தாள். அழுது அழுது கண்ணீர் வற்றிப்போய் மனத்தின் நெருப்பு கண்களிலும் கொழுந்துவிட்டு எரிந்தது. இதற்கெல்லாம் காரணம் பீஷ்மர்தானே என்று நினைத்தபோது, கோபம் சூறாவளியாகச் சுழன்று எழுந்தது.

பீஷ்மரைப் பழிவாங்கத் துடித்தாள் அம்பை.

பல தேசத்து அரசர்களிடமும் சென்றாள். தனக்கு இழைக்கப்பட்ட அநீதியைச் சொல்லி முறையிட்டாள். பீஷ்மருடன் போரிட்டு அவரைக் கொல்லுமாறு கேட்டாள்.

ஆனால், அவளுக்கு உதவி செய்ய யாரும் தயாராக இல்லை.

'அந்தச் சிறுபெண் பீஷ்மரைப்பற்றி அறியாமல் பேசுகிறாள். பீஷ்மரை எதிர்க்கக்கூடியவர்கள் இப்பூமியில் யார் இருக்கிறார்கள்? அவருடன் போரிட்டால் தோல்விதான் பரிசாகக் கிடைக்கும். தேவைதானா இந்த அவமானம்?' என்று அனைத்து அரசர்களும் பயத்தில் பின்வாங்கினார்கள்.

அம்பையின் உள்ளத்திலோ, பீஷ்மரின்மீது கொண்ட வெறி காலாக்னியாகத் தகித்தது.

இனி, மனிதர்களை நம்பிப் பிரயோசனமில்லை என்று முருகக் கடவுளைத் தியானித்து தவத்தில் மூழ்கினாள்.

உறுதியான மனத்துடன் அவள் செய்த கடும் தவத்தை மெச்சி முருகக் கடவுள் நேரில் தரிசனம் தந்தார். மலர்மாலை ஒன்றை அவளிடம் அளித்தார்.

‘அம்பை! இந்த மாலையை எவன் அணிந்துகொள்கிறானோ அவனால் பீஷ்மர் இறப்பார்!’ என்று சொல்லி மறைந்தார்.

அம்பை அந்த மாலையுடன் மீண்டும் ஒவ்வொரு அரசனிடமும் சென்று, ‘மன்னனே! இதோ முருகப்பெருமான் ஆசீர்வதித்துத் தந்த மலர்மாலை. இந்த மாலையை அணிந்து கொள்பவனால் பீஷ்மருக்கு மரணம் நேரிடும் என்று அவர் வரமளித்திருக்கிறார். இதை நீங்கள் அணிந்துகொண்டு பீஷ்மரைக் கொல்லுங்கள்!’ என்று கேட்டாள்.

ஆனால், பீஷ்மரை பகைத்துக்கொள்வதற்கான தைரியம் எவரிடமும் இல்லை. சொல்லிவைத்ததுபோல அத்தனைபேருமே மறுத்து விட்டார்கள்.

கடைசியாக அம்பை, பாஞ்சால நாட்டு மன்னனான துருபத ராஜனிடம் சென்று கேட்டாள். அவரும் மறுத்துவிடவே விரக்தியடைந்தவளாக அங்கேயே அரண்மனை வாசலிலேயே மாலையைத் தொங்க விட்டுவிட்டுக் காட்டுக்குப் போய்விட்டாள். கானகத்தில் மறுபடியும் கடுமையான தவத்தில் இறங்கினாள். இம்முறை சிவபெருமான், அம்பைக்கு தரிசனம் தந்தார்.

‘அம்பை! உனது நோக்கம் நிறைவேறும்! நீ மற்றொரு பிறவி எடுக்கும்போது, உன்னால் பீஷ்மர் மரணமடைவார்’ என்று வரம் தந்தருளினார்.

அம்பை மனநிம்மதி அடைந்தாள். ‘தானாக மரணம் வரும்வரை காத்திருந்தால், இன்னொரு பிறவிக்கு எத்தனை காலதாமதமாகுமோ! உடனடியாக மறுபிறப்பு அடைந்து தனது பழியைத் தீர்த்துக்கொள்ள வேண்டும்!’ என்று எண்ணம் கொண்டாள்.

அங்கேயே அப்போதே சிதை அடுக்கித் தீமூட்டி, அதற்குள் குதித்து தனது உயிரைப் போக்கிக்கொண்டாள்.

சிவபெருமான் தந்த வரத்தின்படி, மறுபிறவியில் துருபதராஜனுக்கு சிகண்டனி மகளாகப் பிறந்தாள்.

சிகண்டனி வளர்ந்து பெரியவள் ஆனதும், ஓர்நாள் தங்களது அரண் மனை வாசலில் தொங்கவிடப்பட்டிருந்த வாடாத அந்த மலர் மாலையை விரும்பி எடுத்து, தனது கழுத்தில் போட்டுக் கொண்டாள்.

துருபதராஜனோ தனது மகள் சிகண்டனியின் செயலால் பயந்து போனான்.

'அம்மா சிகண்டனி! எனது அன்பு மகளே! வேண்டாம் இந்த விஷப் பரிட்சை. இந்த மாலையை அணிந்துகொண்டால் பீஷ்மரின் பகை வந்து சேரும். முதலில் அதைக் கழற்றி எறி!' என்றான்.

சிகண்டனி மறுக்கவே, பீஷ்மரின் பகைக்கு ஆளாக வேண்டாமென்ற எண்ணத்தில் பெற்ற மகளென்றும் பார்க்காமல் அவளை ராஜ்ஜியத்தை விட்டே துரத்திவிட்டான்.

சிகண்டனி, மனம் விரக்தியடைந்தவளாக கால்போன போக்கில் சுற்றிவந்தவள் ஓர்நாள் கங்கைக்கரையை அடைந்தாள். அங்கு தும்புரு என்கிற கந்தர்வனைச் சந்தித்தாள். அந்த கந்தர்வன் சிகண்டனியிடம், 'பெண்ணே! நான் உனது பெண் உருவத்தை அடைய விரும்புகிறேன். நீ எனது ஆண் உருவத்தைப் பெற்றுக்கொள்கிறாயா?' என்று கேட்டான்.

பழம் நழுவிப் பாலில் விழுந்ததுபோல் மகிழ்ந்துபோனாள் சிகண்டனி. கந்தர்வன் கேட்டது போலவே தனது பெண் உருவத்தைக் கொடுத்துவிட்டு, அவனது ஆண் உருவத்தைப் பெற்றுக்கொண்டாள். ஆண்தன்மை பெற்றதும் அவள் பெயர் சிகண்டி என்றானது.

சிகண்டி அங்கிருந்து புறப்பட்டு புத்புகம் என்ற இடத்துக்குச் சென்று அஸ்திரப் பயிற்சி பெற்று பெரும் வீரனானான். பின் பாஞ்சால நாடு திரும்பி தனது தந்தை துருபதனிடம், 'தந்தையே! பீஷ்மரைப்பற்றி இனி நீங்கள் சிறிதும் பயப்படவேண்டாம். அவருக்கு நானே சத்ரு!' என்று தைரியமூட்டினான்.

இந்தச் செய்திகளை ஒற்றர்கள்மூலம் அறிந்துகொண்ட பீஷ்மர், கடைசியாக சிகண்டியால்தான் தனது முடிவு நேரப்போகிறது என்பதை உணர்ந்துகொண்டார். 'ம்! விதியை யாரால்தான் வெல்லமுடியும்? நடப்பவை எல்லாம் நன்மைக்கே!' என்று புன்னகை செய்து கொண்டார்.

அம்பை தீக்குளித்து சிகண்டினியாகப் பிறந்து சிகண்டியாக மாறு வதற்கு முன்பே, அஸ்தினாபுரத்திலும் பல்வேறு சம்பவங்கள் நடந்து முடிந்திருந்தன.

5

வியாசர் விதித்த நிபந்தனை!

***அ**ம்பிகை, அம்பாலிகையை மணந்துகொண்ட விசித்திரவீரியன் கல்யாண மாகி சில வருடங்களிலேயே மாண்டுபோனான்.*

கணவனை இழந்த துக்கத்தில் இரு மனைவிகளும் நிலைகுலைந்துபோனார் கள். அவர்களுக்குக் குழந்தைகளும் இல்லை.

தாய் சத்தியவதிக்கு மகனை இழந்த சோகம் ஒருபுறமிருக்க, ராஜ்ஜி யத்தை ஆள வாரிசுகளும் இல்லாது போனதில் அதிர்ச்சியடைந்தாள். என்ன செய்யலாம் என்று யோசித்தாள்.

அந்தக் காலத்தில் வம்சவிருத்திக்கு வேறுவழியில்லாதபோது, க்ஷத்திரியப் பெண்கள் சிலர் உத்தம குணமுள்ள வேறு புருஷனிடத்தில் குழந்தை பெற்று வம்சவிருத்தி செய்வது வழக்கத்தில் இருந்துவந்தது.

சத்தியவதி ஒரு முடிவுக்கு வந்தாள். பீஷ்மரை அழைத்துப் பேசினாள்.

'கங்கை மைந்தனே! அரசன் இல்லாமல் இருக்கும் ராஜ்ஜியம் அபாயகரமானது. ஆகவே நமதுகுலத்தின் விருத்தியை முன்னிட்டு, அம்பிகையிடமும், அம்பாலிகையிடமும் நீ வம்ச விருத்தியை உண்டாக்கவேண்டும். அதுவரை, நீயே அரசனாக பட்டாபிஷேகம் செய்துகொண்டு இந்த நாட்டை ஆண்டு வா!' என்று கூறினாள்.

பீஷ்மர் திடுக்கிட்டுப்போனார்.

'அம்மா! என்னுடைய சபதத்திலிருந்து எள் முனையளவும் விலக நான் சம்மதிக்கமாட்டேன். தயவுசெய்து என்னை இக்கட்டில் ஆழ்த்தா தீர்கள்!' என்று வேண்டினார்.

‘இப்போது வேறு என்னதான் செய்வது என்று எனக்குத் தெரிய வில்லையே!’ புலம்பினாள் சத்தியவதி.

‘வேறு வழியில்லை தாயே! நீங்கள் சொன்ன யோசனை சரியானது தான். பரதவம்சம் தொடரவும் நிலைபெறவும் அம்பிகையும் அம்பாலிகையும் உயர்ந்த குணங்களைக் கொண்ட உத்தம புருஷனைச் சேர்வதே நல்லது. அப்படித்தான் சந்ததிகளை உருவாக்கியாக வேண்டும். அதனால், வேறு ஒரு நல்ல மனிதரை நீங்கள்தான் அடை யாளம் காட்டவேண்டும்!’ என்றார் பீஷ்மர்.

சத்தியவதி எதையோ எண்ணி நீண்ட பெருமூச்சு விட்டாள்.

‘பீஷ்மா! அந்த உயர்ந்த உத்தம புருஷன் நீயாக இருந்தால் நல்லது என்றெண்ணித்தான் நான் உன்னிடம் சொன்னேன். ஆனால், நீயோ மறுத்துவிட்டாய். ஆகவே, இப்போது நான் ஓர் உண்மையை உன் னிடம் சொல்லப்போகிறேன். வெகுகாலமாக என் மனத்துக்குள் புதைத்துவைத்த ரகசியம் அது. உன்மீது எனக்குள்ள நம்பிக்கையால் தான் அதை வெளிப்படுத்துகிறேன்!’ என்றாள்.

‘அம்மா! எந்த ரகசியமானாலும் அதை நான் காப்பேன். நிச்சயம், நீங்கள் என்னை நம்பலாம்.’

‘மகனே! நான் ஒரு மீனின் வயிற்றில் பிறந்தவள். என்னை செம்படவ அரசன் தூக்கி வளர்த்தான். நான் சிறுபெண்ணாக இருந்தபோது ஒருமுறை பராசர மகரிஷிக்கு படகு செலுத்திச் சென்றேன். அப்போது, மிகச்சிறப்பான புனிதநேரம் நடந்துகொண்டிருந்தது. அந்தப் புனித நேரத்தின் தன்மை கருதி பராசர மகரிஷி என்னுடன் கலந்தார். அதனால், வியாசன் என்பவன் எனக்கு மகனாகப் பிறந்தான். பின், மகரிஷியின் அருளினால் நான் மீண்டும் கன்னித்தன்மை கொண்டேன்.

மகரிஷியின்மூலம் எனக்குப் பிறந்த வியாசன், தனது தகப்பனாருடனே சென்றுவிட்டான். அப்படிப் போகும்போது, ‘அவசியமான சமயத்தில் நீங்கள் என்னை நினைத்தால் நான் வருவேன்’ என்று சொல்லி விடை பெற்றுச் சென்றான். இப்போது நீ சம்மதித்தால், நான் வியாசனை நினைத்து அழைக்கிறேன். அம்பிகையிடமும் அம்பாலிகையிடமும் சந்ததிகளை உருவாக்குமாறு அவனைக் கேட்டுக் கொள்ளலாம். நீ என்ன சொல்கிறாய்?’

சத்தியவதியின் யோசனையை பீஷ்மரும் ஏற்றுக்கொண்டார்.

சத்தியவதி தனது மகனான வியாசனை மனத்தால் நினைத்து அழைத் தாள். விரைந்து வந்துசேர்ந்தார் வியாசன்.

‘தாயே! நான் செய்யவேண்டியது என்ன? கட்டளையிடுங்கள்!’ என்று கேட்டார்.

சத்தியவதி, அஸ்தினாபுர ராஜ்ஜியத்தின் வம்சம் இல்லாத குறையைக் கூறி, அம்பிகை, அம்பாலிகைக்கு குழந்தைப் பேறு தருமாறு வியாசனைக் கேட்டாள்.

வியாசர் ஒரு நொடி யோசித்துவிட்டு, ‘அம்மா! நீங்கள் சொன்னதை நிறைவேற்றக் கடமைப்பட்டவன் நான். ஆனால், இது சரீர சுகத்துக் காகச் செய்யப்படும் காரியம் அல்ல! ஆகவே, நான் குரூபியாகவும் நாற்ற உடலுடனும்தான் செல்வேன். அவ்விதமாகவே அம்பிகையும் அம்பாலிகையும் என்னை சந்தோஷமாக ஏற்றுக்கொள்ள வேண்டும். இதுவே அந்தப் பெண்களுக்கு நான் விதிக்கும் நிபந்தனை’ என்றார்.

சத்தியவதி இதை, அம்பிகையிடமும் அம்பாலிகையிடமும் கூறி ஒப்புக்கொள்ள வைத்தாள்.

வியாசர் முதலில் அம்பிகையிடம் சென்றார். குரூபியான வியாசரைக் காணப்பிடிக்காமல், கண்களை மூடிக்கொண்டு அவருடன் கலந்தாள் அம்பிகை.

‘அப்படி அவள் அருவெறுத்து கண்களை மூடிக்கொண்டதால் அவளுக்குப் பிறக்கும் மகன் குருடனாகத்தான் பிறப்பான்’ என்றார் வியாசர்.

சத்தியவதி இதனால் வருத்தம் கொண்டாள்.

‘நாட்டை ஆளப்போகும் அரசன் குருடனாக இருந்தால், அவனால் என்ன செய்யமுடியும்? ஆகவே நீ, அம்பாலிகை மூலமாவது உயர்ந்த அரசகுமாரனை உண்டாக்கு!’ என்று அனுப்பிவைத்தாள்.

அம்பாலிகையோ வியாசரின்மீது கொண்ட பயத்தினாலும் சங்கடத் தாலும் துக்கத்தினாலும் உடல் வெளுத்துப்போனாள். அந்நிலையில் அவள் வியாசருடன் கலந்ததால், அவளுக்கு சருமம் வெளுத்துப் போன பிள்ளையே பிறப்பான் என்றானது.

சத்தியவதி சற்றே மனநிம்மதி கொண்டாள். என்றாலும் கண் தெரியாத பிள்ளையைப் பெறப்போகும் அம்பிகையிடம், இன்னொரு உத்தம மான பிள்ளையை உருவாக்குமாறு வியாசரிடம் சொன்னாள். வியாசரும் சம்மதித்தார்.

ஆனால் அம்பிகையோ மீண்டும் வியாசருடன் கலக்கப் பிடிக்காமல், தனது பணிப்பெண்ணுக்கு தன்னைப்போலவே ஆடை ஆபரணங்கள் உடுத்தி வியாசரிடம் அனுப்பினாள்.

வேலைக்காரப் பெண்ணுடன் சேர்ந்த வியாசர், 'பெண்ணே! உனக்குப் பிறக்கப்போகும் மகன் உலகத்திலேயே சிறந்த அறிவாளியாகவும் தர்மம் தவறாதவனாகவும் இருப்பான்' என்று ஆசீர்வதித்தார்.

சத்தியவதியிடம் சென்று, அம்பிகை பணிப்பெண்ணை அனுப்பி வைத்த விஷயத்தைச் சொல்லிவிட்டு விடை பெற்றுக்கொண்டார்.

அருவெறுப்பினால் கண்களை மூடிக்கொண்ட அம்பிகைக்கு திருத ராஷ்டிரன் பிறந்தான். உடல் வெளுத்து நடுங்கிய அம்பாலிகைக்கு, சருமம் வெளுத்தவனாக பாண்டு பிறந்தான். பணிப்பெண்ணுக்கு, வியாசரின் அருளால் தர்மதேவனே வந்து விதுரனாகப் பிறந்தான்.

பிள்ளைகள் மூவரும் மிகச்சிறப்பாக வளர்ந்தார்கள். பீஷ்மரே முன் னின்று அவர்களுக்கு சகல கலைகளையும் கற்றுத்தந்தார். மூவரும் திறமைசாலிகளாக வாலிபப் பருவம் அடைந்தார்கள். பாண்டுவும் திருதராஷ்டிரனும், வீரர்களாகவும், ராஜதர்மம் அறிந்தவர்களாகவும் சிறந்து விளங்கினார்கள். விதுரரோ மிகச்சிறந்த நீதிமானாக பெயர் பெற்றார்.

திருதராஷ்டிரன் கண்ணில்லாதவன் என்பதால், பாண்டுவை அஸ்தினா புரத்தின் மன்னனாக பட்டாபிஷேகம் செய்விக்கலாம் என்று சத்தியவதியும் பீஷ்மரும் நிச்சயித்தனர்.

ஆனால், பாண்டு அதை ஏற்க மறுத்தான்.

'திருதராஷ்டிரனுக்கு கண் பார்வை இல்லாவிட்டால் என்ன? நான் அவனது கண்ணுக்குக் கண்ணாக இருந்து பார்த்துக் கொள்கிறேன். எனவே, அவனுக்கே மன்னனாக மகுடம் சூட்டுங்கள். நான் அவ னுக்கு பக்கபலமாக இருக்கிறேன்!' என்றான்.

ஆனாலும் பீஷ்மரின் வற்புறுத்தல் காரணமாக, பாண்டுவே அஸ்தினா புரத்தின் மன்னனானான். விதுரன், முதல் அமைச்சன் ஆனான்.

இனி அடுத்தகட்டமாக அவர்களுக்குத் திருமணம் செய்து வைக்க வேண்டியதுதான் என்று முடிவெடுத்தார் பீஷ்மர்.

காந்தார தேசத்து மன்னன் மகளான காந்தாரியை திருதராஷ்டிரனுக்குப் பெண்பேசி முடித்தார்.

காந்தாரி ஓர் அபூர்வமான பெண். அவள் தனக்குக் கணவனாக வரப்போகும் திருதராஷ்டிரனுக்கு கண்பார்வை கிடையாது என்று தெரிந்ததும், 'எனது கணவர் பார்த்து சந்தோஷப்பட முடியாத இந்த உலகத்தை இனி நானும் பார்க்கமாட்டேன்!' என்று சொல்லி, ஒரு

துணியினால் தனது கண்களைக் கட்டி மறைத்துக்கொண்டாள். அவள் சாகும்வரை அதை அவிழ்க்கவே இல்லை.

அதேபோல், பாண்டுவுக்கு குந்திதேவி மனைவியானாள்.

இங்கே குந்தியைப்பற்றி ஒரு முக்கியமான தகவல் சொல்ல வேண்டியது அவசியமாகிறது.

சந்தனுவின் மனைவியான சத்தியவதியைப் போலவே குந்திதேவியின் வாழ்க்கையிலும் ஒரு மர்மம் ஒளிந்திருந்தது. அது, யாருக்குமே தெரியாத ரகசியமும்கூட!

6

நதி கொண்டுபோன குழந்தை!

குந்திதேவியின் நிஜப்பெயர் பிருதை. யது குலத்தின் தலைவனான சூரசேனன் என்பவனின் மகள். சூரசேனன், தனது அத்தை மகனான குந்தி போஜனிடம் தனக்குப் பிறக்கும் முதல் குழந்தையைத் தருவதாக வாக்களித்திருந்தான். அதன்படியே, பிருதை குந்திபோஜனுக்கு தத்துக் கொடுக்கப்பட்டாள். பிருதை, குந்திபோஜனுக்கு மகளானதால் குந்தி என்று அழைக்கப்பட்டாள்.

ஒருமுறை கோபக்கார முனிவரான துர்வாச மகரிஷி குந்திபோஜனின் அரண்மனைக்கு வந்திருந்தார். அந்தச் சமயத்தில்தான் குந்திதேவியின் வாழ்க்கையில் அந்த விசித்திரமான சம்பவம் நடந்தது!

துர்வாசர் தங்கள் அரண்மனையில் இருந்த நாள்களில், குந்திதேவி பக்தியுடன் அவருக்குச் சிறப்பான பணிவிடைகள் செய்து சேவை புரிந்தாள். அவளுடைய ஆத்மார்த்தமான பணிவிடையில் மனம் மகிழ்ந்துபோன துர்வாசர் அவளுக்கு வரம் ஒன்றை அளித்தார்.

'பெண்ணே! நான் உனக்கு ஒரு மந்திரத்தை உபதேசிக்கிறேன். அந்த மந்திரத்தைச் சொல்லி நீ எந்தெந்த தேவர்களை உபாசிக்கிறாயோ, அவர்கள் மூலமாக தெய்வீகத் தன்மையுடன் கூடிய மிகச்சிறந்த பிள்ளைகளைப் பெறுவாய்!' என்று சொல்லி மந்திரத்தை உபதேசித்தார்.

அதன்பிறகுதான் நடந்தது ஒரு திருப்பம். சிறுபெண்களுக்கே உரிய துறுதுறுப்பும் ஆர்வமும் குந்தியைத் தூண்டியது. துர்வாசர் உபதேசித்த மந்திரத்தை சோதித்துப் பார்க்க நினைத்தாள். சூரியனை மனத்தில் நினைத்து மந்திரத்தை உச்சரித்தாள்.

அவ்வளவுதான்! வந்து நின்றது ஆபத்து!

அவள் மந்திரத்தைச் சொல்லிமுடித்த மறுகணமே எதிரே வந்து நின்றான் சூரியதேவன். குந்தி மிகவும் பயந்துபோனாள்.

'சூரியதேவா! ஏதோ ஒரு ஆவலால் மந்திரத்தைப் பரிசோதித்துப் பார்ப்பதற்காக விளையாட்டாக அதை உச்சரித்து விட்டேன். சிறுபெண்ணான எனது குற்றத்தை மன்னிக்கவேண்டும்!' என்று வேண்டினாள்.

ஆனால் மந்திரத்தின் வசீகரச் சக்தியின் காரணமாக சூரியதேவனால் திரும்பிச்செல்ல முடியவில்லை.

'குந்தி! தெரிந்தோ தெரியாமலோ மந்திரத்தை நீ உச்சரித்து விட்டாய். அதன் காரணமாக உனக்குப் புத்திரபாக்கியம் தரவேண்டியவனாக கட்டாயத்திலிருக்கிறேன். அஞ்சாதே! இதனால் உனக்கு ஒரு தீங்கும் உண்டாகாது. நீ என்னை விட்டுப்பிரிந்ததுமே முன்புபோல பரிபூரண கன்னியாகி விடுவாய்!' என்று தைரியம் சொன்னான்.

அதுபோலவே குந்திக்குக் கர்ப்பத்தைத் தந்துவிட்டு மறைந்தான்.

சூரியனைப்போன்ற ஒளி பொருந்திய தேஜஸுடன், பிறக்கும்போதே உடலில் கவச குண்டலங்களுடன் பிறந்தது ஓர் அழகான ஆண் குழந்தை!

குழந்தையைப் பெற்ற குந்தி குலைநடுங்கிப் போனாள்.

'கல்யாணம் ஆகாத ஒரு கன்னிப்பெண், குழந்தையைப் பெற்றாள் என்றால் ஊர் உலகம் என்ன சொல்லும்? ஐயோ! பெரும்பழி வந்துவிடுமே. இப்போது நான் என்ன செய்வேன்?'

பயத்திலும் திகிலிலும் மூழ்கிய குந்தி, நெடுநேர யோசனைக்குப் பிறகு குழந்தையை ஒரு பெட்டியில் வைத்து மூடி, யாருக்கும் தெரியாமல் கொண்டுபோய் நதியில் விட்டு விட்டாள்.

அந்த அழகுக் குழந்தையை, நதி தனது போக்கில் கொண்டு போவதைப் பார்த்தபடியே கண்ணில் நீர் வழிய நின்றிருந்தாள்.

நதி கொண்டுபோன அந்தக் குழந்தைதான் கர்ணனாக வளர்ந்து, காலத்தின் சதியால் பிற்காலத்தில் தனது சகோதரர்களுக்கே எதிரியாக எழுந்தான்.

கர்ணனைப் பெற்றெடுத்த பிறகு, மீண்டும் கன்னியாக மாறிய குந்தி தேவி கல்யாண வயதை எட்டினாள்.

பாண்டுவைத் திருமணம் செய்துகொண்டு அஸ்தினாபுரம் சென்றாள்.

பீஷ்மர், பாண்டுவுக்கு மத்திரதேசத்து அரசனான சல்லியனின் சகோதரி மாத்ரியையும் இரண்டாவதாகத் திருமணம் செய்துவைத்தார்.

இதற்கு முக்கிய காரணமே புத்திரவிருத்திதான்.

விசித்திரவீரியனுக்கு குழந்தைகள் பிறக்காமல் போய் ராஜ்ஜியத்துக்கு வாரிசு இல்லாமல் பட்ட கஷ்டங்களை நினைத்துத்தான், திருதராஷ்டிர னுக்கு காந்தாரியுடன் மற்ற அவளது சகோதரிகளையும், பாண்டுவுக்கு குந்தியுடன் மாத்ரியையும் திருமணம் செய்துவைத்தார் பீஷ்மர்.

ஆனால், மனிதன் என்னதான் எச்சரிக்கையாக இருப்பதாக நினைத்துச் செயல்பட்டாலும், காலம் அது தீர்மானிப்பதைத்தான் நடத்திக்காட்டு கிறது! விதிவசத்தால் பாண்டுவுக்கு அவன்மூலம் வாரிசுகளே உண்டாகாது என்கிற நிலைமை ஏற்பட்டது.

ஒரு ரிஷியின் சாபம் அம்மாதிரியான சிக்கலை உருவாக்கியது.

பாண்டுவுக்கு ஒரு வினோதமான பழக்கம் இருந்தது. பெரும்பாலும் அவன் தனது மனைவிகளுடன் அடிக்கடி காட்டுக்குச் சென்று வேட்டையாடிப் பொழுதுபோக்குவதையே விருப்பமாகக் கொண் டிருந்தான். ராஜ்ஜியத்தைவிட கானகத்தில் இருப்பதை அவன் இன்பமாக நினைத்தான்.

ஒருமுறை கானகத்தில் வேட்டையாடிக்கொண்டிருந்த பாண்டு, தூரத்தில் ஓர் ஆண்மானும் பெண்மானும் கொஞ்சி விளையாடிக் கொண்டிருப்பதைப் பார்த்தான்.

ஒரு ரிஷியும் அவரது மனைவியுமே மான்களாக உருமாறி அப்படி கூடிக்களித்திருந்தார்கள்.

பாண்டு, உற்சாக மிகுதியினால் ஆண்மானின்மீது குறிவைத்து அம்பை எய்துவிட்டான். அடிபட்டு வீழ்ந்த ஆண்மான் ரிஷியாக உருமாறியது.

சாவின் விளிம்பில் துடிதுடித்த ரிஷி கோபத்துடன், 'அடப்பாவி! எனது மனைவியுடன் இணைந்து சந்தோஷமாக இருந்த சமயத்தில் அம்பை எய்து கொன்றுவிட்டாயே! இந்தப் பாவம் உன்னைச் சும்மாவிடாது. உனது மனைவியுடன் எப்போது நீ சந்தோஷமாகக் கலக்க முயற்சிக் கிறாயோ, அப்போதே உனக்கும் மரணம் உண்டாகும்! அப்படி உன்னைச் சேரும் மனைவியும், மரணத்தில் உன்னைப் பின்தொடர் வாள்' என்று சாபமிட்டு இறந்துபோனார்.

பாண்டு மனமுடைந்து போனான். இனி, காலம் முழுக்க துறவு வாழ்க்கை மேற்கொள்ள முடிவெடுத்தான். பீஷ்மரிடமும் விதுரனிடமும் ராஜ்ஜியத்தைப் பார்த்துக்கொள்ளுமாறு தகவல் அனுப்பிவிட்டு வனத்திலேயே தனது மனைவிகளுடன் தங்கிவிட்டான். ஒரு யோகி போலவே வாழ ஆரம்பித்தான்.

ஆனாலும் அவனுக்கு, மனத்தில் பெரியதொரு வருத்தம் நிலவியது. 'நான் இனி இல்லறத்தில் ஈடுபட முடியாது. எனவே, குழந்தைகளும் பிறக்காது. 'சந்ததி இல்லாமல் இறப்பவனுக்கு சொர்க்கத்தில் இடம் கிடையாது' என்கிறது சாஸ்திரம். எனவே, சந்ததியில்லாமல் இறந்து விடக் கூடாது' என்று நினைத்தான். இதைப்பற்றி அவன் குந்தியிடம் சொல்லி வேதனைப்பட்டான். அப்போதுதான் குந்தி, துர்வாச முனிவர் தனக்கு அருளிய மந்திரத்தைப்பற்றிக் கூறினாள்.

அதைக்கேட்டு பாண்டு அளவில்லாத மகிழ்ச்சியடைந்தான். பெரும் நிம்மதியும் கொண்டான். குந்தியையும் மாத்ரியையும் மந்திரத்தின் மூலமாக தேவர்களை வேண்டிக்கொண்டு பிள்ளைகள் பெற்றுத் தருமாறு கேட்டுக்கொண்டான்.

மனைவிகள் இருவரும் கணவனுடைய யோசனைக்குச் சம்மதித்தார்கள்.

குந்தி தேவி முதலில் தர்மதேவனை வேண்டி, தருமனைப் பெற்றாள். பிறகு வாயுதேவனை வேண்டி பீமனையும், இந்திரனை வேண்டிக் கொண்டு அர்ஜுனனையும் பிள்ளைகளாக அடைந்தாள்.

அதுபோலவே குந்தியிடம் மந்திர உபதேசம் பெற்ற மாத்ரி, அஸ்வினி தேவர்களை உபாசித்து நகுலன், சகாதேவன் என்கிற பிள்ளைகளைப் பெற்றெடுத்தாள்.

இப்படியாக பாண்டுவுக்கு கானகத்தில் ஐந்து பிள்ளைகள் பிறக்க, அஸ்தினாபுரத்தில் திருதராஷ்டிரனின் மனைவியான காந்தாரியும் நூறு பிள்ளைகளைப் பெற்றாள்.

மூத்த பிள்ளையாகிய துரியோதனன் பிறந்தபோது அநேக கெட்ட சகுனங்கள் தோன்றின.

'உனக்குப் பிறந்திருக்கும் இந்தப் பிள்ளை தனது குலநாசத்துக்குக் காரணமாவான் என்பதையே இந்தத் துர்சகுனங்கள் உணர்த்துகின்றன. இவனை இழந்து விடுவதுதான் உனக்கும் குலத்துக்கும் மிக நல்லது!' என்று பீஷ்மர் முதலான பெரியோர்கள் கூறினார்கள்.

ஆனால் திருதராஷ்டிரன் இதை ஏற்றுக்கொள்ள மறுத்தான். கடவுளைத் துதித்துப் பூஜை புனஸ்காரங்கள், யாகங்கள் செய்தால் சரியாகிவிடும் என்று நம்பினான். பிள்ளைப் பாசம் அவனை அப்படிச் செலுத்தியது.

இப்படி திருதராஷ்டிரன் ஆதிகாலம் முதலே துரியோதனன் மீது வைத்த அளவுக்கு அதிகமான பாசம்தான், பின்னாளில் நடைபெற்ற அனைத்து விரும்பத்தகாத சம்பவங்களுக்கும் அஸ்திவாரமாக அமைந்தது என்பது மிக உண்மை.

•••

அஸ்தினாபுரத்தில் திருதராஷ்டிரன் மகன்களுக்கும், காட்டில் பாண்டுவின் புத்திரர்களுக்கும் உபநயனம் நடந்தது. அனைவரும் வேதமும் அஸ்திர வித்தைகளும் கற்றார்கள்.

பாண்டவர்கள் இளம் பருவத்தைத் தாண்டி வாலிபப் பருவத்தில் அடியெடுத்து வைத்தபோதுதான் காட்டில் அந்தத் துயரச் சம்பவம் நடந்தது.

உணர்ச்சிகளைக் கட்டுப்படுத்தி ஒரு துறவி போலவே வாழ்ந்து வந்த பாண்டுவை, சமயம் பார்த்து வீழ்த்துவதற்காக முனிவருடைய சாபம் கண் கொத்திப் பாம்பாகக் காத்திருந்தது. ஒரு பௌர்ணமி தினத்தன்று அந்தச் சந்தர்ப்பம் அமைந்தது.

ஒருநாள் தனிமையான சூழலில், பாண்டுவும் மாத்ரியும் பேசிக் கொண்டிருந்தார்கள். அது வசந்த காலம். கூடவே முழு நிலவின் வெள்ளிக்கிரணங்கள் வேறு மாத்ரியின்மீது விழ, அவள் தேவதை போலவே தென்பட்டாள். மாத்ரியின் அழகில் மனம் லயித்துப்போன பாண்டு மதிமயங்கிப் போனவனாக சகலமும் மறந்து அவளை ஆசையுடன் தழுவி இணைந்தான். அந்த நொடியே ரிஷியின் சாபப்படி மரணமடைந்தான்.

மாத்ரி துடித்தாள். கதறினாள். அழுது புரண்டாள். மாத்ரியின் அழுகுரல் கேட்டு, குந்தியும் பாண்டவர்களும் ஓடோடி வந்தார்கள். பாண்டு இறந்துபோனதைக் கண்டு தாங்களும் அழுது புலம்பினார்கள். காட்டில் வசித்த மற்ற ரிஷிகள் வந்து பார்த்து ஆறுதல் கூறினார்கள். 'எல்லாம் விதிப்பயன்' என்று அவர்கள் கூறியும்கூட மாத்ரியின் மனம் சமாதானமடையவில்லை. 'தன்னால்தானே பாண்டுவுக்கு இந்த முடிவு நேர்ந்தது' என்று நினைத்தவள், பாண்டுவைத் தகனம் செய்த போது தனது புத்திரர்களைக் குந்தியிடம் ஒப்படைத்துவிட்டு, தானும் அவனுடனேயே எரியும் சிதை நெருப்பில் விழுந்து இறந்துபோனாள்.

ரிஷிகள், இருவருடைய அஸ்தியையும் எடுத்துக்கொண்டு கூடவே குந்தியையும் அவளுடை மைந்தர்களான பாண்டவர்களையும் அழைத்துக்கொண்டுபோய் பீஷ்மரிடம் ஒப்படைத்தார்கள். அப்போது தருமனுக்கு வயது பதினாறு. பீமனுக்கு வயது பதினைந்து. அர்ஜுன னுக்கு பதினாலு. நகுல சகாதேவர்களுக்கு வயது பதின்மூன்று.

மனம் கலங்கிப்போய் நின்றிருந்த தாய் சத்தியவதியிடம் வியாசர் கூறினார்:

'அம்மா! இதுவரை போன காலங்களாவது பரவாயில்லை. அதில் கொஞ்சமாவது சுகமும் சந்தோஷமும் இருந்தது. இனி வரப்போகும் காலம் துக்கமும் துன்பமயமாகவும் இருக்கப்போகிறது. எனவே, நீங்கள் நகரத்தைத் துறந்துவிட்டுக் காட்டுக்குச் சென்று தவவாழ்க்கை மேற்கொள்வதே சரியாக இருக்கும்' என்றார்.

வியாசர் சொன்னதை சத்தியவதி ஏற்றுக்கொண்டாள். தன்னுடன் அம்பிகை அம்பாலிகையையும் அழைத்துக் கொண்டு சென்றாள். காட்டுக்குச் சென்றவர்கள் அங்கேயே தவவாழ்க்கையை மேற்கொண் டனர். அதிர்ஷ்டவசமாக அந்த வயதான பெண்மணிகள் தங்கள் குலத்தில் நடக்க இருக்கிற கொடுமைகளைக் காணாமல், விரை விலேயே ஒருவர்பின் ஒருவராக மரணமடைந்து சொர்க்கம் சென்று சேர்ந்தார்கள்.

அஸ்தினாபுரத்திலோ - விளையும் பயிர் முளையிலே தெரியும் என்பது போல, விளையப்போகும் பகையும், பாண்டவ - கௌரவர்களுடைய சிறுவயதிலேயே முளைவிடத் தொடங்கியது!

7

நாகலோகத்தில் பீமன்

***அ**ஸ்தினாபுர ராஜ்ஜியத்தில் பாண்டவர்களும் கௌரவர்களும் எந்த வேறுபாடும் இல்லாமல்தான் வளர்க்கப்பட்டனர். அனைவரும் ஒன்றாகவே இணைந்து உற்சாகமாக விளையாடிக் கொண்டிருந்தார்கள் என்றாலும், பீமனுடைய பலமும் அதன் காரணமான அவனது விளையாட்டுகளும்தான் கௌரவர்கள் மனத்தில் முதலில் பகைமையை மூட்டியது.*

பீமன் பலவான் என்பதால், அவனுடைய விளையாட்டும் முரட்டுத் தனமாகவே இருந்தது. கௌரவர்கள் எல்லோரும் மரத்தின்மீதேறி பழம் பறித்துக்கொண்டிருப்பார்கள். அந்தச் சமயம் இவன் கீழிருந்து மரத்தைப் பிடித்து பலமாக உலுக்குவான். கௌரவர்கள் அத்தனை பேரும் பொலபொலவென்று கீழே விழுந்து அடிபட்டுக்கொள் வார்கள். ஓடிப்பிடித்து விளையாடும்போதும் இப்படித்தான்! அவர்கள் மீதேறிக் குதித்து இழுத்துப்பிடித்து இம்சிப்பான்.

பீமன் விளையாட்டாகத்தான் இப்படி நடந்துகொண்டான் என்றாலும், பீமனது பலம் கண்டு கௌரவர்களுக்கு கோபமும் தீராத வெறுப்பும் ஏற்பட்டது. அவனை ஒரேயடியாக ஒழித்து விட வேண்டுமென்று திட்டம் தீட்டினார்கள்.

ஒருநாள், நதி நீராட்டத்துக்குப்பின் தடபுடலான விருந்துக்கு ஏற்பாடு செய்தான் துரியோதனன். அதற்கு பாண்டவர்களை அழைத்தான். சாப்பாட்டுப் பிரியனான பீமனுக்குச் சொல்லவேண்டுமா என்ன! விதவிதமான பலகாரங்களை ஆசைதீரச் சாப்பிட்டான். ஆனால் அவனது சாப்பாட்டில் மட்டும், துரியோதனன் விஷம் கலந்திருந்தது அவனுக்குத் தெரியவில்லை.

அனைவருமே உண்ட மயக்கத்தில் படுத்துறங்கப் போனார்கள். உணவில் கலந்திருந்த விஷத்தின் வீரியத்தால், பீமன் முழுவதுமாக நினைவு தப்பிப்போனான். இதற்காகவே காத்திருந்த துரியோதனனும் அவனுடைய சகோதரர்களும் பீமனைக் கயிறுகளால் கட்டித் தூக்கிச்சென்று நடுக்கடலில் வீசியெறிந்துவிட்டுப் போனார்கள்.

கடலின் ஆழத்தில் பீமன் போய்ச் சேர்ந்த இடம் நாகலோகம். அங்குள்ள பாம்புகள் பீமனைக் கடித்தன. விஷம் விஷத்தை முறிக்கும் என்பதனால், பாம்புகள் கடித்ததன் காரணமாக பீமனுக்கு உணவில் கலந்து கொடுக்கப்பட்ட விஷம் மொத்தமும் முறிந்துபோனது.

அப்போது நாகலோக அரசனான வாசுகி அங்கு வந்து பீமனை தனது அரண்மனைக்கு அன்புடன் அழைத்துப்போனார்.

நாகலோகத்தில் பீமனுக்கு ராஜ உபசாரம் நடந்தது. வாசுகி அவனுக்கு விதவிதமான பலகாரங்கள் கொடுத்து உபசரித்தார். பின் கடைசியாக, நாகலோகத்தின் சுவையான ரசத்தை குடம் குடமாக பீமனுக்குக் கொடுத்தார். ஒரு குடம் ரசமானது, ஆயிரம் யானை பலத்தைத் தரக்கூடியது. பீமனோ எட்டுக் குடங்களில் ரசத்தைக் குடித்து எண்ணாயிரம் யானைகளின் பலத்தைப் பெற்றான்.

இந்தச் சமயம் அஸ்தினாபுரத்தில் குந்தியும், பாண்டவர்களும் பீமனைக் காணாமல் தவித்தார்கள். எல்லா இடங்களிலும் தேடிப் பார்த்து பீமன் எங்குமே கிடைக்காததால் மிகுந்த துயரம் கொண்டார்கள். பீஷ்மரும் விதுரரும்கூட கவலையடைந்தார்கள். துரியோதனனும் அவனுடைய சகோதரர்களும் 'பீமன் ஒழிந்தான்' என்று சந்தோஷம் கொண்டார்கள். தருமன் துரியோதனனிடம் கேட்டபோது, 'விருந்து முடிந்ததுமே பீமன் புறப்பட்டுப் போய்விட்டானே! அவன் எங்கு போனானோ எனக்குத் தெரியாது!' என்று சொல்லிவிட்டான்.

ஒருவார காலம் நாகலோகத்தில் தங்கியிருந்த பீமன், அஸ்தினாபுரம் திரும்ப எண்ணி, வாசுகியிடம் விடைபெற்றுக்கொண்டு புறப்பட்டான்.

பீமன் அஸ்தினாபுரம் திரும்பி, தனது தாய் குந்தியிடமும் சகோதரர்களிடமும் நடந்ததைக் கூறினான். எல்லோருமே திகைப்பும் திகிலும் கொண்டார்கள்.

குந்தி பாண்டவர்களிடம், 'துரியோதனனின்மீது பழி கூறினால் அவனுடைய தந்தை திருதராஷ்டிரன் அதை விரும்பமாட்டான். எனவே,

நடந்ததை யாரிடமும் சொல்ல வேண்டாம். துரியோதனனிடமும் அவனுடைய சகோதரர்களிடமும் நீங்கள் ஐவரும் சற்று விலகியே இருங்கள்' என்று எச்சரித்தார்.

பாண்டவர்களும் கௌரவர்களும் ஆசாரியர் கிருபாச்சாரியாரிடம் ஆரம்ப நிலை அஸ்திரப் பயிற்சிகளைப் பெற்றார்கள். ஆனாலும், மேலும் அவர்கள் சிறப்பான பயிற்சி பெறவேண்டும் என பீஷ்மர் கருதினார். அதற்கேற்றபடி அஸ்திரப்பிரயோகத்தில் திறமைசாலியான ஒரு குருவைத் தேடிக்கொண்டிருந்தார்.

பாண்டவர்களும் கௌரவர்களும் அப்படியொரு அபாரமான திறமைசாலியை சீக்கிரத்திலேயே கண்ணெதிரில் கண்டார்கள்.

★★★

ஒருநாள், பாண்டவர்களும் கௌரவர்களும் நந்தவனத்தில் விளை யாடிக்கொண்டிருந்தபோது அவர்களுடைய பந்து கிணற்றில் விழுந்துவிட்டது. அனைவரும் அதை எடுக்க வெவ்வேறுவிதமாக முயற்சி செய்தார்கள். முயற்சியின்போது தருமனின் மோதிரமும் தவறிப்போய் கிணற்றுக்குள் விழுந்து விட்டது. இரண்டையுமே எடுக்கமுடியாமல் தவித்தார்கள் அரச குமாரர்கள்.

இதை தூரத்திலிருந்து பார்த்துக்கொண்டிருந்தார் ஓர் அந்தணர். சிறு புன்னகையுடன் அவர்களிடம் வந்தார்.

'நீங்கள் எல்லோரும் அரசகுமாரர்கள்தானே?' என்று கேட்டார்.

'ஆம் ஐயா!' - பணிவுடன் பதில் சொன்னான் தருமன்.

'நீங்கள் அனைவரும் அஸ்திரப் பயிற்சி பெற்றிருந்தாலும் இன்னும் முழுமையாகத் தேர்ச்சி பெறவில்லை என்பது பந்தெடுக்கும் உங்க ளுடைய முயற்சிகளிலேயே புரிகிறது. விலகுங்கள், நான் எடுத்துத் தருகிறேன்' என்றார்.

நந்தவனத்திலிருந்த சிறு குச்சிகளை எடுத்து ஒன்றன்பின் ஒன்றாக மந்திரம் சொல்லி அஸ்திரம்போல் அவைகளைக் கிணற்றுக்குள் எறிந்தார்.

முதல் குச்சி பந்தின்மீது குத்தி நிற்க, மற்ற குச்சிகள் ஒன்றின் மீது ஒன் றாகச் செருகி கிணற்றின் விளிம்புவரை வந்துநின்றன. வெகுசுலப மாக பந்தை எடுத்துத் தந்தார் அந்தப் பிராமணர்.

பின், ஓர் அம்பை எடுத்து வில்லில் பொருத்தி கிணற்றில் எய்தார். அது மிகச்சரியாக மோதிரத்தைத் தைத்து எடுத்துக் கொண்டு, அவர் கைகளிலேயே வந்து சேர்ந்தது.

அரசகுமாரர்கள் அவருடைய அஸ்திரப் பிரயோகத்தைக் கண்டு ஆச்சரியப்பட்டார்கள்.

'ஐயா, நீங்கள் யார்?' என்று கேட்க, அந்த அந்தணர் பதிலேதும் கூறாமல் சிரித்தபடியே சென்றுவிட்டார்.

அரசகுமாரர்கள் ஓடிப்போய் நந்தவனத்தில் நடந்த நிகழ்ச்சியை பீஷ்மரிடம் சொல்ல, 'வந்தவர் எப்படி இருந்தார்?' என்று கேட்டார் பீஷ்மர்.

அர்ஜுனன் அவருடைய உருவத்தை விவரித்தான்.

பீஷ்மர், புதையலைக்கண்ட கஞ்சன்போல மகிழ்ந்து போனார்!

'பிள்ளைகளே! அவர் துரோணராகத்தான் இருக்கவேண்டும். அஸ்திர வித்தையில் வல்லவர் அவர். உங்களுக்குப் பயிற்சி கொடுக்க அவரைத்தான் மனத்தில் எண்ணி தேடிக்கொண்டிருந்தேன். அவர் நமது கிருபாச்சாரியாரின் சகோதரியை மணந்துகொண்டவர். எனவே அவர், கிருபரின் வீட்டில்தான் இருக்கவேண்டும். இதோ! நான் இப்போதே சென்று அவரைப் பார்க்கிறேன்' என்றவர், உடனே சகல அரசு மரியாதைகளுடன் சென்று துரோணரைச் சந்தித்தார். பாண்டவ கௌரவர்களுக்கு அஸ்திரப் பயிற்சி அளிக்குமாறு கேட்டுக் கொண் டார். துரோணரும் மறுக்காமல் ஒப்புக்கொண்டார்.

மறுநாள், அரசகுமாரர்களுக்கு அஸ்திரப் பயிற்சியை அளிக்கத் தொடங்கினார் துரோணர்.

ஆரம்பிக்கும்முன் அனைவரையும் பார்த்து, 'இன்றுமுதல் நீங்கள் என் சீடர்கள். சீடர்களான உங்களிடம் குருவான நான் ஒரு தட்சிணை பெறவிரும்புகிறேன். என் மனத்தில் நான் ஒரு சபதம் செய்துவைத் திருக்கிறேன். நீங்கள் அஸ்திரப் பிரயோகத்தில் எல்லாப் பயிற்சிகளும் கற்றுத் தேர்ந்தபிறகு, எனது சபதத்தை நிறைவேற்றித்தர முன் வர வேண்டும். செய்வீர்களா?' என்று கேட்டார்.

மற்றவர்கள், 'அது என்ன சபதம் என்று அறியாமல் எப்படி வாக்குறுதி தருவது?' என்று யோசித்துக்கொண்டிருந்தபோது, அர்ஜுனன் மட்டும் குரல் உயர்த்திச் சொன்னான்.

‘ஆசிரியரே! உங்கள் சபதம் எதைப் பற்றியதாக இருந்தாலும் நான் அதைக் கட்டாயம் நிறைவேற்றித் தருவேன். இது சத்தியம்!’ என்று வாக்களித்தான்.

துரோணர் மகிழ்ந்துபோனார்.

‘எனக்கு நேர்ந்த அவமானத்துக்கும் வேதனைக்கும் தீர்வு காணும் காலம் வந்துவிட்டது!’ என்று மனதுக்குள் சொல்லிக் கொண்டார்.

அவருடைய கண்களில் பழி உணர்வு மின்னி மறைந்தது!

8

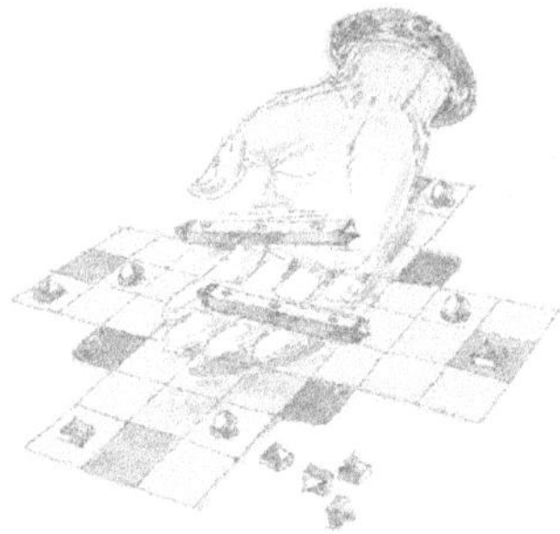

துரோண சபதம்!

ஒருவன் தனது வாழ்க்கையில் நேரும் எந்தத் துன்பத்தையும் பொறுத்துக் கொள்வான். ஆனால், தனக்கு ஏற்படும் அவமானத்தை மட்டும் அவனால் எப்போதும் சகித்துக்கொள்ள முடிவதில்லை. அப்படித் தன்னை அவமதித் தவரை சமயம் வாய்க்கும்போது பழிதீர்த்துக்கொள்ளவே விரும்புகிறான்.

ஆனால் இந்தப் பழிவாங்கும் செயலானது மேலும் மேலும் தொடர்ந்து - பழி, பழிக்குப் பழி என்று முடிவடையாத ஒரு சங்கிலித் தொடர் போல நீண்டுகொண்டே போவதுதான் அதன் சாபம்.

துரோணருடைய வாழ்க்கையிலும் அதுதான் நேர்ந்தது. கடைசிக் காலம் வரையிலும் பின்தொடர்ந்தது.

சரி! துரோணர், அப்படி யாரைப் பழிதீர்க்க ஆசைப்படுகிறார்?

பாஞ்சால தேசத்து மன்னனான துருபதனை!

இத்தனைக்கும் துருபதன், குருகுல நாள்களிலிருந்தே துரோணருடன் ஒன்றாகப் படித்து நட்பு பாராட்டியவன்.

துரோணர், பரத்வாஜ மகரிஷியின் மகன். இவர் அகத்தியரின் சீடரான அக்னிவேச்யர் என்பரிடம் குருகுலத்தில் தங்கிக் கல்வி கற்று வந்தார். அப்போது, பாஞ்சால தேசத்து மன்னனின் மகனான துருபதனும் அதே ஆசிரமத்தில் அஸ்திரப் பயிற்சி பெற்றுவந்தான். அங்குதான் துரோணரும் துருபதனும் நெருங்கிய நண்பர்கள் ஆனார்கள்.

அவர்கள் நட்பு கொண்டிருந்த காலத்தில் துருபதன் மிகுந்த பாசத் துடன், 'துரோணா! நான் எனது நாட்டுக்கு மன்னனானால், உனக்கு பாதி ராஜ்ஜியத்தையே தருவேன். நமது நட்பை அவ்வளவு உயர்வாகக்

கருதுகிறேன்' என்று அடிக்கடி கூறுவான். அந்த அளவுக்கு இருவரும் நட்பில் கட்டுண்டு இருந்தார்கள்.

கல்வி முடியும் நேரத்தில் துருபதனின் தந்தை இறந்துபோக, அடுத்து துருபதன் பாஞ்சால நாட்டுக்கு அரசன் ஆனான்.

துரோணரும் கல்வி முடித்து கிருபரின் சகோதரி கிருபியை மணந்து கொண்டார். அவருக்கு ஓர் ஆண்குழந்தை பிறந்தது. அக்குழந்தைக்கு அசுவத்தாமா என்று பெயரிட்டார்கள். துரோணர், அப்போது மிகவும் ஏழ்மையான நிலையில் இருந்தார். குழந்தைக்குப் பசும்பால் கொடுக்கவும் வழியில்லாத, நிலையில் அரிசிப்பாலை தண்ணீரில் கரைத்து அதையே குழந்தைக்குப் பாலாகப் புகட்டிவந்தார்கள்.

குடும்பத்தின் ஏழ்மைநிலை துரோணரை மிகவும் வேதனைப் படுத்தியது. யாரிடமாவது சென்று பொருள் பெற்றே தீரவேண்டிய நிர்ப்பந்தம் ஏற்பட்டது. அந்தச் சமயத்தில் பரசுராமர் பெரும் தானங் களைச் செய்துகொண்டிருப்பதாகக் கேள்விப்பட்டார் துரோணர். அவரைப் பார்த்து பொருளுதவி பெற்று வறுமையைப் போக்கிக் கொள்ள நினைத்தார்.

ஆனால், பாவம்! துரோணர் அங்கு சென்றவேளை, பரசுராமர் கையிலிருந்த அனைத்தையும் தானம் செய்து முடித்திருந்தார்.

'அடடா! எல்லாவற்றையும் தானம் அளித்த பிறகு வந்திருக்கிறீர்களே! இப்போது என்னிடம் கொடுக்கப் பொருள் ஒன்றும் இல்லையே. ஆனாலும், என்னிடம் இருக்கும் அஸ்திர வித்தையை உமக்கு அளிக் கிறேன்' என்று சொல்லி துரோணருக்கு அதை, சொல்லிக்கொடுத்தார்.

'வில் வித்தை கைவசமாகி விட்டது. சரி! ஆனால் வறுமை நீங்கு வதற்கு வழியென்ன?' என்று யோசித்த துரோணர், தனது குருகுல நண்பனும் பாஞ்சால தேசத்து அரசனுமான துருபதனிடம் செல்வ தென்று தீர்மானித்தார். அவன் தன்னைக் கண்டதுமே மகிழ்ந்துபோய் அன்புடன் பொருள் உதவி செய்து தனது வறுமையைப் போக்குவான் என்று நினைத்தார்.

ஆனால் துருபதனைப் பற்றிய அவருடைய கணிப்பு தவறு என்பது அரசவைக்குச் சென்றபிறகுதான் புரிந்தது!

துரோணரைப் பார்த்ததுமே அவருடைய ஏழ்மைக் கோலத்தைக் கண்டு முகம் சுளித்தான் துருபதன். துரோணர், பழைய நட்புநாள்களைப் பற்றியெல்லாம் பேசப்பேச கோபத்தின் உச்சத்துக்குப் போனான்.

'ஓய் அந்தணரே, நிறுத்தும் உமது பேச்சை! எந்தக் காலத்திலும் ஏழை, பணக்காரன் நண்பராக இருக்கமுடியாது. கோழையும் வீரனும் நட்பு பாராட்டமுடியாது. இதுதான் உலக நியதி. அறிவும் புகழும் அந்தஸ்தும் எங்கு சரிசமமாக உள்ளதோ, அங்கேதான் நட்பு இருக்கமுடியும். இது புரியாமல் பழங்கதை பேசுகிறீரே. நீர் ஒரு முட்டாள்!' என்று சீறி விழுந்தான்.

சபையில் அத்தனைபேர் முன்பு, துருபதன் தன்னை அவமானப் படுத்தியதில் மனம் புண்பட்டுப் போனார் துரோணர். 'துருபதா! ஒரு ராஜ்ஜியத்தின் மன்னன் என்கிற ஆணவத்தால்தானே என்னை அவ மதித்தாய்? உனது இந்த ஆணவத்தை அழித்துக்காட்டுகிறேன் பார்!' என்று மனத்துக்குள் சபதம் செய்துகொண்டார். தனது மனைவியையும் மகனையும் அழைத்துக்கொண்டு அஸ்தினாபுரம் வந்தார். மைத்துனர் கிருபரின் வீட்டிலேயே தங்கிக்கொண்டார்.

இந்தச் சமயத்தில்தான் அரச குமாரர்களுக்கு கிணற்றில் விழுந்த பந்தை மீட்டுக்கொடுத்ததும், பீஷ்மரைச் சந்தித்ததும், பாண்டவ கௌரவர் களுக்கு அஸ்திரப் பயிற்சி தரும் ஆசிரியரானதும் என்று சகல நிகழ்வுகளும் நடந்து முடிந்தன.

நாள்கள் வெகுவேகமாக விரைந்தன.

துரோணரின் போதனையில் அரசகுமாரர்கள் அனைவரும் அஸ்திரப் பயிற்சியைக் கற்றுக்கொண்டார்கள். ஆனால் மற்ற அனைவரையும் விட அர்ஜுனன் அஸ்திரப் பிரயோகத்தில் மிகத்தீவிரமாக ஈடு பட்டான். வில் வித்தையில் அர்ஜுனன் மட்டுமே வல்லவனாகத் திகழ் வான் என்பதற்கான அறிகுறிகள் துரோணருக்கு முன்பாகவே தெரிந்து விட்டது.

அர்ஜுனன் வில்வித்தையில் தேர்ந்தது போலவே, துரியோதனனும் பீமனும் கதாயுதப் போரில் வல்லவர்களாக ஆனார்கள். பின்னாளில் பீமன் பரசுராமரிடம் கதை யுத்தமும், வாள் வித்தையும் பயின்று அவைகளிலும் தேர்ச்சி பெற்றவன் ஆனான்.

பாண்டவ கௌரவர்களுக்கு போர்ப் பயிற்சி முழுவதும் பூர்த்தி யானதும் துரோணர் அவர்களிடம் கேட்டார்:

'மாணவர்களே! உங்களுக்கு நான் அறிந்த எல்லாக் கலைகளையும் சொல்லித் தந்துவிட்டேன். இதற்கு குருதட்சணையாக உங்களிடம் நான் கேட்பது ஒன்றே ஒன்றுதான். பாஞ்சால தேசத்து மன்னனான துருபதனை நீங்கள் போரிட்டு வெல்லவேண்டும். அவனை யுத்தக்

கைதியாக சிறை பிடித்து உயிருடன் என்முன் கொண்டுவந்து நிறுத்த வேண்டும்!'

'குருவே! அதை நானே செய்து முடிக்கிறேன்' என்று வீரம் பேசிய துரியோதனன், அனைவரையும் முந்திக்கொண்டு படையுடன் புறப் பட்டுப் போனான். ஆனால் துருபதனை வெல்ல முடியாமல் தோற்றுப் போய் திரும்ப வந்தான்.

அடுத்து அர்ஜுனன் மட்டும் தனித்துச் சென்றான். துருபதனுடன் போரிட்டு ஜெயித்து, அவனை சிறைப்பிடித்து இழுத்து வந்து துரோணரின் முன்பு நிறுத்தினான்.

துருபதன் தனக்குச் செய்த அவமானத்துக்கு பழி தீர்த்துக் கொள்ளவே இத்தனை காலம் காத்திருந்த துரோணர், துருபதனைக் கட்டியிருந்த விலங்குகளை முதலில் அவிழ்த்து விடச் சொன்னார்.

தலைகுனிந்து நின்றிருந்த துருபதனிடம் கூறினார்:

'துருபதா! உனது ராஜ்ஜியம் இப்போது எனது வசமாகிவிட்டது. நீ ராஜ்ஜியம் இல்லாத ஏழையாக என்முன் நிற்கிறாய்! இப்போதும் நான் உன்னை எனது நண்பனாகத்தான் கருதுகிறேன். ஆனால், ராஜ்ஜியம் உள்ளவனுக்கும் இல்லாதவனுக்கும் நட்பு இருக்கமுடியாது என்பது தானே உன் எண்ணம்! அதைத்தானே அன்று அரசவையில் சொன்னாய். ஆகவே ராஜ்ஜியம் இல்லாத நீயும் ராஜ்ஜியத்தை அடைந்த நானும் நட்புகொள்ள முடியாது அல்லவா? சரி, பரவாயில்லை! ராஜ்ஜியத்தில் பாதியை உனக்குக் கொடுக்கிறேன். கங்கையின் தென்பாகத்தில் உள்ள பாஞ்சால ராஜ்ஜியம் உனக்கும், வடக்கில் உள்ளது எனக்குமாக இருக்கட்டும். இப்போது நாம் இருவரும் சரிசமம் ஆகிவிட்டோம். இனி நாம் நண்பர்களாக இருப்பதில், உனக்கு எந்த ஆட்சேபமும் இருக்காது என்று நினைக்கிறேன். இல்லையா?'

துரோணரின் குத்தல் பேச்சு, துருபதனை கூனிக்குறுக வைத்தது. மனம் கொந்தளித்துப் போனான். ஆனால் ஏதும் செய்ய கையாலாகாதவ னாகப் பொறுத்துக்கொண்டு புறப்பட்டான்.

துருபதனின் கர்வத்தை அழிப்பதற்காகவே துரோணர் இப்படிச் செய்தார் என்றாலும், பழி வாங்கும் செயலானது அத்துடன் முடிய வில்லை.

துரோணர் தனக்கிழைத்த அவமானத்தை துருபதனால் மறக்க முடிய வில்லை. மனத்தில் வஞ்சம் தலைதூக்கி நிற்க, துரோணரை பழிக்குப் பழி வாங்கத் துடித்தான். ஒரு பெரிய யாகத்துக்கு ஏற்பாடு செய்தான்.

'துரோணரை போரில் வெல்லக்கூடிய ஒரு மகனும், அர்ஜுனனை மணக்கக்கூடிய ஒரு பெண்ணும் வேண்டும்' என்று இரண்டு பிள்ளைகளை வேண்டி யாகத்தை நடத்தினான்.

யாகம் வெற்றிகரமாக நடந்து முடிந்தது. துருபதன் நினைத்தது கிடைத்தது!

துரோணரை வெல்லக்கூடியவனாக திருஷ்டத்யும்னன் என்கிற மகனையும், திரௌபதி என்கிற மகளையும் பெற்றான்.

திரௌபதி பிறந்தபோது, 'பூமியின் பாரத்தைக் குறைக்கும் தேவ காரியத்துக்காகவே பிறந்த இவளால், க்ஷத்திரிய குலம் அழியும்!' என்று அசரீரி ஒலித்தது.

இதையெல்லாம் அறிந்த துரோணர் கோபம் ஏதும் கொள்ளவில்லை. பின்னாளில் திருஷ்டத்யும்னன் அஸ்திரப் பயிற்சி பெறுவதற்காக அவரிடமே வந்து கேட்டபோதும் அவனை ஒதுக்கித் தள்ளவுமில்லை.

'உலகின் நிகழ்வுகள் எதுவானாலும் யாரும் எதற்கும் காரணமாக மாட்டார்கள். எல்லாவற்றுக்கும் விதியே காரணம்!' என்று நினைத்த துரோணர், திருஷ்டத்யும்னனுக்கு எந்தவிதக் கோப தாபமும் இன்றி அஸ்திரப் பயிற்சியைக் கற்பித்தார். கல்வி தருமாறு கேட்டு எவர் வந்தாலும் கற்றுத் தருவது ஒரு குருவின் கடமை என்றே கருதினார்.

9

கர்ண - துரியோதனனின் அபூர்வ நட்பு!

அஸ்தினாபுரத்தில் ஒரு பெரிய விழாவுக்கே ஏற்பாடு செய்திருந்தார் பீஷ்மர்!

அரசகுமாரர்கள் அஸ்திரப் பயிற்சியில் தேர்ந்தபிறகு, மக்கள் மத்தியில் அவர்களுடைய திறமையைக் காட்டுவதற்காகவே திட்டமிடப்பட்ட விழா அது.

தருமன் முதல் துரியோதனன் தொடங்கி, அனைவரும் தாங்கள் கற்ற வித்தையைக் காட்டி மக்களை சந்தோஷப்படுத்தினார்கள்.

அர்ஜுனன் தனது இரு கைகளாலும் அம்புகளை எய்து வில்வித்தையில் பலவித சாகசங்களை நடத்திக் காட்டினான். கண்களைக் கட்டிக் கொண்டும் இலக்குகளைக் குறி தவறாமல் அடித்தான். அஸ்திரப் பயிற்சியில் தனக்கிருந்த பலவிதமான திறமைகளையும் வெளிப் படுத்தினான்.

மக்கள் பிரமித்துப்போய் கரகோஷம் செய்தார்கள். 'இப்படி ஒரு வீரன் கிடையவே கிடையாது!' என்று சந்தோஷக்குரல் எழுப்பினார்கள்.

அந்தச் சமயத்தில் அதிரும் சிரிப்புடன், யாரோ தோள் தட்டி வரும் சத்தம் கேட்டது. எல்லோர் பார்வையும், வாயில்புறத்தில் சத்தம் வந்த திசை நோக்கித் திரும்பியது.

மக்கள் கூட்டத்தை விலக்கிக்கொண்டு ஒரு ராஜகுமாரன் போலவே ஒளி பொருந்திய தேஜஸுடன் வெளிப்பட்டு நின்றான் வாலிபன் ஒருவன்.

அவன் கர்ணன்!

குந்திதேவி, சூரியனை உபாசித்துப் பெற்று நதியில் விட்டாளே அதே குழந்தை! நதி போன போக்கில் போய் அதிரதன் என்கிற தேரோட்டி யினால் எடுத்து வளர்க்கப்பட்ட குழந்தை.

கம்பீரமாக ஒரு யானைபோல் நடந்து அரங்கத்தின் மத்தியில் அர்ஜுன னின் எதிரே வந்துநின்றான் கர்ணன்.

ஒரே தாயின் வயிற்றில் பிறந்தவர்களான சூரியனின் மகன் கர்ணனும் இந்திரனின் மகன் அர்ஜுனனும் தாங்கள் சகோதரர்கள் என்பதை அறியாமலே ஒருவரை ஒருவர் பார்த்து முறைத்துக்கொண்டார்கள்.

'அர்ஜுனா! நீ காட்டிய வித்தைகளை நானும் பார்த்தேன். இதனால் உன்னைப் பெரிய திறமைசாலியென்றோ சாமர்த்தியக்காரன் என்றோ நினைத்துக்கொள்ளாதே! நீ செய்து காட்டிய வில்வித்தைகளைவிட நான் இன்னும் சிறந்த முறையில் செய்துகாட்டுகிறேன் பார்!' என்றான் கர்ணன்.

இதைக்கேட்டு மனம் குளிர்ந்து போனான் துரியோதனன். மக்கள் அர்ஜுனனை ஆஹா ஓஹோவென்று பாராட்டுவதைக் கண்டு மனம் புழுங்கிக்கொண்டிருந்தவன், கர்ணனுடைய சொற்களால் உள்ளம் பூரித்துப்போனான்.

'வாலிபனே! இந்த அரங்கம் அனைவருக்கும் பொதுவானது. எந்த வீரனும் தங்களது திறமையைக் காட்டலாம். அதில் தடையேதும் இல்லை!' - பீஷ்மரும் துரோணரும் அனுமதி தர, கர்ணன் மிக அற்புத மாக தனது வித்தைகளைக் காட்டி அனைவரையும் ஆச்சரியத்தில் மூழ்கடித்தான். மக்கள் ஆரவாரம் செய்தார்கள்.

இதைக்கண்ட துரியோதனன், எழுந்து சென்று கர்ணனைக் கட்டித் தழுவிக்கொண்டான்.

'வீரனே!, உனது திறமையைப் பாராட்டுகிறேன். என்னையும் எனது ராஜ்ஜியத்தையும் நீ உனது விருப்பப்படி உபயோகித்துக் கொள்ள லாம்!' என்றான்.

'துரியோதனா!, உனது நட்பு கிடைத்தால் அதுவே எனக்குப் போதுமானது. நான் அடுத்து அர்ஜுனனுடன் நேருக்கு நேர் யுத்தம் செய்யவே விரும்புகிறேன்' என்றான்.

கர்ணன் சொன்னதைக் கேட்டு அனைவரும் திகைத்துப் போனார்கள்.

குந்தி தேவியோ தலையில் இடி விழுந்ததுபோல நிலை குலைந்து போயிருந்தாள். கர்ணனைப் பார்த்ததுமே, அவனுடைய அங்க

அடையாளங்களையும் கவச குண்டலங்களையும் வைத்து நதியில் விட்ட தனது மகன்தான் இவன் என்பது அவளுக்குப் புரிந்துபோனது. கர்ணனைக் கண்ட அதிர்ச்சியில் அவள் மயங்கி விழுந்தாள். விதுரர், பணிப்பெண்களை அழைத்து குந்தியை அவளுடைய அறைக்குக் கொண்டு சென்று மயக்கத்தைத் தெளிவிக்குமாறு சொல்லி அனுப்பினார்.

அப்போது கிருபர் எழுந்தார்.

'வீரனே!, அர்ஜுனன் அஸ்தினாபுரத்து ராஜகுமாரன். பாண்டு மன்னனின் மகன். அவன் உன்னுடன் யுத்தம் செய்யக் காத்திருக் கிறான். ஆனால், அதற்குமுன் நீ எந்த ராஜ வம்சத்தைச் சேர்ந்தவன் என்று சொல். உனது குலத்தைப்பற்றித் தெரிந்த பின்புதான் அர்ஜுனன் உன்னோடு யுத்தம் செய்வான். ஏனெனில், குலம் கோத்திரம் அறியாமல் அரசகுமாரர்கள் தங்களுக்குத் தகுதி இல்லாதவர்களோடு யுத்தம் செய்யமாட்டார்கள்' என்றார்.

கிருபரின் இந்த வார்த்தைகளைக் கேட்டதும், கர்ணனின் அழகான முகம் நெருப்பில் வாட்டப்பட்ட மலர்போல சுருங்கிப்போனது.

அதைக்கண்ட துரியோதனன் பதறிப்போய் எழுந்தான்.

'இது என்ன நியாயம்? குலத்தைப்பற்றிப் பேசி வீரனை இகழ்வதுதான் பெரியவர்கள் லட்சணமோ? அரச பரம்பரையில் பிறந்தவர்கள், வீரர்கள், படைகளை நடத்திச்செல்பவர்கள் இந்த மூன்று வகை யினருமே அரசன் என்கிற தகுதி உடையவர்கள்தான். இது தெரிந்தும், ராஜ்ஜியமில்லாதவன் என்பதற்காக கர்ணனுடன் அர்ஜுனன் போர்புரிய மறுத்தால், நான் இந்த இடத்திலேயே கர்ணனை அங்க தேசத்தின் மன்னனாக்குகிறேன்!' என்று அறிவித்தான்.

துரியோதனன் சொன்னதுடன் நிற்கவில்லை. அப்போதே அங்கேயே கர்ணனுக்குப் பட்டாபிஷேகமும் செய்வித்தான்.

அங்கதேசத்து மன்னனாகிவிட்ட கர்ணன் மனம் நெகிழ்ந்து போனான். கண்களில் நீர் துளிர்க்க, 'ஒரு நாட்டையே எனக்களித்துக் கௌரவித்த நண்பனே! இனி உனது விருப்பமே எனது விருப்பம். நீ விரும்பி யவைகள் எதுவானாலும் நான் நிறைவேற்றித் தருவேன். இது சத்தியம்!' என்றான்.

'கர்ணா!, உனது நட்பு ஒன்றே எனக்குப் போதும்' என்ற துரியோதனன் அவனை அன்புடன் இறுகத் தழுவிக்கொண்டான்.

இறப்பின் வரையிலும் இணைபிரியாத ஓர் அபூர்வ நட்பு அங்கே அந்த நொடி உருவானது.

அப்போது கர்ணனை வளர்த்தவனான தேரோட்டிக் கிழவன் தள்ளாடிய படியே அங்கே வந்தான். தன்னுடைய வளர்ப்புத் தந்தையைப் பார்த் ததுமே, வில் அம்புகளைக் கீழே வைத்துவிட்டு தலை வணங்கி நின்றான் கர்ணன். தேரோட்டியான அதிரதன், மன்னனாகிவிட்ட தனது மகனைப் பாசத்துடன் கட்டித் தழுவிக்கொண்டு ஆனந்தக் கண்ணீர் விட்டான்.

பீமன் இதைக்கண்டு வாய்விட்டுச் சிரித்தான்.

'கர்ணா!, தேரோட்டி மகனே! ராஜகுமாரனான அர்ஜுனனுடன் போர் செய்வதற்கு உனக்கு என்ன தகுதியிருக்கிறது? போ! போய் உனது குலத்துக்குத் தகுந்தபடி குதிரைச் சவுக்கைக் கையில் எடுத்துக் கொள். வில்லைக் கீழே போட்டுவிட்டு ஓடிப் போ!' என்று கேலி செய்தான்.

அவ்வளவுதான்! சீறி எழுந்தான் துரியோதனன்.

'பீமா!, உனது இந்தப் பேச்சு மகா கேவலமானது. நதிமூலம், ரிஷிமூலம் பார்க்கப்படாததுபோல வீரனான க்ஷத்திரியனின் பிறப்பும் ஆராயத் தேவையில்லாதது. பிறக்கும்போதே கவச குண்டலங்களுடன் ராஜ அம்சங்களுடன் பிறந்தவன் கர்ணன். அவன் அங்கதேசத்தை மட்டு மல்ல, இந்த உலகையே ஆளப் போவது நிச்சயம்!. இதற்கும் மேல் யாராவது கர்ணனை இகழ்ந்தால் அவர்கள் என்னோடு யுத்தத்துக்குத் தயாராகுங்கள்!'

கத்தியை உருவிக்கொண்டு கொந்தளிப்போடு நின்றான் துரியோதனன்.

அரங்கத்திலிருந்த மக்களும் இரு பிரிவாகப் பிரிந்து பேச, சபையி லிருந்த பெரியோர்கள் அனைவரையும் சமாதானம் செய்தார்கள். இதற்குள்ளாக சூரிய அஸ்தமனம் நிகழ்ந்ததால் எல்லோரும் கலைந்து சென்றார்கள்.

கர்ணன் தனது மகன் என்பதை உணர்ந்துகொண்ட குந்தி, அவன் அங்க தேசத்து மன்னனானதில் மிகுந்த சந்தோஷம் அடைந்தாள். அது போலவே அர்ஜுனனின் வீரத்தைக் கண்டு பயந்துகொண்டிருந்த துரியோதனனும், அர்ஜுனனுக்குச் சமமான வீரனாகிய கர்ணன் தனக்குத் தோழனானதில் அதிகப் பெருமையும் மகிழ்ச்சியும் அடைந்தான்.

அதன்பிறகு வந்த நாள்களில், துரியோதனனும் கர்ணனும் ஓருயிர் ஈருடலாகத் திகழ்ந்தனர். நட்புக்கு இலக்கணம் வகுத்து, உதாரண புருஷர்களாக வாழ்ந்தனர்.

இதெல்லாம் நடந்து ஒரு வருடம் கழிந்த நிலையில் பீஷ்மர் ஒரு முடிவுக்கு வந்தார். பாண்டவர்களுக்கு பின்னாளில் ராஜ்ஜியத்தைப் பிரித்துத் தருவதற்கு முன்னேற்பாடாக தருமனுக்கு இளவரசுப்பட்டம் சூட்ட முடிவெடுத்தார். பீஷ்மரின் சொற்படி திருதராஷ்டிரன், தருமனுக்கு இளவரசுப் பட்டம் சூட்டி பட்டாபிஷேகமும் நடத்திவைத்தான். இந்தச் சமயத்தில்தான் துரோணர் மிகுந்த வல்லமை மிக்க 'பிரம்மாஸ்திரம்' என்கிற அஸ்திரப் பிரயோகத்தை அர்ஜுனனுக்கு உபதேசித்தார்.

'அர்ஜுனா!, நான் அளித்துள்ள இந்தப் பிரம்மாஸ்திரம் மிகவும் வல்லமை பெற்றது. மறைந்திருந்து போர் செய்யும் அரக்கர்கள் மற்றும் தேவர்கள்மீது இதைப் பிரயோகிக்கலாமே தவிர மனிதர்மேல் எப்போதும் பயன்படுத்தக் கூடாது. இது உலகத்தையே எரித்து சுடுகாடாக்கி விடும். இந்த அஸ்திரத்தைப் பெற நீ ஒருவனே தகுதி பெற்றவன் என்பதாலேயே இதை உனக்குத் தந்தேன்' என்றார்.

அர்ஜுனன் அவரைப் பாதம் பணிந்து வணங்கினான். அவனை ஆசீர்வதித்த துரோணர் தொடர்ந்து சொன்னார்:

'அர்ஜுனா!, இப்போது உன்னைப் போரில் வெல்லக்கூடியவர்கள் எவரும் இல்லை. இன்னும் சொல்லப்போனால் என்னாலேயே உன்னை வெல்லமுடியாது.

அஸ்திர வித்தையில் உனக்கும் மேலானவர் என்றால் ஒரே ஒருவர்தான். அவர் யாதவ குலத்தில் பிறந்த கிருஷ்ணர்தான். கிருஷ்ணரோ உன்னுடைய மாமன் மகன். உனக்கு நெருங்கிய தோழனும்கூட. ஆகையால் அவருக்கும் உனக்கும் எப்போதும் பகை ஏற்படாது. எந்தத் தருணத்திலும் கிருஷ்ணரின் பேச்சைக் கேள். அவரையே உறுதியாகப் பற்றிக்கொள். இதனால், நீ எப்போதும் சுகப்படுவாய்!' என்று வாழ்த்தினார்.

பீஷ்மர், கிருபர், விதுரர், துரோணர் போன்ற பெரியோர்களின் அன்பாலும் ஆசீர்வாதத்தாலும் அரவணைப்பாலும் பாண்டவர்கள் பல வெற்றிகளைக் குவித்தார்கள். அஸ்தினாபுரத்தில் மக்களிடையே குந்தி மைந்தர்கள் ஐந்துபேரின் புகழும் மலை போல உயர்ந்தது.

இந்தப் புகழ்தான் அவர்களுடைய உயிருக்கு ஒரு பெரிய அபாயத்தைக் கொண்டுவந்து சேர்த்தது!

10

அரக்கு மாளிகை சதி!

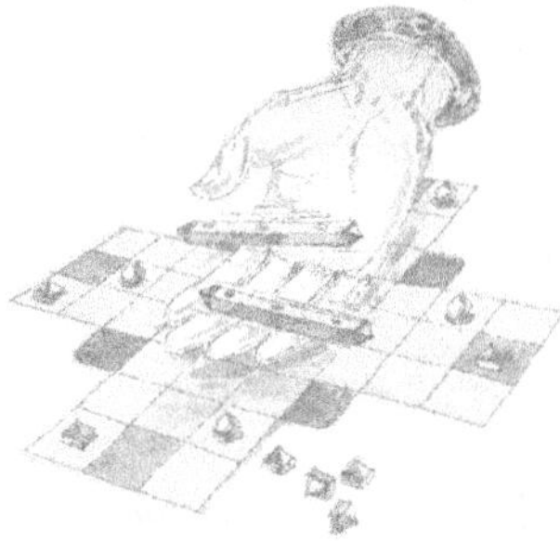

பாண்டவர்களை மிகவும் நேசித்த அஸ்தினாபுரத்து மக்கள், அவர்களில் மூத்தவனான தருமன் தங்களது மன்னனாக வேண்டுமென்று விரும்பத் தொடங்கினார்கள். அதைப்பற்றி வெளிப்படையாகவே பேச ஆரம்பித்தார்கள்.

'இன்னும் எத்தனை காலம்தான் திருதராஷ்டிரன் ராஜ்ஜியத்தைப் பரிபாலனம் செய்துகொண்டிருப்பாரோ தெரியவில்லை. திருதராஷ்டிரன் கண்பார்வை இல்லாதவர் என்பதால்தான் முன்பு பாண்டு மன்னரானார். அப்படியிருக்க, இப்போது மட்டும் திருதராஷ்டிரன் எதற்காக ராஜ்ஜியத்தைப் பரிபாலிக்கவேண்டும்? பாண்டு புத்திரர்கள் தான் வளர்ந்து வாலிபர்களாகிவிட்டார்களே! அவர்களில் மூத்தவனும் நியாயவானுமாகிய தர்மனுக்கு மன்னனாகப் பட்டாபிஷேகம் செய்துவிடலாமே!' என்றார்கள்.

மக்களின் இந்த மனோபாவம் துரியோதனனுக்குத் தெரியவர, வால் மிதிக்கப்பட்ட பாம்பாகச் சீறி எழுந்தான் அவன். அதே சீற்றத்தோடு சென்று திருதராஷ்டிரனிடம் விஷம் கக்கினான்.

'தந்தையே!, இந்தப் பாண்டவர்களுக்கு மக்களிடம் செல்வாக்கு கூடிக்கொண்டே போவதை என்னால் பொறுத்துக்கொள்ள முடியவில்லை. உங்களுக்குக் கண்ணில்லை என்பதால், மூத்தவராக இருந்தும் ராஜ்ஜியத்தை ஆளும் உரிமை பாண்டுவுக்குப் போனது. இப்போதோ அடுத்து பாண்டுவின் மகன் தருமனுக்குத்தான் ராஜ்ஜியம் சேரவேண்டும் என்று மக்கள் பிதற்ற ஆரம்பித்துவிட்டார்கள். அப்படி தருமன் அரசனானால் அவனுக்குப்பிறகு அவனுடைய மகன் பட்டத்துக்கு வந்துவிடுவான். உங்களுக்குப் பிள்ளையாகப் பிறந்ததற்காக, நானும் எனது சகோதரர்களும் ராஜ்ஜியமில்லாமல் அவமானப்பட

வேண்டுமா? சொல்லுங்கள். இதைத் தடுக்க நீங்கள் என்ன செய்யப் போகிறீர்கள்?' - கோபமும் குமுறலுமாகக் கேட்டான் துரியோதனன்.

திருதராஷ்டிரனோ கையாலாகாதவனாகத் தவித்தான்.

'துரியோதனா! உனது கோபமும் ஆதங்கமும் எனக்குப் புரிகிறது. ஆனால், என்னால் என்ன செய்யமுடியும் சொல். பாண்டு எப்படி, குடிமக்கள் மீதும் தன்னைச் சுற்றியிருந்தவர்கள் மேலும் அன்பு காட்டினானோ அதைப்போலவே தருமனும் எல்லோரிடத்திலும் அன்பு வைத்திருக்கிறான். மக்களும் அவனை நேசிக்கிறார்கள். குடிமக்கள் மட்டுமல்ல, நமது ராஜாங்கத்தின் மந்திரிப் பிரதானிகளும் அரசாங்க அதிகாரிகளும்கூட பாண்டவர்கள்மீது அன்பு கொண்டவர்களாக இருக்கிறார்கள். நாம் பாண்டவர்களை எதிர்த்தாலோ தீங்கிழைத்தாலோ எல்லோருடைய பகையையும் சம்பாதித்துக்கொள்வோம். அனைவருடைய வெறுப்புக்கும் ஆளாகிவிடுவோம். புரிந்து கொள் துரியோதனா! நமக்கு வேறுவழியில்லை. பொறுத்துத்தான் போக வேண்டும்'.

'ஐயோ, தந்தையே! முதலில் நீங்கள் என்னைப் புரிந்து கொள்ளுங்கள். சிறுவயதிலேயே வேர்விட்ட பகை இது. பாண்டவர்களை இனியும் என்னால் சகித்துக்கொள்ள முடியாது. பொறுத்துப் போவது, காத்திருப்பது என்பதெல்லாம் கையாலாகாதவர்களின் சொல் தந்தையே! நான் ஒரு முடிவுக்கு வந்துவிட்டேன். பாண்டவர்கள் உயிரோடு இருந்தால்தானே ராஜ்ஜியம் அவர்கள் கைக்குப் போகும். அவர்களை மொத்தமாகவே ஒழித்துவிட்டால்! நான் அதைத்தான் செய்யப் போகிறேன்'

'வேண்டாம் துரியோதனா, அவசரப்படாதே! இந்த விபரீத முடிவு எனக்குப் பயத்தைத் தோற்றுவிக்கிறது. மந்திரிப் பிரதானிகளுக்கோ மற்ற நமது உறவினர்களுக்கோ இது தெரிந்தால் பெரும் கொந்தளிப்பு ஏற்படும்!'

'தந்தையே! நான் சொல்வதைக் கேளுங்கள். கொஞ்சம்கூட நீங்கள் பயப்பட வேண்டாம். இப்போது காசியில் உற்சவம் நடந்துகொண்டிருக்கிறது. பாண்டவர்களைத் தூண்டி அங்கே செல்லுமாறு செய்வோம். அந்த நகரத்தில் வைத்தே அவர்களைக் கொன்றுவிடுவோம். அதற்கு வேண்டிய ஏற்பாடுகளை, நானும் சகுனி மாமாவும் கர்ணனும் பார்த்துக்கொள்கிறோம்' என்றான்.

பிள்ளைப்பாசத்தில் மதிமயங்கிப்போன திருதராஷ்டிரன், மகனுடைய சூழ்ச்சிக்குத் தலையசைத்துவிட்டு மௌனமானான்.

அடுத்தகட்ட காரியங்கள் விறுவிறுப்பாக நடந்தன.

துரியோதனன் ஏற்பாடு செய்திருந்தபடி, அவனைச் சேர்ந்த மந்திரிகள் சிலரும் பணியாட்களும் பாண்டவர்களின் காதில் விழும்படியாக காசி மாநகரின் அமைப்பைப் பற்றியும் சிறப்பைப் பற்றியும் பாராட்டிப் பேசினார்கள். அங்கு சிவபெருமானுக்கு நடக்கின்ற கோலாகலமான திருவிழாவைப் பற்றி சிலாகித்துச் சொன்னார்கள். பாண்டவர்களின் மனத்தில் காசிக்குப் போகும் ஆர்வத்தை ஏற்படுத்தினார்கள்.

அவர்கள் நினைத்தது நடந்தது. பாண்டவர்களுக்கு காசியைச் சென்று பார்க்கும் ஆவல் ஏற்பட்டது.

பாண்டவர்கள், திருதராஷ்டிரனிடம் வந்து தாங்கள் காசிக்குச் சென்று வர ஆசைப்படுவதாகச் சொல்லி அனுமதி கேட்டார்கள். திருதராஷ்டிரன் மிகவும் மகிழ்ந்து போனான்.

'மிக்க சந்தோஷம் பிள்ளைகளே! போய் வாருங்கள். புண்ணிய க்ஷேத்திரமான காசியையும் வாரணாசியையும் தரிசித்துவிட்டு அங்கு சிறப்பாக நடைபெற்றுக்கொண்டிருக்கும் திருவிழாவிலும் கலந்து கொள்ளுங்கள். நீங்கள் புறப்படுவதற்கான ஏற்பாடுகளை உடனே செய்யச் சொல்கிறேன்' என்றான்.

பாண்டவர்கள் புறப்பட்டு காசிக்குப் போய்ச்சேரும்முன்பாகவே துரியோதனனின் சதித் திட்டத்தின்படி புரோசனன் எனும் மந்திரி காசிக்குப் போய்ச் சேர்ந்திருந்தான்.

பாண்டவர்களை அழிக்கும் காரியத்துக்கு முதற்படியாக அவர்கள் தங்குவதற்காக ஓர் அழகான மாளிகையைக் கட்டினான்.

கண்ணைக் கவரும் வகையில் அதி அற்புதமாக தேவலோகத்துச் சிற்பியான மயனே கட்டியதோ என்று வியக்கும்படி, அத்தனை அழகாக அலங்காரமாக கம்பீரமாக எழுந்துநின்றது அந்த மாளிகை.

அழகென்றால் ஆபத்து இல்லாமலிருக்குமா என்ன!

இருந்தது! அந்த மாளிகை அபாயகரமான அரக்கு மாளிகை!

அரக்கு மட்டுமில்லாமல் அதனுடன் சணல், மெழுகு, குங்கிலியம் போன்ற எளிதில் தீப்பிடிக்கக்கூடிய பொருள்களாகவே சேர்த்து அந்த மாளிகையைக் கட்டியிருந்தான் புரோசனன். பாண்டவர்களை அந்த மாளிகையில் தங்கவைத்து, சரியான சமயத்தில் மாளிகைக்குத் தீவைத்து அனைவரையும் நெருப்புக்குப் பலியாக்கிவிட வேண்டுமென்பதே துரியோதனன் உத்தரவு.

துரியோதனனின் சூழ்ச்சிப்படியே அனைத்தையும் கச்சிதமாக முடித்து விட்டு பாண்டவர்களின் வருகையை எதிர்பார்த்து ஆவலுடன் காத் திருந்தான் புரோசனன்.

•••

பாண்டவர்கள் காசிக்கு உற்சாகமாகப் புறப்பட்டார்கள். பெரியோர் களும் உறவினர்களும் அஸ்தினாபுரத்துக் குடிமக்களும் கூடிநின்று அவர்களை வழியனுப்பி வைத்தார்கள்.

ரதம் கிளம்பும் நேரத்தில் விதுரன், தருமனிடம் மறைமுகமாகச் சொன்னான்:

‘தருமா! ராஜநீதியை தெளிவாக உணர்ந்திருப்பவன்தான் எதிரிகளின் திட்டத்தை முறியடித்து ஆபத்துகளை வெல்வான். உலோகத்தினால் செய்த ஆயுதங்கள்தான் மனிதனைத் தாக்கும் என்பதில்லை. மற்ற அழிவு சக்திகளும் உண்டு. அதைத் தடுக்கும் வழியை யோசித்து, அதையே எதிரிகளின் மீது பிரயோகிப்பவன்தான் சிறந்த புத்திசாலி. காடுகளை அழிப்பதும் குளிரைப் போக்குவதுமான நெருப்பு, வளைக் குள் புகுந்துகொள்ளும் எலிகளை ஒன்றும் செய்வதில்லை. முள்ளம் பன்றியானது பூமியைத் தோண்டி அதற்குள் சென்று தீயிலிருந்து தன்னைக் காப்பாற்றிக்கொள்ளும். அறிவாளியாக இருப்பவனுக்கு வெளிச்சம் தேவையில்லை. அவன் நட்சத்திரங்களின் மூலமாக திசையை அறிந்துகொள்கிறான். இந்த ராஜநீதியின் சூத்திரங்களை நீ அறிவாயல்லவா?’ என்று கேட்டான்.

‘புரிந்துகொண்டேன் விதுரரே!’ - புன்சிரிப்புடன் பதில் கூறினான் தருமன்.

இருவரின் பேச்சுகளையும் கேட்டுக்கொண்டிருந்த அர்ஜுனன் முதலான மற்ற நால்வருக்கும் குந்திக்கும் அர்த்தம் புரியவில்லை.

பயணத்தின்போது வழியில் கேட்டாள் குந்தி.

‘விதுரர் உன்னிடம் விளங்காத வகையில் ஏதோ சொன்னார். நீயும் புரிந்துகொண்டேன் என்றாயே! என்ன அது?’

‘அம்மா! தீயினால் நமக்கு ஏதோ ஆபத்து நேரப்போகிறதாம். அதிலிருந்து தப்பிக்க எலி, முள்ளம்பன்றி போல பூமிக்கு அடியில் சுரங்கம் அமைத்துக்கொள்ளவேண்டுமாம். நட்சத்திரங்களைப் பார்த்து திசையை அறிந்துகொண்டு பயணம் செய்யுங்கள் என்று விதுரர் எச்சரித்துள்ளார்’ - விளக்கிச் சொன்னான் தருமன்.

காசிக்கு சந்தோஷமாக புனிதப்பயணம் புறப்பட்ட குந்திக்கும் பாண்டவர்களுக்கும் மனத்தில் கவலை சூழ்ந்துகொண்டது. கலக்க மடைந்த மனநிலையிலேயே அவர்கள் காசிக்குச் சென்று சேர்ந்தார்கள்.

•••

காசி நகரத்து மக்கள் பாண்டவர்களை வரவேற்க கோலாகலமான ஏற்பாடுகளைச் செய்திருந்தார்கள். சகலமரியாதைகளுடன் அவர்களை எதிர்கொண்டு வரவேற்று அழைத்துச் சென்றார்கள்.

புரோசனன், பாண்டவர்களுக்கென்றே கட்டப்பட்டிருந்த அரக்கு மாளிகையிலேயே அவர்களைத் தங்கவைத்தான்.

பாண்டவர்களுக்குப் பணிவிடை செய்வதற்காக ஒரு பணிப் பெண்ணையும் அவளுடைய ஐந்து மகன்களையும்கூட வேலைக்கு அமர்த்தியிருந்தான். ஆனால் உண்மையில் அவர்கள், பாண்டவர் களையும் குந்தியையும் வேவு பார்ப்பதற்கென்றே நியமிக்கப் பட்டிருந்தனர்.

பாண்டவர்கள், மாளிகையைச் சுற்றிப்பார்த்தார்கள். மிக எளிதாக தீப்பிடிக்கத் தகுந்தது போலவே மாளிகை கட்டப்பட்டிருப்பதைப் புரிந்துகொண்டார்கள். மந்திரி புரோசனன் துரியோதனின் கைப்பாவை யாக சதித்திட்டத்தோடு செயல்படுகிறான் என்பதை உணர்ந்து கொண்டார்கள்.

'அண்ணா! விதுரர் நம்மை எச்சரித்தது போலவே இந்த மாளிகை நெருப்புக்கு இரையாவதற்காகவே கட்டப்பட்டிருக்கிறது. நாம் இங்கு தங்குவது மிகவும் ஆபத்தானது. உடனே இதைவிட்டு வேறு இடத்துக்குச் சென்றுவிடுவோம்' - பதற்றத்துடன் சொன்னான் பீமன்.

'இல்லை பீமா! அப்படிச் செய்தால் நாம் அவர்களது சதியைத் தெரிந்துகொண்டோம் என்பதை துரியோதனன் அறிந்து கொள்வான். அவனுடைய ஆட்கள் மூலம் நம்மை வேறு வகையில் கொல்ல முயற்சி செய்வான். எனவே, துரியோதனனின் திட்டத்தைத் தெரிந்து கொள்ளாதது போலவே நாம் தொடர்ந்து இங்கேயே தங்குவோம். எச்சரிக்கையாக இருந்து துரியோதனனின் சதியை வேறுவகையில் எதிர்கொள்வோம்!' என்றான் தருமன்.

அதன்பிறகு வந்த நாள்களில் பாண்டவர்கள் மிக விழிப்புடன் அந்த மாளிகையில் தங்கியிருந்தார்கள். இரவில் ஒருவர் மாற்றி ஒருவர் தூங்காமல் காவல் இருந்தார்கள். எனவே, புரோசனன் திட்டத்தை உடனடியாக நிறைவேற்றமுடியாமல் தள்ளிப் போட்டான்.

எரிகிறது அரக்கு மாளிகை!
தாயுடன் தப்பிக்கிறார்கள் பாண்டவர்கள்.

இந்த அரக்கு மாளிகை சதியிலிருந்து எப்படித் தப்பிப்பது என்று பாண்டவர்கள் யோசித்துக்கொண்டிருந்தபோது, அவர்களுக்கு உதவி செய்வதற்காகவே வந்துசேர்ந்தான் ஒருவன். அவன் பெயர் கனகன். புரோசனனுக்குத் தெரியாமல் பாண்டவர்களை தனிமையான ஓர் இடத்தில் சந்தித்தவன், 'அரசகுமாரர்களே! என் பெயர் கனகன். அஸ்தினாபுரத்திலிருந்து விதுரர் அனுப்பிவைத்தார். 'வளைக்குள் புகுந்துகொள்ளும் எலிகளை நெருப்பு ஒன்றும் செய்யாது என்று சொல்லச் சொன்னார்' என்று கூறினான்.

கனகன் சொன்ன மறைமுக வார்த்தைகளிலிருந்து அவன் விதுரர் அனுப்பிவைத்த ஆள்தான் என்பதை அறிந்துகொண்ட தருமன் அவனிடம் கேட்டான்:

'கனகரே! எந்தக் காரியத்துக்காக விதுரர் உங்களை அனுப்பியுள்ளார்?'

'அபாயத்தில் சிக்கிக்கொண்டிருக்கும் உங்களுக்கு உதவி செய்வதற் காகவே என்னை அனுப்பிவைத்துள்ளார். நீங்கள் இந்த அரக்கு மாளிகையிலிருந்து வெளியேற சுரங்கம் அமைத்துத் தருவது எனது பணி. யாருக்கும் தெரியாமல் அதை விரைவிலேயே முடித்துத் தருகிறேன். அதன் வழியாக நீங்கள் தப்பித்துச் சென்றுவிடலாம். கவலைப்படாதீர்கள்! என்று கனகன் தைரியமளித்தான்.

அன்றைய தினத்திலிருந்தே சுரங்கப்பாதை அமைக்கும் பணி ஆரம்ப மானது. புரோசனனுக்கோ மற்ற பணியாளர்களுக்கோ தெரியாமல் சுறுசுறுப்பாக வேலை செய்தான் கனகன். மாளிகைக்குள்ளிருந்து வெளியே போவதற்கு வெற்றிகரமாக சுரங்கம் அமைத்து முடித்தான். பாண்டவர்களிடம் விடை பெற்றுக்கொண்டு அஸ்தினாபுரம் போய்ச் சேர்ந்தான்.

தருமன், தனது சகோதரர்களை அழைத்துச் சொன்னான்:

'சுரங்க வேலை கச்சிதமாக முடிந்துவிட்டது. எனவே, இன்று இரவே இந்த மாளிகையிலிருந்து புறப்பட்டு விடுவோம். போகும்முன் நாமே இந்த அரக்கு மாளிகைக்குத் தீ வைத்து விடலாம். புரோசனன் நம்மை வேவு பார்ப்பதற்காக அமர்த்தியிருக்கும் பணிப்பெண்ணும் அவ ளுடைய ஐந்து மகன்களும் நள்ளிரவில் உறங்கும்போது இதைச் செய்வோம். அப்படிச் செய்தால், தீயில் கருகிப்போகும் அவர் களுடைய உடல்களைப் பார்த்து நமது தாய் குந்தியும் நாம் ஐந்து பேரும்தான் நெருப்பில் சிக்கி மாண்டு போய்விட்டதாக அனைவரும் நம்பிவிடுவார்கள். புரோசனனும் இந்த நெருப்பில் சிக்கி இறந்து

போய்விடுவான் என்பதால் யாருக்கும் எந்தச் சந்தேகமும் வராது. நாம் தப்பிச்சென்று சில காலம் தலைமறைவாக இருப்போம்!'

தருமன் சொன்னதை ஏற்றுக்கொண்ட சகோதரர்கள், குந்தியையும் அழைத்துக்கொண்டு நள்ளிரவில் புறப்படத் தயாராயினர்.

அன்றைய இரவு, மாளிகை தீப்பற்றி எரிந்தது. தருமன் நினைத்த படியேதான் எல்லாமும் நடந்தது. தீயில் கருகிப் போன உடல்களைக் கண்டு, குந்தியும் அவளுடைய ஐந்து பிள்ளைகளும்தான் எரிந்து போனதாக எண்ணி காசி மக்கள் கதறியழுதனர்.

'மந்திரி புரோசனனும், குந்தியும், குந்தி புத்திரர்களும் மாளிகை தீப்பிடித்து மாண்டுபோனார்கள்' என்று அஸ்தினாபுரத்துக்கு தகவல் போனது.

துரியோதனன், தான் நினைத்தபடியே காரியம் நிறைவேறியதில் நிம்மதியடைந்தான். திருதராஷ்டிரன், சந்தோஷமும் துக்கமுமாக எல்லோருக்கும் ஈமக்காரியங்கள் செய்து முடித்தான்.

அஸ்தினாபுரத்தில் மக்கள் அனைவரும் துயரத்தில் மூழ்கினார்கள். பீஷ்மரோ மனமுடைந்து வேதனையில் ஆழ்ந்தார். அவருடைய நிலையைக்கண்டு மனம் பொறுக்காத விதுரர், பீஷ்மரைத் தனிமையில் சந்தித்து அவரைத் தேற்றினார். துரியோதனன் செய்த சதியையும், பாண்டவர்களைக் காப்பாற்ற ரகசியமாக தான் செய்த ஏற்பாடு களையும் சொல்லி, 'நிச்சயம் பாண்டவர்கள் தப்பிப் பிழைத்திருப் பார்கள். அவர்களுக்கு ஒன்றும் ஆகியிருக்காது' என்று பீஷ்மருக்கு நம்பிக்கைஅளித்தார்.

விதுரரின் நம்பிக்கை வீண் போகவில்லை.

•••

அரக்கு மாளிகையிலிருந்து சுரங்கப்பாதை வழியாகத் தப்பித்த பாண்டவர்களும் குந்தியும் காட்டைக் கடந்து கங்கைக்கரையை அடைந்தார்கள். அங்கே விதுரர் ஏற்பாடு செய்திருந்த படகுக்காரன் மூலம் அக்கரைக்குச் சென்று, இடும்பவனம் என்கிற அபாயகரமான காட்டுக்கு வந்து சேர்ந்தார்கள்.

வெகுதூரம் நடந்துவந்த களைப்பால், குந்தி உடல் சோர்ந்து போனாள். மேலும் ஓரடிகூட எடுத்துவைக்க முடியாமல் துவண்டு போய் உட்கார்ந்துவிட்டாள். பாண்டவர்களும்கூட பசியாலும் தாகத் தாலும் தவித்துப்போனார்கள். பீமன் அனைவரையும் ஒரு பெரிய

மரத்தின் நிழலில் அமரவைத்து விட்டு தண்ணீர் கொண்டுவருவதற் காகப் புறப்பட்டான்.

பாண்டவர்கள் வந்துசேர்ந்த இந்த இடும்பவனக் காடு, இடும்பன் என்கிற அரக்கன் பிடியில் இருந்தது. குகை ஒன்றினுள் இருந்த இடும்பன், காற்றில் கலந்துவந்த மனித வாசனையைக் கண்டு கொண்டான். உற்சாகத்தோடு தனது தங்கை இடும்பியை அழைத்தான்.

'தங்கையே! கானகத்தில் யாரோ மானிடர்கள் புகுந்துள்ளனர். நீ உடனே சென்று அவர்களைக் கொன்று இங்கு தூக்கி வா! மனித மாமிசம் சாப்பிட்டு வெகுநாள்களாகிவிட்டன. இன்று நாமிருவரும் நர மாமிச விருந்துண்போம்' என்றான்.

அண்ணனின் உத்தரவுப்படி ஆர்வத்துடன் புறப்பட்ட இடும்பி, பாதி வழியில் தண்ணீர் தேடி வந்துகொண்டிருந்த பீமனைப் பார்த்தாள். பார்த்த நொடியே அவனழகிலும் கம்பீரத்திலும் மனத்தைப் பறிகொடுத்தாள். அழகிய பெண்ணாக தன்னை உருமாற்றிக்கொண்டு ஓடிப்போய் பீமன் காலடியில் மண்டியிட்டாள்.

'வீரரே! என் பெயர் இடும்பி. அரக்கர் குலத்தைச் சேர்ந்தவள். எனது அண்ணன் இடும்பனே இந்தக் கானகத்தை ஆண்டு வருகிறான். கானகத்தில் நுழைந்துள்ள மானிடர்களைக் கொல்வதற்காகவே அவன் என்னை அனுப்பினான். ஆனால், நான் தங்களைக் கண்ட முதல் பார்வையிலேயே நேசிக்கத் தொடங்கிவிட்டேன். தயவுசெய்து அரக்க குலத்தவள் என்று மறுத்துவிடாமல் மனப்பூர்வமாக என்னை ஏற்றுக் கொள்ளுங்கள்!' என்று வேண்டினாள்.

'பெண்ணே! இப்போது நானும் என் குடும்பத்தாரும் சிக்கலான சூழ்நிலையில் உள்ளோம். இந்தச் சமயத்தில் காதல் கல்யாணம் என்பதற்கெல்லாம் இடமேயில்லை. தயவுசெய்து என்னை மன்னித்து விடு!'

பீமன் மறுத்துச்சொல்ல, இடும்பி திரும்பத் திரும்பவிடாமல் வற்புறுத்தினாள்.

இதற்குள், நீண்ட நேரமாகியும் தங்கை திரும்பி வரவில்லையே என்று தேடிவந்த இடும்பன், தங்கை மனம் மாறி பீமனை கெஞ்சிக்கொண் டிருப்பதைக் கண்டு கோபம் கொண்டான். பீமனுடன் சண்டைக்குப் போனான்.

பீமனுக்கும் இடும்பனுக்கும் கடுமையான யுத்தம் நடந்தது. இருவரும் ஆக்ரோஷமாக கர்ஜனை செய்தபடி மாறி மாறி கைகளால் அடித்துக்

கொண்டனர். இந்தச் சத்தம் கேட்டு குந்தியும் மற்ற நான்கு சகோதரர்களும் அங்கே வந்துவிட்டார்கள். இடும்பி அவர்களை வணங்கி நடந்ததைச் சொன்னாள்.

கோரமாக நடந்த யுத்தத்தின் முடிவில் இடும்பனைக் கொன்றான் பீமன்.

பிறகு குந்தியும் மற்ற சகோதரர்களும் இடும்பிக்கு ஆதரவாகப் பேசி, இடும்பியை திருமணம் செய்துகொள்ள பீமனை வற்புறுத்தினர். பீமனுக்கும் இடும்பிக்கும் அந்தக் கானகத்திலேயே கல்யாணம் நடந்தது. ஆனால் இடும்பிக்கு ஒரு குழந்தை பிறக்கும்வரையில்தான் ஒன்றாக வாழமுடியும் என்று பீமன் நிபந்தனை விதித்தான். இடும்பியும் அதை ஏற்றுக்கொண்டாள்.

குந்தியும் மற்றவர்களும் வசிக்க அழகான குடில் ஒன்றைக் கட்டியதோடு பணிவுடன் அவர்களை உபசரித்து மகிழ்ந்தாள் இடும்பி. கொஞ்சகாலத்திலேயே இடும்பிக்கும் பீமனுக்கும் மகனாக கடோத்கஜன் பிறந்தான். அசுரகுலத்துக்கே உண்டான தன்மையின்படி, பிறந்ததுமே மிகப்பெரிய உருவத்துடன் வாலிபனாக வளர்ந்தான். தந்தை பீமனிடமும் மற்ற பெரியப்பா, சித்தப்பா, பாட்டி அனைவரிடமும் ஆசி பெற்றான். எப்போது வேண்டி அழைத்தாலும் தான் வருவதாகக்கூறி தாய் இடும்பியுடன் விடைபெற்றுக் கொண்டான்.

பாண்டவர்கள் இடும்பவனத்திலிருந்து புறப்பட்டு கால் போன போக்கில் நடந்துசென்றனர். அப்போது இடையில் வியாச மகரிஷி அவர்களைச் சந்தித்தார். அன்புடன் வரவேற்று ஆறுதல் சொன்னார். ‘தற்போது படும் துன்பங்கள் எல்லாம் போன ஜென்மத்து வினைகளே!’ என்று கூறியவர் அவர்களை ஏகசக்ரம் என்கிற நகரத்துக்குக் கூட்டி வந்து ஒரு பிராமணரின் வீட்டில் தங்கவைத்தார். எது நடந்தாலும் மனம் தளராமல் இருக்கும்படி பாண்டவர்களுக்கு உபதேசித்துவிட்டு விடைபெற்றுச் சென்றார்.

பாண்டவர்கள் ஏகசக்ரம் வந்த சமயத்தில், அந்த நகரத்தில் ஒரு பெரிய விபரீதம் நடந்துகொண்டிருந்தது!

விதிவசத்தால் பீமன் அந்த விபரீதத்தில் தலைகொடுக்க வேண்டிய நிர்ப்பந்தமும் ஏற்பட்டது.

11

பகாசூரன் வதம்!

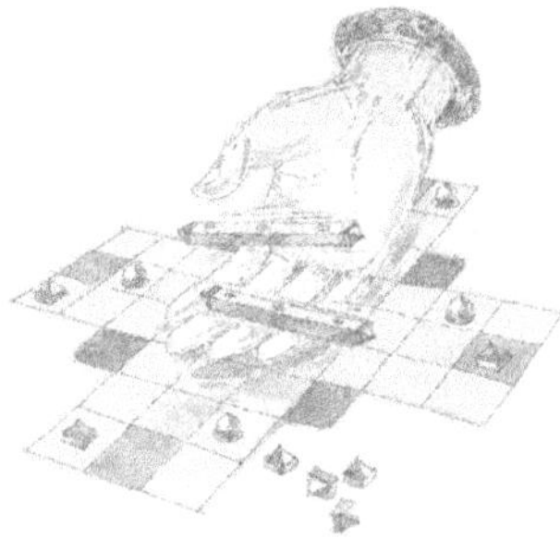

ஏகசக்ரத்தில் பிராமணர் வீட்டில் தங்கியிருந்த பாண்டவர்கள், தாங்களும் பிராமணர்களைப் போலவே வேடமிட்டு வாழ்ந்தனர். வீதிவீதியாகச் சென்று பிட்சை எடுத்தே பிழைத்து வந்தனர்.

அரசகுமாரர்களான தனது பிள்ளைகள் இப்படி தெருத் தெருவாகச் சென்று பிட்சை எடுக்கும் நிலைக்குத் தள்ளப்பட்டதைக் கண்டு குந்தி மிகவும் வேதனையடைந்தாள். ஆனாலும் விதியின் போக்கை யாரால் மாற்றமுடியும் என்று மனத்தைத் தேற்றிக்கொண்டாள். பிள்ளைகள் பிட்சை எடுத்து வரும் உணவை இரு சமபாகங்களாக்கி ஒரு பங்கை பீமனுக்குக் கொடுப்பாள். மற்றொரு பாகத்தில் மீதம் நான்கு பிள்ளைகளுக்குக் கொடுத்துவிட்டு தானும் சாப்பிட்டு வந்தாள்.

ஆனால் பாவம்! பீமனுக்கு ஏகசக்ரத்தில் கிடைத்த பிட்சை சாப்பாடு போதுமானதாக இல்லை. என்றாலும், விரைவிலேயே ஒரு பெரிய வண்டி நிறைய விதவிதமான பலகாரங்களுடன் உணவு சாப்பிடும் வாய்ப்பு பீமனுக்குக் கிடைத்தது!

அந்த வாய்ப்புக்கு விலை, ஓர் உயிர்!

அன்றைக்கு பீமனும் குந்தியும் மட்டும் வீட்டில் இருக்க, மற்றவர்கள் பிட்சைக்குப் போயிருந்தார்கள். இவர்கள் தங்கியிருந்த பிராமண ருடைய வீட்டில் ஒரே அழுகைச்சத்தமாக இருந்தது!

குந்திதேவி திகைத்துப்போனாள்.

எதற்காக இந்த அழுகைச்சத்தம் என்று தெரிந்துகொள்வதற்காக அவர்கள் வீட்டினுள் நுழைந்தாள்.

அங்கே பிராமணரும் அவருடைய மனைவியும் மற்றும் அவர்களுடைய இரு குழந்தைகளான ஒரு பெண் குழந்தையும் சிறு வயது மகனும்கூட பெற்றோர்களுடன் சேர்ந்து அழுது கொண்டிருந்தார்கள்.

'ஐயா பிராமணரே! ஏன் அழுகிறீர்கள்? ஏதாவது துக்கம் நடந்துவிட்டதா? உங்கள் துயரத்தை என்னிடம் சொன்னால் முடிந்த உதவியைச் செய்வேன்' என்று விசாரித்தாள் குந்தி.

'அம்மா! உங்களால் மட்டுமல்ல, யாராலுமே எங்களுக்கு உதவி செய்ய முடியாது! இது உயிர் போகிற சமாசாரம்!' என்றார் பிராமணர்.

'நீங்கள் சொல்வது எனக்குப் புரியவில்லை. சற்று விரிவாகக் கூறுங்கள்!' என்றாள் குந்தி.

பிராமணர் துக்கத்தை விழுங்கிக்கொண்டு சொல்லத் தொடங்கினார்:

'அம்மா! இந்த ஏகசக்ரம் ஒரு சாபக்கேடான ஊர். இந்த ஊருக்கு வெளியே ஒரு குகை இருக்கிறது. அந்தக் குகையில் பகாசூரன் என்கிற அரக்கன் வசித்து வருகிறான். அவன் முன்பெல்லாம் இந்த ஊருக்குள் புகுந்து தன் கையில் சிக்கிய மனிதர்களையெல்லாம் சிறுவர், முதியோர், பெண்கள் என்று பார்க்காமல் அனைவரையும் கொன்று தின்று வந்தான். யாராலும் அவனை ஒன்றும் செய்யமுடியவில்லை. இந்த நகரத்தை ஆளும் அரசனும் அரக்கனுக்குப் பயந்து எங்களைக் கைவிட்டு விட்டான். எனவே, அரக்கனுடைய அட்டூழியங்கள் நாளுக்கு நாள் அதிகமாகிக்கொண்டே வந்தன.'

'அடடா! அப்புறம்?'

'ஒருநாள், இந்த ஊர்க்காரர்கள் எல்லாம் கலந்து யோசித்து அந்த அரக்கனைச் சென்று சந்தித்தார்கள்.

'பகாசூரனே! நீ நினைத்தபோதெல்லாம் ஊருக்குள் வந்து தயவுசெய்து எங்களைத் துன்புறுத்தாதே. நமக்குள் ஒரு ஒப்பந்தம் செய்து கொள்வோம். வாரம் ஒருமுறை உனக்கு வேண்டிய மாமிசம், அரிசிச் சாதம் போன்றவற்றை மலை மலையாக அனுப்புகிறோம். கூடவே உனக்குப் பிடித்த தயிர், கள், சாராயம், தேன் போன்ற பானங்களையும் பானை பானையாகத் தருகிறோம். அதுதவிர, இவையெல்லாவற்றையும் ஒரு வண்டியில் ஏற்றி வண்டியை ஓட்டிவர இரண்டு மாடுகளையும் அத்துடன் வீட்டுக்கு ஒரு மனிதனையும் உன்னிடம் அனுப்பிவைக்கிறோம். நீ மாடுகள் மனிதன் முதற்கொண்டு எல்லாவற்றையும் சாப்பிட்டு ஊருக்குள் வராமல் இருக்கவேண்டும்' என்று

கேட்டுக்கொண்டார்கள். அந்த அரக்கனும் இதற்கு ஒப்புக்கொண்டான். இப்படியாக பல வருடங்களாகவே இது நடந்து வருகிறது.'

'அடக் கொடுமையே! இதற்கு விடிவே இல்லையா? யாருமே அந்த அரக்கனை எதிர்க்க முயற்சிக்கவில்லையா?'

'அப்படி யாராவது தன்னை எதிர்க்க நினைக்கிறார்கள் என்பது தெரிந்தாலே போதும்! பகாசூரன் ஊருக்குள் வந்து அந்தக் குடும்பத்தையே கொன்று தின்றுவிடுவான்.

இதோ இந்தமுறை அரக்கனுக்கு உணவாகப்போகும் ஆளை என் வீட்டிலிருந்து அனுப்பவேண்டும். என் குடும்பத்தில் யாரையாவது அரக்கனுக்குப் பலியாக்கிவிட்டு நான் உயிர் வாழ விரும்பவில்லை. நான் அரக்கனிடம் சென்று இறந்து போனாலோ எனது குடும்பத்தாரும் இங்கு இறந்து போவார்கள். எனவே, நாங்கள் எல்லோருமே குடும்பத்துடன் சென்று அரக்கனுக்கு உணவாகி விடலாம் என்று முடிவு செய்திருக்கிறோம்' - சொல்லிவிட்டு குலுங்கிக் குலுங்கி அழத் தொடங்கினார் அந்தப் பிராமணர்.

குந்தி திரும்பி பீமனைப் பார்த்தாள். நொடிநேரம் யோசித்து விட்டு பிராமணரிடம் சொன்னாள்.

'ஐயா!, இனி நீங்கள் இதற்காக வேதனைப்பட வேண்டாம். எனக்கு ஐந்து பிள்ளைகள் இருக்கிறார்கள். அவர்களில் ஒருவன், அரக்கனுக்கு உணவு வண்டியை எடுத்துச் செல்வான். துக்கத்தை விடுங்கள்!'

பிராமணர் இதைக்கேட்டு திடுக்கிட்டுப் போனார்.

'வேண்டாம் வேண்டாம். இது பெரும்பாவம்! என் வீட்டுக்கு விருந்தாளியாக வந்திருப்பவர் நீங்கள். உங்கள் மகனை எங்கள் நலனுக்காக பலிகொடுப்பது தகாத செயல். இதற்கு நான் ஒப்புக்கொள்ள மாட்டேன்' என்று மறுத்தார்.

குந்தி அவருக்கு தைரியம் சொன்னாள்.

'பிராமணரே!, நீங்கள் பயப்படும்படியாக ஒன்றும் ஆகாது. இதோ இருக்கிறானே பீமன், இவன் எந்த அரக்கரையும் வெல்லும் மகா சக்தி படைத்தவன். இவனைப்போல் பலசாலி இந்த உலகத்திலேயே யாரும் கிடையாது. இவன் நிச்சயம் அந்த அரக்கனைக் கொன்று வருவான். ஆனால், தயவுசெய்து இந்த உண்மையை நீங்கள் யாருக்கும் சொல்லக் கூடாது' என்று கேட்டுக்கொண்டாள்.

பிராமணர் இதற்கு ஒப்புக்கொண்டார்.

சகோதரர்கள் நால்வரும் பிட்சை பெற்றுக்கொண்டு வீடு திரும்பினார்கள். பீமன் எப்போதையும்விட ஆனந்தமாக இருப்பதைக் கண்டார்கள்.

'அம்மா!, பீமன் இன்றைக்கு மிகுந்த சந்தோஷத்தோடு இருக்கிறானே! என்ன காரணம்? பலமான விருந்துச் சாப்பாடு ஏதாவது அவனுக்குக் கிடைத்ததோ!' என்று கேட்டான் தருமன்.

'இன்று இல்லை. ஆனால், நாளைக்குக் கிடைக்கப்போகிறது!' என்ற குந்திதேவி நடந்ததை எல்லோருக்கும் சொன்னாள்.

இதைக்கேட்டு தருமன் அதிர்ச்சியடைந்தான்.

'அம்மா!, ஏன் இப்படியொரு காரியத்தைச் செய்யத் துணிந்தீர்கள்? பீமனுடைய பலத்தை நம்பியல்லவா நாம் இரவில் நிம்மதியாக உறங்குகிறோம்! அத்துடன் துரியோதனனுடைய வஞ்சகத்தை முறியடித்து நாம் இழந்த அஸ்தினாபுர ராஜ்ஜியத்தைப் பெறுவதற்கு பீமனுடைய வலிமைதானே நமக்குத் தேவை! அவனைப்போய் அரக்கனுக்கு பலி கொடுக்கத் துணிந்துவிட்டாயே!' என்று குந்தியின் முடிவை எதிர்த்தான்.

'தருமா!, மனிதன் எப்போதும் சுயநலமாகவே யோசிக்கக்கூடாது. இத்தனை நாள்களாக நமக்குத் தங்க இடம் கொடுத்து ஆதரித்தவர் இந்தப் பிராமணர். நமக்கு உதவியவர்களுக்கு பதிலுதவி செய்வது நமது கடமை. அதுவும் ஆபத்துக் காலத்தில் ஒருவருக்கு உதவாமல் போனால் அவன் மனிதனேஅல்ல! பீமனைப்பற்றிக் கவலைப்படாதே! அவனை நான் நன்கு அறிவேன். வனத்தில் இடும்பனைக் கொன்ற பீமன், இந்த பகாசூரனையும் கொல்வது நிச்சயம். அதில் எந்தச் சந்தேகமுமில்லை!' உறுதியாகச் சொன்னாள் குந்தி.

அவள் சொன்னபடிதான் நடந்தது!

மறுநாள், ஏகசக்ர நகரவாசிகள் எல்லோரும் சேர்ந்து கூடைகூடையாக மாமிசங்கள், சிறிய மலைபோல் சாதக் குவியல், பெரிய பெரிய பாத்திரங்களில் விதவிதமான பலகாரங்கள், சாம்பார், ரசம், மோர், தயிர், சாராயம், கள் என ஏகப்பட்ட உணவுவகைகளை வண்டியில் ஏற்றி, பிராமணரின் வீட்டு வாசலில் கொண்டுவந்து நிறுத்திவிட்டுப் போனார்கள்.

அவர்கள் சென்றதும் பீமன், இரண்டு காளைகள் பூட்டிய அந்த வண்டியை ஓட்டிக்கொண்டு நகரத்துக்கு வெளியே இருந்த அரக்க

னுடைய குகையை நோக்கிப் புறப்பட்டான். நகரத்து எல்லையைத் தாண்டியதுமே அங்கங்கே எலும்புக்குவியல்கள் தென்படத் தொடங்கின.

பீமன், அங்கேயே வண்டியை நிறுத்திக்கொண்டு அதிலிருந்த உணவு வகைகளை ஆசைதீர சாப்பிட ஆரம்பித்தான். பாத்திரங்கள் ஒவ்வொன் றாக காலியாகத் தொடங்கின.

'இன்னும் வண்டி வரக்காணோமே!' என்று காத்துக் கொண்டிருந்த பகாசூரன், மலை உச்சியிலிருந்து வண்டி வரும் பாதையையே பார்த்துக்கொண்டிருந்தான். மலையை நோக்கி வந்த வண்டி கீழேயே நின்றுவிட்டதையும், அதிலிருக்கும் உணவுகளை, வண்டியை ஓட்டி வந்தவனே சாப்பிடுவதையும் கண்டு மிகவும் ஆத்திரம் கொண்டான். பயங்கரமாக கர்ஜனை செய்தபடி மலைமீதிருந்து பீமனை நோக்கி ஓடிவந்தான்.

அரக்கனுடைய கர்ஜனையைக் கேட்டும் கேட்காததுபோல பீமன் தனது காரியத்திலேயே கண்ணாயிருந்தான். ஆத்திரத்துடன் வந்த பகாசூரன், தன்னைப் பார்க்காமல் வேண்டுமென்றே திரும்பி உட்கார்ந்து சாப்பிட்டுக்கொண்டிருந்த பீமனுடைய முதுகில் ஓங்கிக் குத்தினான். ஆனால் பீமன், அதைச் சிறிதும் பொருட்படுத்தவில்லை. ஆற அமர எல்லாவற்றையும் சாப்பிட்டுக் காலி செய்துவிட்டு பொறுமையாகத் திரும்பினான்.

எதிரே, ஆறடிக்கும் மேலான உயரத்துடனும் சிறிய மலை போன்ற உடலுடனும், பரட்டைத் தலையும் புதர்போல அடர்ந்த தாடி மீசையும், செக்கச் சிவந்த கண்களும் கோரைப் பற்களுமாக கோரமான தோற்றத்துடன் நின்றுகொண்டிருந்தான் பகாசூரன்.

'வாடா பகாசூரா! நலமா? அடடா! இன்றுதான் நீ பட்டினி ஆயிற்றே. எப்படி நலமாக இருக்கமுடியும்? ஆனால், அதுவும் நல்லதுதான். எப்படியும் சிறிது நேரத்தில் இந்தப் பூமியை விட்டு மோட்சத்தை சென்றடையப் போகிறாய். மோட்சத்துக்குச் செல்லும்போது உபவாசம் இருந்தால் புண்ணியம் கூடும் தெரியுமா?'

பீமன் கேலியாகப் பேச, ஆக்ரோஷமாக அவனைத் தாக்கத் தொடங்கி னான் பகாசூரன்.

அவ்வளவுதான்! அடுத்து ஆரம்பித்தது ஒரு ரணகள யுத்தம்.

பீமனும் பகாசூரனும் கடும்போர் நடத்தினார்கள். வெறி கொண்டவர் களாகத் தாக்கிக்கொண்டார்கள். பீமன், பகாசூரனை ஒவ்வொரு

தனது உணவைச் சாப்பிடும் பீமனைத் தாக்க,
ஓடி வருகிறான் பகாசுரன்.

அங்கமாக முறித்துச் சித்ரவதை செய்தான். போரின் இறுதியில் பகாசூரனின் கழுத்தை பீமன் முறிக்க, அந்தக் காடே அதிரும்படியாக அலறல் சத்தம் எழுப்பி ரத்தம் கக்கியபடி செத்துப்போனான் பகாசூரன்.

பீமன், அந்த அரக்கனின் உடலை வண்டியிலேயே ஏற்றிக் கொண்டு வந்து ஏகசக்ர நகரத்தின் வாசலில் வீசிவிட்டு வீட்டுக்குச் சென்றான். தாயாரிடமும் சகோதரர்களிடமும் நடந்ததைச் சொல்ல, அனைவரும் மகிழ்ந்துபோனார்கள். பிராமணரும் அவர் குடும்பத்தினரும் நெகிழ்ச்சியுடன் கண்களில் கண்ணீர் மல்க நன்றி தெரிவித்தனர்.

அரக்கன் இறந்துபோனதை அறிந்த நகரவாசிகள் ஆச்சரியம் கொண்டனர். பிராமணரை வந்து விசாரித்தனர்.

'என்மீது அன்பு கொண்ட ஒரு மகரிஷி, தனது தவவலிமையால் அரக்கனைக் கொன்று என்னைக் காப்பாற்றினார்!' என்று பிராமணர் அவர்களிடம் சொல்ல, ஊர்க்காரர்கள் அரக்கன் இறந்த நாளை ஒரு திருவிழா போலவே கொண்டாடி மகிழ்ந்தனர்.

இதற்கு மேலும் இந்த ஊரில் இருந்தால், துரியோதனன் சந்தேகப்பட்டு தங்களைத் தேட முற்படலாம் என்பதால் பாண்டவர்கள் ஏகசக்ர நகரத்திலிருந்து கிளம்ப முடிவு செய்தனர்.

அந்த நேரத்தில்தான் அவர்கள் பாஞ்சால தேசத்துக்குப் புறப்படும் படியாக ஒரு தகவல் வந்து சேர்ந்தது.

12

ஒரு மனைவி;
ஐந்து கணவர்கள்!

பாஞ்சால தேசத்து மன்னனான துருபதன், அப்போது மிகவும் மனம் உடைந்துபோயிருந்தான்.

'பாண்டவர்கள் தீயில் கருகி செத்துப்போனார்கள்' என்ற தகவல் வந்ததுமே துடித்துப் போனவன், 'ஐயோ கடவுளே! அர்ஜுனனுக்கு திருமணம் செய்துவைக்கத்தானே, என் மகள் திரௌபதியைப் பெற்றேன். இப்போது அவளை நான் யாருக்கு மணம் செய்து கொடுப்பேன்?' என்று புலம்பினான்.

அரண்மனை ஜோதிடர்கள் துயரத்தில் இருந்த துருபதனைச் சந்தித்தார்கள்.

'மன்னா! அர்ஜுனனுக்கு இப்படி அற்ப ஆயுளில் விதி முடியுமென்றால் திரௌபதி பிறந்திருக்கவே முடியாது. நாங்கள் பாண்டவர்கள் அனைவருடைய ஜாதகங்களையும் பெற்றுக் கணித்துப் பார்த்து விட்டோம். அதன்படி, பூரண ஆயுள் பெற்ற அவர்கள் உயிரோடுதான் இருக்கிறார்கள் என்று தெரிகிறது! ஆனால் அவர்கள், எங்கோ தலைமறைவாக வசிக்கிறார்கள் என்பதே எங்கள் எண்ணம். எங்களுக்கு ஒரு யோசனை தோன்றுகிறது. அதன்படிச் செய்தால் பாண்டவர்களை இங்கே வரவழைத்து விடலாம்!' என்றார்கள்.

'என்ன? என்ன உங்கள் யோசனை? உடனே சொல்லுங்கள்!' - பரபரத்தான் துருபதன்.

'நீங்கள் உடனடியாக திரௌபதியின் சுயம்வரத்துக்கு ஏற்பாடு செய்துவிடுங்கள். அந்தச் சுயம்வரத்தில் கலந்துகொள்ளுமாறு எல்லா நாட்டு அரசர்களுக்கும் அழைப்பு அனுப்புங்கள். பாண்டவர்கள்

எங்கிருந்தாலும் இந்தச் செய்தியைக் கேள்விப்பட்டு அவர்களும் இங்கு வரக்கூடும் என்பது எங்கள் நம்பிக்கை!'

துருபதனுக்கு இந்த யோசனை பிடித்திருந்தது. அவன் அதற்கு மேல் தாமதிக்க விரும்பவில்லை. ஜோதிடர்களிடம் நல்லநாள் குறித்து வாங்கி, தை மாதம் சுக்லபட்சம் ரோகிணி நட்சத்திரத்தன்று சுயம்வரம் என்று நிச்சயித்து அதை சகல தேசங்களுக்கும் அறிவிக்கச் செய்தான்.

எதிர்பார்த்தபடியே இந்தச் செய்தி பாண்டவர்களைச் சென்று சேர்ந்தது. அவர்கள் வசித்துவந்த ஏகசக்ர நகரத்தில் இந்த சுயம்வர நிகழ்ச்சி பற்றியே பேச்சாக இருந்தது. அந்நகரத்திலிருந்த பிராமணர்கள் ஒரு குழுவாக பாஞ்சால தேசம் செல்வதென்று முடிவு செய்தார்கள். சுயம்வர நிகழ்ச்சியை வேடிக்கை பார்த்துவிட்டு அப்படியே துருபத மன்னனிடம் தானம் பெற்று வரலாம் என்று கருதினார்கள்.

திரௌபதி, அர்ஜுனனுக்காகவே பிறந்தவள் என்பதை குந்தியும் அறிவாள்! ஆகவே, பாண்டவர்கள் பாஞ்சால தேசம் செல்ல விரும்புவார்கள் என்று அவள் நினைத்தாள். மகன்கள் தன்னிடம் கேட்கத் தயங்குவார்கள் என்பதால் அவளே அவர்களிடம் பேசினாள்:

'என் செல்வங்களே! நாம் இந்த ஏகசக்ரத்தில் வெகுநாள்கள் வசித்துவிட்டோம். ஒரே இடத்தில் தொடர்ந்து இருப்பது சரியல்லவென்று எனக்குத் தோன்றுகிறது. எனவே, நாமும் இந்தப் பிராமணர்களுடன் புறப்பட்டு பாஞ்சால தேசம் செல்வோம். அங்கு சிறிது நாள்கள் இருப்போம்!' என்றாள்.

குந்திதேவியின் சொற்படி பாண்டவர்கள் ஏகசக்ரத்திலிருந்து புறப்பட்ட பிராமணர்களுடன் சேர்ந்துகொண்டு பாஞ்சால தேசத்துக்கு வந்தார்கள். இங்கும் தங்கள் அடையாளத்தைக் காண்பித்துக் கொள்ளாமல் ஒரு குயவனுடைய வீட்டில் பிராமண வேடத்திலேயே தங்கினார்கள். எப்போதும்போல, வீடு வீடாகச் சென்று பிட்சை எடுத்து வாழ்க்கையை நடத்தினார்கள்.

துருபதன் தேசம் கோலாகலமாயிருந்தது. நகரம் மிக அழகாக அலங்கரிக்கப்பட்டு ஜொலித்தது. சுயம்வரத்தில் கலந்து கொள்ள வரும் அரசகுமாரர்கள் மற்றும் விருந்தினர்கள் தங்குவதற்காக புதுப்புது மாளிகைகள் கட்டப்பட்டிருந்தன.

எங்கு பார்த்தாலும் மகிழ்ச்சி ததும்பிய முகத்தோடு மக்கள் வலம் வந்துகொண்டிருக்க, அரண்மனை அந்தப்புரத்திலோ கொஞ்சமும் சந்தோஷமில்லை. மனத்தில் அர்ஜுனனையே நேசித்துவந்த

திரௌபதி அவன் இறந்துபோனதாகவே நினைத்து, எப்போதும் அழுத கண்களுடன் கண்ணீரிலேயே கரைந்துகொண்டிருந்தாள்.

'அம்மா!, எனக்குத் திருமணமே வேண்டாம். தயவுசெய்து என்னை இப்படியே விட்டுவிடுங்கள். மனத்தில் பாண்டு புத்திரரையே ஓவியமாகத் தீட்டி மகிழ்ந்த நான், அவரைத் தவிர வேறு யாருக்கும் மனைவியாக மாட்டேன்!' என்று கதறினாள்.

திரௌபதியின் தாயார் புருஷதி அவளை ஆறுதல்படுத்தினாள்.

'திரௌபதி, வருந்தாதே! அர்ஜுனனுக்காகவே நிச்சயித்து ஆண்டவன் அருளால் பிறந்தவள் நீ! தெய்வ சித்தம் என்றும் மாறாது. பாண்டவர்கள் உயிருடன் இருப்பதாகவே ஜோதிடர்கள் சொல்கிறார்கள். அவர்கள் நிச்சயம் உன் சுயம்வர விழாவில் வந்து கலந்துகொள்வார்கள். என் பேச்சைக் கேள். இது கண்டிப்பாக நடக்கும்!'

தாயின் சொற்களால் தைரியமடைந்த திரௌபதி சுயம்வரத்துக்குத் தயாரானாள்.

சுயம்வர தினத்தன்று நான்கு திசைகளிலிருந்தும் வந்திருந்த அரசர்கள், ராஜகுமாரர்கள், வீரர்கள் போன்றவர்களால் சுயம்வர மண்டபம் நிரம்பி வழிந்தது. துரியோதனனும் அவன் தம்பிகளும், மற்றும் கர்ணன், சிசுபாலன், ஜராசந்தன், சல்லியன், சகுனி, ஜயக்ரதன் போன்ற மன்னர்களும்கூட அங்கிருந்தனர். இன்னும் கிருஷ்ணனும் பலராமனும்கூட வந்திருந்தார்கள். சுயம்வரத்தைப் பார்க்கவந்த ஜனக் கூட்டமோ கடலலை போல காணப்பட்டது.

அந்த ஜனக்கூட்டத்தின் நடுவே பிராமண வேடம் தரித்த பாண்டவர்களும் அமர்ந்திருந்தார்கள். அவர்களைக் கண்டு கொண்ட கிருஷ்ணன், பலராமனிடம் ரகசியமாக அவர்களைக் காண்பித்து புன்னகை புரிந்தான்.

திரௌபதியின் சுயம்வரத்தில் போட்டி ஒன்றை ஏற்பாடு செய்திருந்தான் துருபதன். மண்டபத்தில் மிகுந்த உயரத்தில் தங்கமீன் ஒன்றைச் சுமந்தபடி ஒரு யந்திரம் மெல்லச் சுழன்று கொண்டிருந்தது. அந்த யந்திரத்தின் நேர்கீழே, பூமிக்கு மேலாக மற்றொரு யந்திரம் வேகமாகச் சுழன்றுகொண்டிருந்தது. இந்த யந்திரத்தின் துளை வழியே அம்பைச் செலுத்தி மேலே சுழலுகிற யந்திரத்தின் தங்கமீனை அடித்து வீழ்த்த வேண்டும் என்பதே சுயம்வரத்தின் நிபந்தனையாக விதிக்கப்பட்டு இருந்தது. இம்மாதிரி அற்புதமான வில்வித்தையை அர்ஜுனனால் மட்டுமே நிகழ்த்தமுடியும் என்பதாலேயே துருபதன் இப்படி ஏற்பாடு செய்திருந்தான்.

ஜோதிடர்கள் குறித்துக்கொடுத்த முகூர்த்த காலத்தில், மங்கல கோஷங்களும் வாத்தியங்களும் முழங்க, திரௌபதி, கையில் மாலையுடன் மண்டபத்துக்குள் பிரவேசித்தாள். சுயம்வரம் தொடங்கியது. போட்டியில் கலந்துகொள்ள வந்திருந்த அரசகுமாரர்கள் ஒவ்வொருவராக வந்து வில்லில் அம்பு பூட்டி தங்கமீனை வீழ்த்த முயன்றார்கள். ஆனால், யாராலுமே அதைச் செய்ய முடியவில்லை. அனைவருமே தோற்றுப் போனார்கள். இப்படி தோற்றுப்போனவர்கள் வரிசையில் துரியோதனனும் அவனுடைய சகோதரர்களும்கூட அடக்கம். கர்ணன் இலக்கை அடிக்க முயன்று நூலிழையில் தோற்றுப் போனான்.

மாபெரும் வீரர்களே தோற்றுப்போனதைக் கண்டு மற்ற மன்னர்கள் கலந்துகொள்ளவே அஞ்சினார்கள்.

அப்போது ஜனக்கூட்டத்தின் மத்தியிலிருந்து அர்ஜுனன் எழுந்தான்.

பெரிய பெரிய வீரர்களே இலக்கை அடிக்கமுடியாமல் தோற்றுப் போக, ஓர் அந்தண இளைஞன் போட்டியில் கலந்து கொள்ள எழுந்ததைக் கண்டு சபையில் சலசலப்பு நிலவியது.

அர்ஜுனன் பிராமணவேடம் தரித்து இருந்ததால், அவனை யாருக்கும் அடையாளம் தெரியவில்லை. அர்ஜுனன் சபைக்கு நடுவில் வந்து, துருபதனிடமும், திரௌபதியின் சகோதரனான திருஷ்டத்யும்னனிடமும் கேட்டான்:

‘இந்த வில்லை எடுத்து இலக்கை அடிக்க பிராமணனாகிய எனக்கு அனுமதி உண்டா?’

‘வாலிபனே!, இது வீரர்களுக்கான போட்டி. இதில் பிராமணர், க்ஷத்திரியர், வைசியர், சூத்திரர் என்கிற பாகுபாடு கிடையாது. வீரர்கள் யாரானாலும் கலந்துகொள்ளலாம். இந்த வில்லை நாணேற்றி, குறி தவறாமல் யந்திரத்தின் தங்கமீனை வீழ்த்துபவர் எவராக இருந்தாலும் அவருக்கு என் தங்கை மனைவியாவாள். இது சத்தியம்!’ என்றான் திருஷ்டத்யும்னன்.

அர்ஜுனன், யந்திரத்தின் கீழ் வந்துநின்றான். வில்லை எடுத்து நாணேற்றினான். நடுவில் சுற்றுகின்ற யந்திரத்தின் துவாரம் வழியாக அம்பைச் செலுத்தக் குறி பார்த்தான்.

சபையில் இருந்த அனைவரும் மூச்சுவிடவும் மறந்து அவனையே பார்த்துக் கொண்டிருந்தனர்.

திரௌபதியின் சுயம்வரத்தில்
தங்கமீனைக் குறிபார்க்கும் அர்ஜுனன்.

அர்ஜுனன் சிவபெருமானைத் துதித்து, மனத்தில் கண்ணனை வணங்கி யந்திரத்தின் துளை வழியே அம்பைச் செலுத்தினான். அது மிகச்சரியாக தங்கமீனை அடித்து வீழ்த்தியது.

அவ்வளவுதான்! அடுத்த நாழிகை அங்கே அமைதி உடைபட்டு ஜனக்கூட்டம் ஆரவாரம் செய்தது.

கையில் மாலையுடன் தலை குனிந்து நின்றிருந்த திரௌபதி, சபையில் நிலவிய உற்சாகத்தினால் சற்றே நிமிர்ந்து பார்த்தாள். கையில் வில்லுடன் நின்றிருந்த அந்தண இளைஞன் போட்டியில் ஜெயித்து விட்டதைப் புரிந்துகொண்டாள்.

பெண்களின் உள்ளுணர்வு மிக அசாத்தியமானது. கண்கள் தவறிழைத் தாலும், மனம் அவர்களை ஏமாற்றுவதில்லை!

அர்ஜுனனையே மணப்பேன் என்று மனத்தில் உறுதி கொண்டிருந்த திரௌபதி, போட்டியில் தன்னை வெற்றி கொண்ட பிராமண இளைஞனைப் பார்த்தாள். பார்த்த கணமே அவனுக்கும் தனக்கும் வெகுநாள் பந்தம்போல உணர்ந்தாள். ஏனோ அவள் மனம், 'இவரை ஏற்றுக்கொள். இவர்தான் உன் கணவர்!' என்று உரக்கச் சொல்லியது.

திருஷ்டத்யும்னன் முக மலர்ச்சியுடன் தனது தங்கையை பிராமண இளைஞனிடம் அழைத்துச்சென்றான். திரௌபதி அர்ஜுனனுக்கு மாலை சூட்டினாள்.

இதனால் துரியோதனன், சல்லியன் முதலான அரசர்கள் கோபமடைந் தார்கள்.

'பாஞ்சால மன்னன் செய்தது மிகக் கேவலமான செயல். அரசன் மகளை அந்தணன் அடைவதா? இது மன்னர் குலத்துக்கே அவமானம். இதை சும்மா விடக் கூடாது. இந்த திரௌபதிக்கு ஒரு க்ஷத்திரியன் தேவையில்லையென்றால், போய் நெருப்பில் விழுந்து சாகட்டும். முதலில் அந்த அந்தணனைக் கொல்லுங்கள்!' என்றான் துரியோதனன்.

அவ்வளவுதான்! வந்திருந்த மன்னர்கள் எல்லோரும் பொறாமை யினால் அர்ஜுனனைத் தாக்க சூழ்ந்துகொண்டார்கள். திரௌபதி பயந்து போனவளாக அர்ஜுனனின் பின் சென்று நின்றுகொண்டாள்.

அடுத்தகணம், மண்டபமே யுத்தகளம் போலானது.

அர்ஜுனன் வில்லை எடுத்து ஆக்ரோஷமாகப் போரிட்டான். பீமன் வெளியே ஓடிப்போய் ஒரு பெரிய மரத்தை வேரோடு பிடுங்கிக் கொண்டு, அதையே ஆயுதமாக்கி மன்னர்களை விளாசித் தள்ளினான்.

இவர்களின் தாக்குதலை எதிர்கொள்ள முடியாமல் மன்னர்கள் தோற்றோடினர். துரியோதனன் முதலான அவனது சகோதரர்களும்கூட பலத்த அடிபட்டனர். இதனால் கோபமடைந்த கர்ணன், தனது வில்லை எடுத்து அம்புச்சரங்களால் அர்ஜுனனைத் தாக்கத் தொடங்கினான்.

இதற்குள்ளாக கிருஷ்ணனும் பலராமனும் முன்வந்து குழப்பம் நிலவிய சபையில் அமைதி ஏற்படுத்த முயன்றார்கள்.

'ராஜகுமாரர்களே! மன்னர்களே! கோபம் கொள்ளாதீர்கள். துருபதன் விதித்த நிபந்தனைப்படி, இந்தப் பிராமண இளைஞன் போட்டியில் வெற்றி பெற்றிருக்கிறான். தனது வீரத்தால் திரௌபதியை அடைந்திருக்கிறான். க்ஷத்திரியர்களாகிய நீங்கள், வீரம் எங்கிருந்தாலும் அதைப் போற்றவேண்டுமே தவிர பொறாமை கொள்வது தகாது. வீண் பிரச்னை செய்து யுத்தத்தை வளர்ப்பது நியாயமில்லை. இது தர்மமுமில்லை. மனதார மணமக்களை வாழ்த்திவிட்டுப் புறப்படுங்கள்' என்று சமாதானம் செய்து அனைவரையும் அனுப்பிவைத்தார்கள்.

கிருஷ்ணன், அர்ஜுனனிடம் திரும்பினான்.

'ஐயா! பிராமண இளைஞரே! நான் தங்களை, பிறகு வந்து சந்திக்கிறேன்!' என்று கண்களில் குறும்பு கொப்பளிக்க சொல்லிவிட்டுப் போனான்.

அர்ஜுனன், திரௌபதியை அழைத்துக்கொண்டு தாங்கள் தங்கியிருந்த குயவன் வீட்டுக்குச் சென்றான். வாசலில் நின்றபடியே குறும்பாக, 'அம்மா! நான் இன்று ஒரு அபூர்வமான பிட்சை கொண்டு வந்திருக்கிறேன்!' என்று குரல் கொடுத்தான்.

அர்ஜுனனின் இந்தக் குறும்பு, ஒரு குழப்பத்துக்கு வழிவகுத்தது!

குந்தி உள்ளிருந்ததால், அர்ஜுனன் ஒரு பெண்ணுடன் வந்திருப்பதைப் பார்க்கவில்லை. அவள் எப்போதும் சொல்வது போல, 'சரி. ஐந்து பேரும் ஒற்றுமையாகப் பகிர்ந்து கொள்ளுங்கள்!' என்று சொல்லிவிட்டாள்.

எல்லோரும் திகைத்துப்போனார்கள். உள்ளிருந்து வெளிப்பட்ட குந்தி, நடந்ததை அறிந்து கலங்கிப்போனாள்.

'ஐயோ! என்ன வார்த்தை சொல்லிவிட்டேன். பிட்சை சாதம் என்று நினைத்தல்லவா தவறாகக் கட்டளையிட்டு விட்டேன்!' என்று தவித்தாள்.

‘அம்மா! எந்தக் காரணம் கொண்டும் உனது வார்த்தைகள் பொய்யாகி விடக் கூடாது. ஆகவே, நாங்கள் ஐந்துபேரும் சேர்ந்து இவளை மணந்துகொள்வோம்!’

பாண்டவர்கள் உறுதியாகச் சொல்லி அந்தப் பிரச்னைக்கு முற்றுப் புள்ளி வைத்தார்கள். பின் அனைவரும் சென்று பிட்சை பெற்று வந்தனர். குந்தி அந்த உணவை வாங்கி திரௌபதியிடம் கொடுத்து, ‘அம்மா திரௌபதி! இந்த உணவில் பாதியை பீமனுக்குக் கொடு. மற்ற பாதியை நாம் ஆறு பேருமாக பிரித்துச் சாப்பிடலாம்!’ என்றாள்.

திரௌபதி அப்படியே செய்ய, அனைவரும் சாப்பிட்டு முடித்து உறங்கச் சென்றனர்.

இவை அனைத்தையும் திரௌபதியின் சகோதரன் திருஷ்டத்யும்னன் மறைந்திருந்து பார்த்துக்கொண்டிருந்தான்.

•••

அரண்மனையில், துருபதன் கவலையுடன் காத்திருந்தான்.

சுயம்வர மண்டபத்தில் நடந்ததெல்லாமே அவனுக்குக் கனவு போலிருந்தது! யாரோ ஓர் அந்தண இளைஞன் வந்தான்! போட்டியில் வென்றான்! மன்னர்களை எதிர்த்துத் துரத்தினான்! திரௌபதியை அழைத்துக்கொண்டு போய்விட்டான்! வீரனாகத்தான் தெரிந்தான். ஆனால், அவன் யார் என்று தெரியவில்லையே! திரௌபதியை நான் வேண்டிப்பெற்றது பூர்த்தியானதா நிறைவேறாமல் போனதா? ஒன்றும் புரியவில்லையே!‘ குழம்பித் தத்தளித்தான்.

அப்போது திருஷ்டத்யும்னன் அங்கே வந்தான்.

‘தந்தையே கவலைப்படாதீர்கள்! போட்டியில் திரௌபதியை வென்று அழைத்துப்போனவரின் வீட்டை நான் கண்டு பிடித்து விட்டேன். அவர்கள் ஒரு குயவன் வீட்டில் தங்கியிருக்கிறார்கள். சகோதரர்கள் ஐந்துபேர் உள்ளனர். அவர்களுடன் தாயும் இருக்கிறார்கள். எனக் கென்னவோ அந்த ஐந்துபேரும் பாண்டவர்கள் என்றும், தாயார் குந்திதேவியார் என்றே தோன்றுகிறது. அவர்கள் என்ன பேசினார்கள் என்று கேட்க முடியவில்லை. ஆனால் தங்கை திரௌபதி, முக மலர்ச்சி யுடன் சந்தோஷமாகவே காணப்பட்டாள். நீங்கள் அவர்களை அழைத்துப்பேசினால் உண்மையைப் புரிந்துகொள்ளலாம்’ என்றான்.

மறுதினம் துருபதன் அரச மரியாதைகளுடன் அவர்களை அரண் மனைக்கு அழைத்துவரச் செய்தான்.

சகோதரர்களில் மூத்தவனான தருமனிடம் 'வீரர்களே! தயவுசெய்து உண்மையை மறைக்காமல் சொல்லுங்கள். நீங்கள் யார்? உங்களுடைய வர்ணம் என்னவென்று தெரிந்தால், அதற்குத் தகுந்தபடி திருமணத் துக்கு ஏற்பாடு செய்வேன்!' என்று கேட்டான்.

'துருபதரே! நாங்கள் பாண்டு ராஜனின் புத்திரர்கள். பஞ்ச பாண்டவர்கள். இவர்களே எங்கள் தாயார் குந்திதேவியார்' என்று ஒளிக்காமல் தங்களை வெளிப்படுத்திக்கொண்டான் தருமன்.

துருபதன் அளவில்லாத சந்தோஷம் கொண்டான். குந்தியை வணங்கி மரியாதை செலுத்தினான். அவர்களது அந்தஸ்துக்குப் பொருத்தமான ஆடை ஆபரணங்களை அளித்து உபசரித்தான். பிரமாதமாக விருந்துப சாரம் செய்தான்.

தருமன், துருபதனிடம் தாங்கள் அரக்கு மாளிகை சதியிலிருந்து தப்பித்தது முதல் பாஞ்சாலம் வந்துசேர்ந்தது வரை எல்லாவற்றையும் விரிவாகச் சொன்னான். பின் திருமணம் பற்றிப் பேசும்போது, தாய் குந்தியின் வார்த்தைகள் பொய்யாகாமல் இருக்க திரௌபதியை சகோதரர்கள் ஐந்துபேரும் மணந்துகொள்ள இருப்பதாகச் சொல்லி துருபதனிடம் அனுமதி கேட்டான்.

துருபதன் திடுக்கிட்டுப் போனான்.

'தருமரே! ஒரு ஆணுக்குப் பல மனைவிகள் இருப்பது வழக்கத்தில் உள்ளதுதான். ஆனால் ஒரு மனைவிக்குப் பல கணவர்கள் என்பது கேட்கவே கூசுகிறதே! இது பூலோகத்திலேயே இல்லாத வழக்கமாக உள்ளதே! சாஸ்திரங்கள்கூட ஒப்புக்கொள்ளாத இப்படியொரு காரியத்தைச் செய்வது முறையாகுமா? இது நீதியா?' என்று பதறினான்.

'முன்பொரு காலத்தில் ஜடிலை என்கிற பெண் ஏழுபேரை மணந்தாள் என்று புராணம் கூறுகிறது. அதுபோலவே வார்ஷி என்பவள் சகோதரர் களான பத்துபேருக்கு மனைவியாக வாழ்ந்திருக்கிறாள். அதுபோல சகோதரர்களான நாங்கள் எந்தச் சூழலிலும் ஒற்றுமை குலையாமல், கிடைப்பதையெல்லாம் சேர்ந்து அனுபவிப்பதாக சபதம் எடுத்துள்ளோம். அதுமட்டுமல்லாமல் இது எங்கள் தாய்மூலம் வெளிப் பட்டது. இதை நாங்கள் புறக்கணிக்க முடியாது!' என்றான் தருமன்.

தருமன் என்னதான் காரணங்கள் சொன்னாலும், துருபதனும் திருஷ்டத்யும்னனும் இதை ஏற்றுக்கொள்ள முடியாமல் சங்கடம் கொண்டார்கள்.

அப்போது வியாச மகரிஷி அங்கு தோன்றினார். துருபதனையும் திருஷ்டத்யும்னனையும் தனியே அழைத்துப்போனார். இந்த விசித்திர நிகழ்வுக்கான காரணத்தை விளக்கிச் சொல்ல ஆரம்பித்தார்.

'துருபதா! முன்னொரு காலத்தில் இந்திரர்கள் ஐந்துபேர் சிவ பெருமானிடம் கர்வத்துடன் நடந்துகொண்டதால் சாபம் அடைந் தார்கள். பின் அவர்கள் மனம் திருந்தி மன்னிப்புக் கேட்டதால் சிவன் இந்திரர்களுக்கு சாப விமோசனம் அளித்தார். அதன்படி ஐந்துபேரும் மனிதப் பிறவி எடுத்து பூலோகத்தில் மிகுந்த புகழுடன் வாழ்ந்து இந்திரலோகம் திரும்புமாறு அருள்புரிந்தார். அந்த ஐந்து இந்திரர்களே இங்கு பாண்டவர்களாகப் பிறந்துள்ளார்கள்.

அப்படிப் பிறக்கும் இந்திரர்களுக்கு, லக்ஷ்மிதேவியின் அம்சமான ஒரு பெண்ணே மனைவியாவாள் என்றும் விதித்தார். அப்படி விதித்ததற்கும் ஒரு காரணம் இருந்தது. உனது மகள் திரௌபதி, போன பிறவியில் சிவபெருமானைத் துதித்து தவம் செய்தாள்.

சிவன் அவள் முன்பு காட்சி தந்தபோது, 'தனக்கு நல்ல கணவன் வேண்டும்!' என்று ஐந்துமுறை சொன்னாள். ஆகவே அவளுக்கு 'ஐந்து கணவர்கள் அமைவார்கள்!' என்று சிவன் வரமளித்தார். அதன்படியே இப்போது எல்லாமும் நடந்தது' என்று கூறிய வியாசர் நடந்த சம்பவங்களையெல்லாம் பார்க்கும்படியாக துருபதனுக்கு ஞானக்கண் அளித்தார். அதன்மூலம் துருபதன் நடந்தவற்றை அறிந்து மனம் தெளிவடைந்தான்.

'துருபதா! ஒருத்தி ஐந்துபேரை மணப்பது மனித தர்மம் கிடையாது என்பது உண்மைதான். ஆனால், இது தேவ தர்மம்! எனவே, திரௌபதியை பாண்டவர்களுக்கு தயங்காமல் திருமணம் செய்து கொடு!' என்று சொல்லிவிட்டு மறைந்தார்.

பிறகென்ன! துருபதன் மனம் சமாதானமடைந்தான். திருமணத்தை மிகச்சிறப்பாக கோலாகலமாக நடத்தி முடித்தான்.

ஆனால், இந்தக் கல்யாண சந்தோஷத்தை அனுபவிக்க விடாமல் பாஞ்சால தேசத்தை முற்றுகையிட்டது ஒரு போர்!

13

பாதி ராஜ்யம்!

அஸ்தினாபுரத்தில் துரியோதனன் வெறிகொண்டவன் போல அரண் மனைக்குள் குறுக்கும் நெடுக்குமாக நடந்துகொண்டிருந்தான். அவன் மனம் நெருப்புக்குழம்பாக கொதித்துத் தகித்தது!

அரக்கு மாளிகை சதியில் பாண்டவர்கள் எரிந்துபோகாமல் தப்பித்ததே அவனுக்கு பெரிய ஏமாற்றமாக இருந்தது. அத்துடன் திரௌபதியை மணந்துகொண்டு பாண்டவர்கள் பாஞ்சால தேசத்தில் சகல சௌபாக்கியங்களுடன் சுக போகமாக வாழ்கிறார்கள் என்பதைக் கேள்விப்பட்டதிலிருந்து மனம் கொந்தளித்துக் கிடந்தான் அவன்.

அடுத்து என்ன செய்வதென்று புரியாமல் மாமா சகுனியிடமும் நண்பன் கர்ணனிடமும் ஆலோசனை கேட்டான்.

'துரியோதனா! இப்போது பாண்டவர்கள் வலிமை பெற்றவர்களாக ஆகிவிட்டார்கள். சக்தி வாய்ந்த படைபலம் கொண்ட துருபதனின் துணை அவர்களுக்குக் கிடைத்துவிட்டது. இதற்குமேல் இன்னும் பல அரசர்கள் பாண்டவர்கள் பக்கம் சேரும் முன்பாக அவர்களை அழித்துவிடுவதே நல்லது. அப்படிச் செய்தால்தான், பின்னாளில் நீ சுகமாக இருக்கமுடியும்!'

சகுனி அழுத்தம் திருத்தமாகச் சொன்னான். அதை ஆமோதித்தான் கர்ணன்.

'ஆம் துரியோதனா! இதுவே நமக்குச் சரியான தருணம். இப்போது நாம் தாக்குவோம் என்று பாண்டவர்கள் எதிர்பார்க்க மாட்டார்கள். இந்தப் போரிலேயே அவர்களை அழித்துவிடலாம். நாம் நிச்சயம் வெல்வோம்!' என்றான்.

காரியத்தைத் தள்ளிப்போடாமல் உடனே செயலில் இறங்கினார்கள்.

படையெடுப்பு நடந்தது. பாஞ்சால தேசத்தை துரியோதனன் படை முற்றுகையிட்டது.

பாண்டவர்கள் இதை எதிர்பார்க்கவில்லை என்றாலும், துருபதனின் துணையோடு பாஞ்சாலப் படையுடன் வெளிப்பட்டார்கள். துரியோதனனின் படையுடன் மோதினார்கள்.

போர் மிக உக்ரமாக நடந்தது. இரண்டு தரப்பிலும் ஏராளமான இழப்புகள் நேர்ந்தன. கடுமையான போருக்குப்பின் அர்ஜுனன் மழைபோல் பொழிந்த அம்புகளுக்குமுன் தாக்குப் பிடிக்க முடியாமல் துரியோதனன் படை பின்வாங்கியது. கர்ணனும்கூட அர்ஜுனனின் அம்பால் தாக்கப்பட்டு மயங்கிப் போனான். கர்ணனின் தேரோட்டி பயந்துபோய் யுத்தகளத்தை விட்டே தேரை வெளியே ஓட்ட, அதைக் கண்ட துரியோதனன் படையும் பின்னாலேயே தோற்றோடியது. துரியோதனன் அவமானத்துடன் அஸ்தினாபுரம் திரும்பினான்.

துரியோதனன் யாரிடமும் சொல்லாமல் பாண்டவர்கள்மீது படையெடுத்துச் சென்றதையும், பின் தோற்றுப்போய் திரும்பியதையும் அறிந்த விதுரன் மனம் மகிழ்ந்தான். இதற்கும் மேல் பாண்டவர்களைப்பற்றி வெளிப்படுத்தாமல் இருக்கக்கூடாது என்று தீர்மானித்தான்.

மன்னன் திருதராஷ்டிரனிடம் சென்று, பாண்டவர்கள் உயிருடன் இருப்பதையும் திரௌபதியை அர்ஜுனன் போட்டியில் வென்றதையும், பாண்டவர்கள் அவளை மணந்து கொண்டதையும் கூறி, ‘தற்போது அவர்கள் பாஞ்சால தேசத்தில் தாய் குந்திதேவியாருடன் நலமாக இருக்கிறார்கள்’ என்று கூறினான்.

விதுரன் சொன்னதைக் கேட்டு, திருதராஷ்டிரன் மனத்துக்குள் ஏமாற்றமடைந்தாலும் அதை வெளிக்காட்டிக் கொள்ளாமல் பாசமுடையவன் போல் பேசினான்.

‘கடவுளே! என் அன்புக்குரிய பாண்டவர்கள் உயிருடன் இருக்கிறார்களா? அவர்கள் நெருப்பில் கருகி இறந்து போனார்கள் என்றல்லவா வேதனையில் வெந்துகொண்டிருந்தேன். நல்ல சேதி சொன்னாய் விதுரா! அவர்கள் துருபதன் மகளை மணந்துகொண்டது என் மனத்துக்கு மிகவும் மகிழ்ச்சியளிக்கிறது’ என்றான்

அப்போது அங்கு வந்த பீஷ்மர், திருதராஷ்டிரனிடம் உறுதியாகப் பேசினார்:

'மகனே திருதராஷ்டிரா! பாண்டவர்கள் உயிர் பிழைத்திருக்கிறார்கள் என்று கேள்விப்பட்டது நமது புண்ணியம்தான்! உனது பிள்ளை களாகிய கௌரவர்கள்தான் சதிசெய்து பாண்டவர்களைக் கொன்று விட்டார்கள் என்கிற பெரிய பழியிலிருந்து நீ தப்பித்தாய்!' என்றவர், துரியோதனனிடம் திரும்பிச் சொன்னார்:

'துரியோதனா! நீ இந்த ராஜ்ஜியத்தை விரும்புவது போலவே பாண்டவர்களும் இந்த ராஜ்ஜியத்தை விரும்புகிறார்கள். அவர்கள் ஆசைப்படுவது நியாயம்தான். இது அவர்களுக்கும் உரிய மூதாதையர் களின் சொத்துதான். கண்டிப்பாக அவர்களுக்கும் இதில் பங்குண்டு. பாண்டவர்கள், கௌரவர்களுக்கிடையில் பகை வேண்டாம். நான் சொல்வதைக் கேளுங்கள். ராஜ்ஜியத்தை இரண்டாகப் பிரித்து, ஒரு பாதியை நீங்களும் மறு பாதியை அவர்களும் எடுத்துக்கொண்டு ஆட்சி புரியுங்கள். இதுதான் இரண்டு தரப்புக்குமே நன்மையாக இருக்கும்!' - முடிவாகச் சொல்லிமுடித்தார் பீஷ்மர்.

மறுநாள் அரசவையில் இதைப்பற்றிப் பேசியபோது, விதுரனும் துரோணரும் கிருபரும் மற்ற மந்திரிகளும்கூட பீஷ்மர் சொன்னதே சரியென்று வலியுறுத்தினார்கள். பெரியோர்களின் சொல்லைத் தட்டமுடியாதவன் ஆனான் திருதராஷ்டிரன். வேறுவழியின்றி பாண்டவர்களை அஸ்தினாபுரம் அழைத்துவருமாறு விதுரனை அனுப்பிவைத்தான்.

•••

பாஞ்சாலதேசம் சென்ற விதுரன், துருபதனை சந்தித்துப் பேசினான். 'அஸ்தினாபுர மன்னர் திருதராஷ்டிரர் தங்களைத் தரிசித்துவிட்டு, பாண்டவர்களையும் அவர்களின் பத்தினியான திரௌபதியையும் மற்றும் குந்திதேவியாரையும் அஸ்தினாபுரத்துக்கு அழைத்துவரச் சொல்லி என்னை அனுப்பிவைத்தார். அதற்கு தங்களுடைய அனுமதி வேண்டும். விருப்பத்துடன் நீங்கள் அவர்களை என்னுடன் அனுப்பி வைக்க வேண்டும்!'

இனிமையாகவும் பணிவுடனும் கேட்டார் விதுரர்.

திருதராஷ்டிரனின் இந்த அழைப்பு துருபதனுக்கு சந்தேகத்தைத் தந்தது.

எனவே, அவன் விதுரனிடம் தயங்கியபடி சொன்னான்.

'ஐயா விதுரரே! இதில் என் விருப்பமென்று ஒன்றுமில்லை. பாண்ட வர்கள் விருப்பம் எதுவோ அதன்படியே செய்யலாம்!'

பாண்டவர்களிடம் விதுரனை அழைத்துப்போனான். அப்போது கிருஷ்ணனும் அங்கு பாண்டவர்களைப் பார்க்க வந்திருந்தான்.

விதுரன், மிகுந்த பாசத்துடன் பாண்டவர்களைக் கட்டித் தழுவி ஆனந்தக் கண்ணீர் விட்டான். பின் கிருஷ்ணனை நலம் விசாரித்து விட்டு குந்தியைக் கேட்டான்:

'குந்தி! உன்னையும் உனது பிள்ளைகளையும் அஸ்தினாபுரம் கூட்டி வரச் சொல்லி மன்னர் திருதராஷ்டிரர் என்னை அனுப்பி வைத் துள்ளார். புறப்படுங்கள் போகலாம்!' என்றான்.

குந்திக்கு மனத்தில் சஞ்சலம் இருந்தது. துரியோதனனாலும் அவ னுடைய சகோதரர்களாலும் தனது பிள்ளைகளுக்கு ஏதாவது ஆபத்து ஏற்படுமோ என்று அவள் பயந்தாள்.

கிருஷ்ணன் அவளின் மனநிலை உணர்ந்து தைரியம் அளித்தான்.

'அத்தை! வீண் கலக்கம் வேண்டாம். விதுரரால்தான் இன்று உனது பிள்ளைகள் உயிருடன் இருக்கிறார்கள். அவரே வந்து அழைக்கும் போது எதற்கு அஞ்சுகிறாய்? விதுரருடன்கூட அஸ்தினாபுரத்தில் பீஷ்மர், துரோணர், கிருபர் போன்ற நல்லவர்களும் உங்களுக்குப் பாதுகாப்பாக இருப்பார்கள். தயங்காமல் புறப்பட்டுச் செல்லுங்கள். நன்மையே உண்டாகும்!'

விதுரனும் மிகுந்த சந்தோஷத்துடன் சொன்னான்.

'குந்தி! யாராலும் உன் பிள்ளைகளுக்கு அழிவு நேராது. உண்மையில், இனி அவர்களுக்கு நல்ல காலம்தான். பாண்டவர்களுக்கு ராஜ்ஜியம் கிடைக்கப்போகிறது. அனைவரும் ஜகம் புகழ வாழப்போகிறார்கள். தயக்கமில்லாமல் புறப்பட்டு வா!'

இத்தனைக்குப் பிறகு துருபதனிடம் அனுமதி பெற்ற பாண்டவர்கள் - தாயுடனும் தங்களது மனைவி திரௌபதியுடனும் கூடவே கிருஷ்ண னையும் அழைத்துக்கொண்டு அஸ்தினாபுரம் சென்றார்கள்.

•••

பாண்டவர்களை வரவேற்க அஸ்தினாபுரத்தில் சிறப்பாக ஏற்பாடுகள் செய்யப்பட்டிருந்தன. தெருக்கள்தோறும் அலங்கரிக்கப்பட்டு தோரணங்கள் தொங்கவிடப்பட்டு அழகாகக் காட்சியளித்தன. மங்கல வாத்தியங்கள் முழங்க யானைகள் வந்து மாலையிட்டன. பாண்ட வர்கள் வருகைக்காகவே காத்திருந்த மக்கள், சந்தோஷமாக உற்சாக வரவேற்பளித்தனர். மலர் தூவி வாழ்த்தினர்

பாண்டவர்கள், திருதராஷ்டிரனையும் காந்தாரியையும் சந்தித்து ஆசி பெற்றார்கள். பீஷ்மர், துரோணர், கிருபர் எல்லோரையும் வணங்கி வாழ்த்து பெற்றார்கள்.

பீஷ்மர் சொன்னபடி, பாண்டவர்களுக்கு பாதி ராஜ்யம் தரப்பட்டு தருமனுக்கு பட்டாபிஷேகம் நடத்தப்பட்டது.

பின்னர் திருதராஷ்டிரன், பாண்டவர்களை தனியே அழைத்துப் பேசினான்.

'பாண்டு புத்திரர்களே! விதியின் செயலோ அல்லது நான் செய்த பாவமோ எனது பிள்ளைகள் கொடிய மனம் கொண்டவர்களாகி விட்டார்கள். ஆரம்பம் முதலே அவர்களுக்கும் உங்களுக்கும் பிடிக் காமலே போய்விட்டது. அவர்கள் எனது வார்த்தைகளுக்கும் மதிப் பளிப்பதில்லை. இனியாவது உங்களுக்குள் விரோதம் ஏற்படாமல் இருக்கவேண்டும் என்பதே என் விருப்பம். எனவே, உங்களுக்கு அளித்துள்ள பாதி ராஜ்யத்தை நீங்கள் காண்டவப் பிரஸ்தம் சென்று அதையே தலைநகராக்கிக் கொண்டு ராஜ்ஜியத்தை ஆண்டு வாருங்கள். முன் காலத்தில் நமது முன்னோர்கள் அங்கிருந்துதான் ஆட்சி புரிந்தார்கள். அதை நீங்கள் மீண்டும் புதுப்பித்துக் கொள்ளுங்கள்' என்று யோசனை சொன்னான்.

பாண்டவர்கள் அஸ்தினாபுரத்தில் அனைவரிடமும் விடைபெற்றுக் கொண்டு காண்டவப் பிரஸ்தம் போய்ச்சேர்ந்தார்கள்.

பாண்டவர்களுடன் சென்ற கிருஷ்ணன் தேவலோகக் கலைஞனான விஸ்வகர்மாவை அழைத்தான்.

'இந்தக் காண்டவப் பிரஸ்தத்தை விண்ணுலகின் இந்திரலோகம் போல புதுப்பித்துக் கட்டி கொடு' என்று கட்டளையிட்டான்.

அதன்படியே காண்டவப் பிரஸ்தத்தை ஒரு மாயாலோகம் போல வடிவமைத்தான் விஸ்வகர்மா. உறுதியான கோட்டைக் கொத்தளங் கள், அகழிகள், மாட மாளிகைகள், விஸ்தாரமான வீதிகள், குடிமக்கள் வசிக்க அழகிய வீடுகள், அற்புதமான நந்தவனங்கள், மிகப்பெரிய ஏரிகள், குளங்கள் என்று ஒரு குறையும் இல்லாதபடி காண்டவப் பிரஸ்தம் சொர்க்கம்போல ஜொலித்தது. கிருஷ்ணன் அந்த நகருக்கு 'இந்திரப் பிரஸ்தம்' என்று பெயர் சூட்டினான்.

பாண்டவர்கள் இந்திரப் பிரஸ்தத்திலிருந்தே தங்கள் ராஜ்ஜியத்தை ஆளத் தொடங்கினார்கள். குடிமக்களிடம் மிகுந்த அன்பு செலுத்தி

னார்கள். நியாயமான வரியை வசூலித்து, மக்களுக்குத் தேவையான வற்றை அளித்து நீதி தவறாமல் ஆட்சி புரிந்தார்கள். பாண்டவர் களுடைய ஆட்சியின்கீழ் குடிமக்கள் நிம்மதியுடனும் சந்தோஷத் துடனும் எந்தவித பயமோ கவலையோ இல்லாமல் சுகமாக வாழ்ந்தார்கள்.

இந்தச் சமயத்தில்தான் அர்ஜுனன், கிருஷ்ண, பலராமனின் தங்கை யான சுபத்திரையைக் காதலித்துக் கல்யாணம் செய்து கொண்டான்.

சுபத்திரை கர்ப்பமுற்று அபிமன்யுவைப் பெற்றெடுத்தாள். திரௌபதி யும், பாண்டவர்கள் ஐவரிடமும் ஐந்து பிள்ளைகளைப் பெற்றாள்.

இந்தச் சூழ்நிலையில் ஒருநாள் திரிலோக சஞ்சாரியான நாரதர் இந்திரப் பிரஸ்தத்துக்கு வந்தார்.

நாரதர் வந்தால் கலகம் இல்லாமல் இருக்குமா? ஆமாம்! ஒரு கலகத்துக்கான தொடக்கத்தோடுதான் தருமனைச் சந்தித்தார் அவர்!

அது ஒரு கொடியவனின் மரணத்தில் போய் முடிந்தது.

14

ஜராசந்தன் வதம்!

நாரதர் வருகையைக் கண்டதும் தானே எழுந்துபோய், எதிர்கொண்டு வரவேற்றான் தருமன்.

‘ஸ்வாமி! தங்கள் வருகையினால் இந்திரப் பிரஸ்தம் புனிதமடைந்தது! நான் புண்ணியனானேன்!’ என்று மகிழ்ந்தவன், ‘ஸ்வாமி! தாங்கள் வந்ததின் நோக்கத்தை நான் அறிந்து கொள்ளலாமா?’ என்று பணிவாகக் கேட்டான்.

‘தருமா! நான் விண்ணுலகிலிருந்து உனக்கு ஒரு தகவலைக் கொண்டுவந்திருக்கிறேன்!’ என்றார் நாரதர்.

‘சொல்லுங்கள் மகரிஷி!’

‘விண்ணுலகில் இருக்கும் உன்னுடைய தந்தை பாண்டுதான் என்னை அனுப்பிவைத்தார். யாகங்களில் சிறந்ததான ராஜசூய யாகத்தை நீ செய்யவேண்டும் என்று அவர் ஆசைப்படுகிறார்! அப்படி அந்த யாகத்தை நீ செய்துமுடித்தால் அதன் பலனாக பாண்டுவுக்கு இந்திர சபையில் ஒரு சிறப்பான இடம் கிடைக்கும். ஆகவே, ‘எனது மகன் தருமபுத்திரனிடம் சொல்லி விரைவில் அந்த ராஜசூய யாகத்தை நடத்தச் சொல்லுங்கள்!’ என்று சொன்னார். ஆனால் இதை நீ செய்யத் தொடங்கினால், நிறையச் சிக்கல்களும் இடையூறுகளும் ஏற்படும் என்றே எனக்குத் தோன்றுகிறது யோசித்துச் செய்!’ - என்று சொல்லி விட்டுக் கிளம்பினார் அந்தக் கலகக்காரர்!

தருமன் இதைப்பற்றிக் கிருஷ்ணனிடம் ஆலோசனை கேட்டான்.

‘கிருஷ்ணா!, நான் ராஜசூய யாகம் நடத்த ஆசைப்படுகிறேன். தம்பிகளும் அதையே விரும்புகிறார்கள். எல்லா மன்னர்களாலும்

ஏற்றுக்கொள்ளப்பட்டு எந்த மன்னன் பூஜிக்கப்படுகிறானோ, அவனே ராஜசூய யாகம் செய்யத்தகுந்தவன் என்பது சாஸ்திரம். இதைப்பற்றி நீ என்ன நினைக்கிறாய் கிருஷ்ணா? மனம் திறந்து சொல்!'

தருமன் கேட்க, கண்ணன் அர்த்தத்துடன் புன்னகைத்தான்.

'தருமனே! ராஜசூய யாகம் நடத்த உனக்கு எல்லாத் தகுதிகளும் இருக்கிறது. ஆனால், இப்போது க்ஷத்திரிய வம்சத்தினர் மிகப் பெரிய சிக்கலில் இருக்கிறார்கள். நீ ராஜசூய யாகம் நடத்தினால் துரியோதனனும் கர்ணனும்கூட பெரிய தடையென்று நான் சொல்லமாட்டேன். அவர்களை நாம் சமாளித்து விடலாம்! ஆனால், மிகப்பெரிய இடையூறாக இருப்பவன் ஜராசந்தன் ஒருவன்தான்! அவனைக் கண்டுதான் மன்னர்கள் எல்லோருமே நடுநடுங்கிக் கொண்டிருக்கிறார்கள்.

மகத நாட்டு மன்னனான ஜராசந்தன், இதுவரை 86 அரசர்களை வென்று சிறைப்படுத்தி வைத்திருக்கிறான். இன்னும் 14 அரசர்களை வென்று சிறைப்பிடிக்கவும் திட்டமிட்டுள்ளான். அது மட்டும் நடந்துவிட்டால் ஜராசந்தனை யாராலுமே வெல்லமுடியாது! அவன் இதுபோல் நூறு அரசர்களை சிறைப்பிடித்து வைத்திருப்பது எதற்குத் தெரியுமா?'

'அவர்களின் ராஜ்ஜியத்தை அபகரிக்கத்தானே?' என்று கேட்டான் அர்ஜுனன்.

'இல்லை! அவன் நரமேதம் என்கிற யாகத்தைச் செய்ய நிச்சயித்திருக்கிறான். நூறு அரசர்களை ஜெயித்தவுடன் ருத்திரருக்குப் பலி கொடுத்து அவர்களுடைய தலையை வெட்டி ஹோமத் தீயில் போட்டு, யாகத்தை நிறைவுசெய்ய முடிவெடுத்திருக்கிறான். அப்படிச் செய்தால், அவன் பெரும் வலிமை பெற்றுவிடுவான். அதன்பிறகு அவனை யாராலும் வெல்லமுடியாது. ஆகவே யாகத்தைச் செய்ய விடாமல் ஜராசந்தனைத் தடுத்து, அவனிடம் சிறைப்பட்டிருக்கும் மன்னர்களை எவன் மீட்கிறானோ அவன் பெரும்புகழ் அடைவது நிச்சயம். ஜராசந்தனை ஜெயிப்பவன், உலகையே ஆளும் சக்ரவர்த்தியாவான். இதில் ஒன்றும் சந்தேகமில்லை! ஆனால், அதற்குத் துணிந்தவன்தான் யாருமில்லை!'

'இத்தகைய கொடுமைக்காரனை இதுவரை யாருமே எதிர்க்கவில்லையா?'

'ஜராசந்தனின் பேராற்றலைப்பற்றி நீங்கள் அறியவில்லை. அவனுடைய பராக்கிரமத்தைக் கண்டு க்ஷத்திரியர்கள் எல்லோருமே

பயந்து பணிந்து கிடக்கிறார்கள். சிசுபாலன் போன்ற மாபெரும் வீரர்கள்கூட அவனை ஆதரிக்கிறார்கள். இதற்கெல்லாம் மேலாக, யாதவர்களாகிய நாங்களே அவனால் பாதிக்கப்பட்டுத்தானே பிறந்த ஊரை விட்டு வேறு ஊருக்குப் போனோம்!'

என்ன! 'அவன் உங்களையும் எதிர்த்தானா? எதற்காக கண்ணா?'

'கொடியவனான கம்சனை நான் கொன்றேன் இல்லையா? அந்த கம்சன், ஜராசந்தனின் மகளை மணந்தவன். மருமகனைக் கொன்ற என்னை சும்மா விடுவானா என்ன? என்மீதும் யாதவ குலத்தின்மீதும் பெருங்கோபம் கொண்டான் ஜராசந்தன். அடுத்தடுத்து எங்கள்மீது போர் தொடுத்துக் கொண்டே இருந்தான். எங்களுக்கும் அவனுக்கும் பதினெட்டு முறை போர் நடந்து தோற்றோம்! அதற்கு மேலும் ஜரா சந்தனின் தொல்லை பொறுக்க முடியாமல்தான், மதுராவை விட்டு துவாரகாபுரிக்கு போய்ச் சேர்ந்தோம்.'

'ஜராசந்தனுக்கு இத்தனை பேராற்றல் எப்படி வந்தது கிருஷ்ணா? அவன் யார்?' - ஆர்வத்துடன் கேட்டான் பீமன்.

'சொல்கிறேன் பீமா, கவனமாகக் கேட்டுக்கொள்! முன்பு மகத நாட்டை ஆண்ட பிருகத்ரதன் என்பவன் காசிராஜனுடைய இரட்டை யாகப் பிறந்த பெண்களைத் திருமணம் செய்து கொண்டான். இருவரிட மும் சரிசமமாக அன்பு செலுத்தி வந்தான். வருடங்கள் பல கடந்தும் அவர்களுக்குக் குழந்தை பிறக்கவில்லை. இதனால் மனம் வருந்திய பிருகத்ரதன், ஒருமுறை வனத்தில் கௌசிகர் என்கிற முனிவரைக் கண்டான். தனக்கு புத்திரபாக்கியம் இல்லாத குறையைச் சொல்லி வருந்தினான்.

பிருகத்ரதனின் வேதனையைக்கண்டு முனிவர் மனம் இரங்கினார். அப்போது மரத்தடியில் அமர்ந்திருந்த அவருடைய மடி மீது மாங்கனி ஒன்று விழுந்தது. அதை அவர் பிருகத்ரதனிடம் கொடுத்து, 'இதன்மூலம் உனக்கு மிகச்சிறந்தவனான பிள்ளை பிறப்பான். சந்தோஷமாகப் போய் வா!' என்று அனுப்பிவைத்தார்.

ஒருவர் மட்டுமே உண்ணவேண்டிய அந்த மாங்கனியை, பிருகத்ரதன் தனது இரண்டு மனைவிகளுக்கும் இரண்டாகப் பகிர்ந்து கொடுத்தான். இரண்டு மனைவிகள்மீதுமே சமமான அன்பு கொண்டவன் என்பதால் அவன் இப்படிச் செய்தான். கனியைச் சாப்பிட்ட மனைவிகள் கர்ப்பவதியானார்கள். சரியான காலத்தில் பிரசவமும் ஆகியது. ஆனால், பிறந்ததோ இரண்டு துண்டான உடல்கள். குழந்தையை சரிபாகமாக நெடுக்க வெட்டியதுபோல ஒரு மனைவியின் வயிற்றில்

ஒரு பாதி உடலும், மற்றொரு மனைவியின் வயிற்றில் இன்னொரு பாதி உடலுமாக கருப்பிண்டம் வந்து விழுந்தது.

பிருகத்ரதனும் அவனுடைய மனைவிகளும் வேதனை கொண்டார்கள். துயரத்துடன் அந்தப் பிண்டங்களைத் தூக்கி எறிந்துவிடச் சொன்னார்கள். பணிப்பெண்கள், நகரத்தின் விளிம்பில் இருந்த கானகத்தில் கொண்டுபோய் பிண்டங்களை வீசியெறிந்தார்கள்.

அந்த இடத்துக்கு நரமாமிசம் தின்னும் அரக்கி ஒருத்தி வந்தாள். குப்பையில் கிடந்த பிண்டங்களைப் பார்த்து மகிழ்ந்தாள். அவைகளைச் சாப்பிட்டு பசியாறலாம் என்று நினைத்தாள். உண்பதற்காக இரண்டு பாதி உடல்களையும் அவள் ஒன்றாகச் சேர்க்க, உடனே அது ஒட்டிக்கொண்டு ஒரு குழந்தையாக உருமாறி உயிர்பெற்று அழத் தொடங்கியது. அரக்கிக்கு அதைக் கொல்ல மனம் வரவில்லை. மன்னன் பிருகத்ரதனிடம் போய் நடந்ததைச் சொல்லி, 'உன் குழந்தையை நீயே பெற்றுக்கொள்' என்று கொடுத்துவிட்டுப் போனாள். அந்தக் குழந்தைதான் ஜராசந்தன். இரண்டு உடலாக இருந்து ஒன்று சேர்ந்தபடியால், இப்போதும் அவனுடைய உடல் இரண்டாகப் பிரியும் தன்மையோடுதான் இருக்கிறது!' என்று ஜராசந்தனின் பிறப்பைப்பற்றிச் சொல்லி முடித்தான் கிருஷ்ணன்.

தருமன் மனம் சோர்ந்து போனான்.

'கிருஷ்ணா! உங்களாலேயே வெல்ல முடியாத ஜராசந்தனை வேறு யார்தான் வெல்லமுடியும்? வேண்டாம். இந்த ராஜசூய யாகத்தைக் கைவிட்டு விடுவோம்!' என்றான்.

'தருமா! நம்பிக்கையிழக்காதே. கொடியவனான ஜராசந்தன் விரைவில் கொல்லப்பட வேண்டியவன்தான். அதை நாமே செய்வோம்! பீமனும் அர்ஜுனனும் சம்மதம் தெரிவித்தால், நானும் அவர்களுடன் சேர்ந்து மூவருமாகச் செல்கிறோம். எந்த விதத்திலாவது ஜராசந்தனை வதம் செய்துவிட்டுத் திரும்புகிறோம்!' என்று தைரியம் அளித்தான் கிருஷ்ணன்.

கண்ணனும் அர்ஜுனனும் பீமனும் உற்சாகமாகப் புறப்பட்டார்கள்.

•••

அழகானதும் செழிப்பானதுமான மகத நாட்டை அடைந்த மூவரும், வேதியர்களைப்போன்று வேடமிட்டுக் கொண்டார்கள்.

'கிருஷ்ணா! எதற்காக இந்த வேதியர் வேடம்?' என்று கேட்டான் பீமன்.

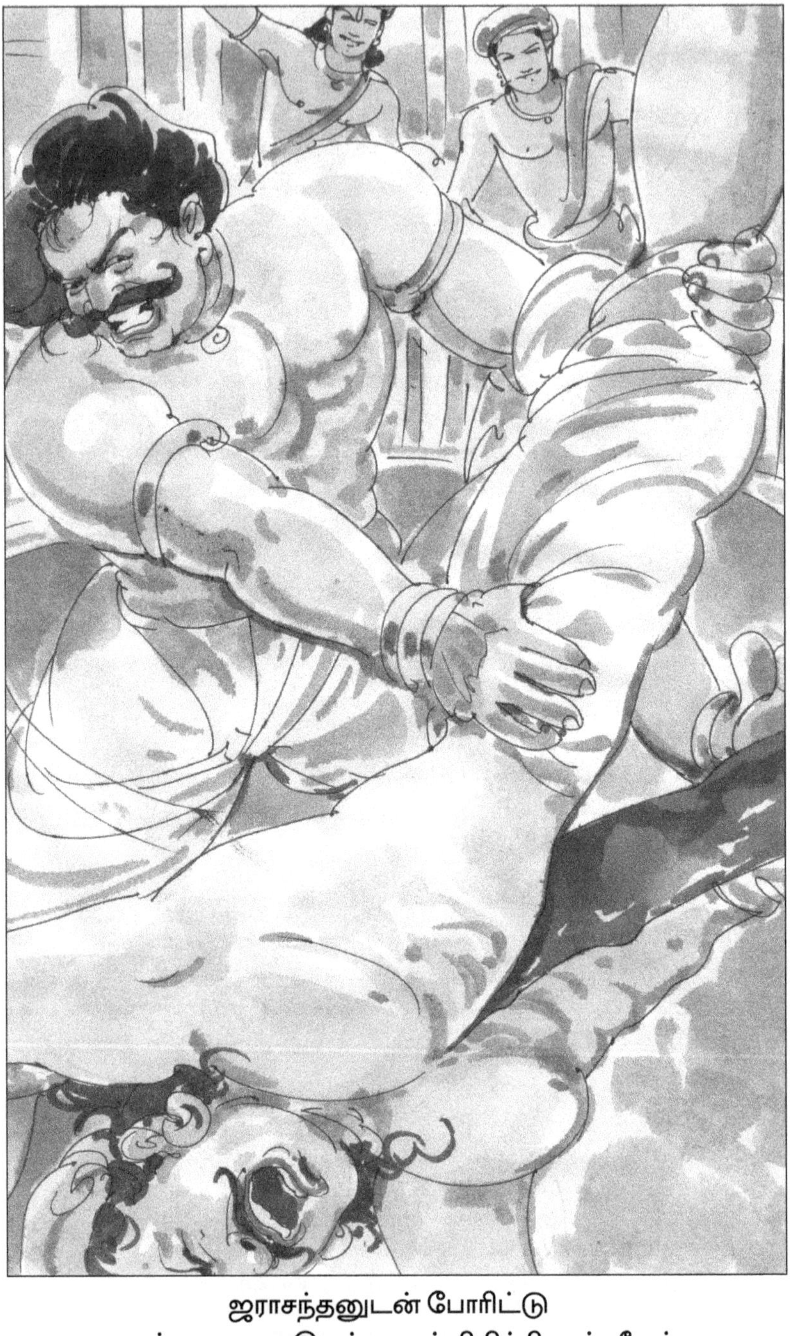

ஜராசந்தனுடன் போரிட்டு
அவன் உடலை இரண்டாகக் கிழிக்கிறான் பீமன்.

‘பீமா! படைகளோடு வந்து போரிட்டு ஜராசந்தனை ஜெயிப்பது முடியாத காரியம். அவனை தனிச்சண்டையில்தான் வெல்லவேண்டும். ‘என்னோடு வந்து மல்யுத்தம் செய்!’ என்று நாம் அவனைப் போருக்கு அழைத்தால், ஜராசந்தன் ஒப்புக்கொண்டுதான் ஆகவேண்டும். அதுதான் க்ஷத்திரிய தர்மம். அப்படி அவனை அழைக்க வேண்டுமென்றால், நாம் ஜராசந்தனை தனிமையில் சந்திக்கவேண்டும். அதற்காகத்தான் இந்த வேடம்!’

கிருஷ்ணன் மற்ற இருவரையும் அழைத்துக்கொண்டு ஜராசந்தனின் அரண்மனைக்குள் நுழைந்தான்.

ஜராசந்தன் அந்த வேதியர்களை அன்புடன் வரவேற்றான். ‘தங்களுக்கு என்னிடத்தில் என்ன வேண்டும்?’ என்று கேட்டான்.

‘இரவில் நாங்கள் தனிமையில் உங்களுடன் பேசவேண்டும் அப்போது, எங்களுக்கு என்ன வேண்டும் என்பதைச் சொல்லுகிறோம்!’ என்றான் கண்ணன்.

அதன்படியே நள்ளிரவில் நந்தவனத்தில் அவர்களை வந்து சந்தித்தான் ஜராசந்தன்.

சரி, இப்போது சொல்லுங்கள். உங்களுக்கு என்ன வேண்டும்?‘

‘ஜராசந்தா! நாங்கள் மூவரும் உன் பகைவர்கள். நான் கண்ணன். இவர்கள் பாண்டு புத்திரர்கள். இவன் பீமன். அவன் அர்ஜுனன். உன்னிடம் நாங்கள் மல்யுத்தத்தை வேண்டுகிறோம். எங்களில் யாருடன் வேண்டுமானாலும் உன் விருப்பப்படி சண்டையிடலாம்!’

கிருஷ்ணன் சொன்னதைக் கேட்டு பூமி அதிரச் சிரித்தான் ஜராசந்தன்.

‘வா கண்ணா வா! என் மருமகனைக் கொன்ற உன்னை, பழி தீர்த்துக்கொள்ளத்தான் காத்திருக்கிறேன். முதலில் மல்யுத்தத்தில் எனக்குச் சமமானவனை ஜெயித்துக் கொன்று விட்டு, பிறகு மற்ற இருவரையும் கொல்கிறேன். கிருஷ்ணா! நீ இடையர் குலத்தில் பிறந்தவன். அர்ஜுனனோ சிறுவனாக இருக்கிறான். மல்யுத்தத்தில் எனக்குச் சமமாக சண்டையிடத் தகுந்தவன் பீமன்தான். ஆகவே, நான் அவனுடனேயே யுத்தம் செய்கிறேன்’ என்றான்.

அடுத்து அங்கேயே ஆரம்பித்தது மல்யுத்தம்.

பீமனும், ஜராசந்தனும் எந்த ஆயுதங்களும் இல்லாமல் வெறும் கைகளாலேயே கட்டிப்பிடித்து நசுக்கியும் தாக்கியும் குத்திக் கொண்டும் சண்டையிட்டுக்கொண்டார்கள். இந்தச் சண்டை

பதினைந்து நாள்களுக்கு உணவும் ஓய்வும் இல்லாமல் இரவு பகலாக நடந்தது. கடைசிநாள் ஜராசந்தன் களைப்படைந்து தடுமாறினான்.

உடனே பீமன், ஜராசந்தனை தலைக்குமேல் தூக்கி நூறுமுறை சுற்றி கீழே போட்டு, கால்களைப் பிடித்து உடலை இரண்டாகக் கிழித்து வீசியெறிந்தான். ஆனால் என்ன ஆச்சரியம்! அதனால் ஜராசந்தனுக்கு ஒன்றும் ஆகவில்லை! கிழிபட்ட உடல்கள் தானாகவே மீண்டும் ஒன்றுசேர்ந்துகொண்டன. ஜராசந்தன் மறுபடியும் உயிர்பெற்று எழுந்து பீமனுடன் சண்டையிடத் தொடங்கினான்.

இதைப்போலவே பலமுறை நடந்தது. பீமனுக்கு என்ன செய்வ தென்று புரியவில்லை. அப்போது கிருஷ்ணன் ஒரு தர்ப்பைப் புல்லை இரண்டாகக் கிழித்து, அவைகளை தலை மாற்றிப் போட்டான். பீமன் அந்தக் குறிப்பைப் புரிந்து கொண்டான். இம்முறை ஜராசந்தனின் உடலைக் கிழித்தவுடன் அந்த இரண்டு பாகங்களையும் அப்படியே வீசாமல் கால்மாற்றிப் போட்டான். உடல் பாகங்கள் ஒன்றுசேர முடியாமல் முதுகோடு முதுகு முட்டிக்கொண்டு ஜராசந்தன் இறந்து போனான்.

அவனால் சிறைப்பிடித்து வைக்கப்பட்டிருந்த அரசர்கள் அனைவரும் விடுவிக்கப்பட்டு அவரவர் நாடு சென்று சேர்ந்தனர். ராஜசூய யாகத்தைப் பொறுத்தவரை ஜராசந்தன் வதம், முதல் பலி என்றுதான் சொல்லவேண்டும்! ஆமாம்! அடுத்த பலியும் அதன் காரணமாகவே தான் நிகழ்ந்தது! அது, கண்ணனின் கையாலேயே நடந்தது!

15

சக்ராயுதம் துண்டித்த தலை!

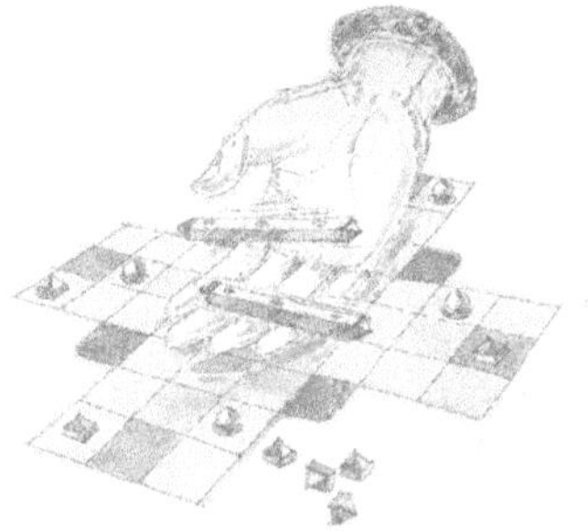

ராஜசூய யாகம் செய்ய இடையூறாக இருப்பான் என்று கருதப்பட்ட ஜராசந்தன் இறந்துபோனதால் தருமன், தான் விரும்பியபடியே ராஜசூய யாகம் செய்ய நிச்சயித்தான்.

உலகம் முழுவதையும் வெல்வதற்காக அர்ஜுனன், பீமன், நகுலன், சகாதேவன் ஆகிய நால்வரும் சேனைகளுடன் புறப்பட்டு உலகின் நான்கு திசைகளுக்கும் சென்றனர். 'இனி தருமன் ஒருவனே ராஜாதி ராஜன்!' என்று சொல்லி, அனைத்து மன்னர்களிடம் இருந்தும் சம்மதம் பெற்றனர். அவர்களிடம் கப்பம் வாங்கிவந்து குவித்தனர்.

இதன்பிறகு ராஜசூய யாகத்துக்கான ஏற்பாடுகள் பிரும்மாண்டமாக செய்யப்பட்டன.

பல நாட்டு மன்னர்களும் தரும புத்திரனுக்கு தாங்கள் கொண்டு வந்திருந்த பலவிதமான பரிசுகளை அளித்து மரியாதை செலுத்தி னார்கள். அடுத்ததாக யாகத்துக்கு வந்திருந்தவர்களுக்கு தருமன் பதில் மரியாதை செய்யவேண்டிய சமயம் வந்தது.

'பிதாமகரே! எல்லோருக்கும் மரியாதை செய்வதற்கு முன்பாக, அவர்களுள் முதல் மரியாதையை நான் யாருக்குச் செய்வது?' என்று பீஷ்மரிடம் கேட்டான் தருமன்.

'தருமனே! கண்ணெதிரே காட்சி தரும் தெய்வமாக நம்முன் நிற்பவன் கிருஷ்ணனே. அவனே, எல்லா உலகங்களாலும் எல்லா வகையிலும் வழிபடத் தகுந்தவன். அவனுக்கே முதல் மரியாதை செய்யப்பட வேண்டும்' என்றார் பீஷ்மர்.

இதை ஏற்றுக்கொண்ட தருமன் முறைப்படி கிருஷ்ணனை வழிபட்டு அவனுக்கே முதல் மரியாதை செய்தான்.

இதை அங்கிருந்த மற்ற மன்னர்கள் எல்லோருமே ஏற்றுக் கொண்ட போதிலும், சேதி நாட்டு அரசனான சிசுபாலன் ஒப்புக்கொள்ள மறுத்தான். கோபத்துடன் எழுந்தவன், சபையில் இருந்தவர்களைப் பார்த்துப் பேசினான்:

'சபையோர்களே! முதல் மரியாதையை யாருக்குச் செய்வது என்று யோசனை கேட்டவன்' குற்றமுள்ள கருவில் (குந்தி தேவியின் மகன்கள், பாண்டுவுக்குப் பிறந்தவர்கள் அல்ல என்று கேலி செய் கிறான்) பிறந்தவன். யோசனை சொன்னவனோ, எப்போதும் தாழ்ந்த இடத்தையே நோக்கி ஓடும் தாயின் வயிற்றில் பிறந்தவன். (பீஷ்மரின் தாய் கங்காதேவி. நதி எப்போதும் மேட்டிலிருந்து தாழ்ந்த இடத்தை நோக்கியே பாயும் அல்லவா) இவர்கள் மரியாதையை ஏற்றுக் கொண்டவனோ மாடுகள் மேய்க்கிற குலத்தில் பிறந்தவன். இந்தக் கேவலத்தைப் பார்த்துக்கொண்டும் அமைதியாயிருக்கிறீர்களே! உங்களுக்கு வெட்கமாயில்லை?

இங்கே சபையில் மூத்தோர்கள் எவ்வளவோ பேர் இருக்கிறார்கள்? அதோ குலகுரு கிருபாச்சாரியார் இருக்கிறார். ஆசாரியரான துரோணர் இருக்கிறார். ஏன்! வயதின் காரணமாக பீஷ்மருக்கே முதல் மரியாதை செய்யப்பட்டிருந்தால்கூட நாம் அதை ஏற்றுக்கொண்டிருக்க முடியும். ஆனால் தருமன் அப்படிச் செய்யவில்லை.

கிருஷ்ணன் மூத்தவனும் இல்லை. ஆசாரியனும் இல்லை. நம்மைவிட உயர்ந்தவனும் இல்லை. ஏன், வீரனும்கூட இல்லை. அவனுக்குப் போய் முதல் மரியாதை செய்யப்படுவதை எப்படி ஏற்றுக்கொள்ள முடியும்?' - படபடவென்று பொரிந்து தள்ளிய சிசுபாலன், கிருஷ்ண னிடம் திரும்பினான்.

'கிருஷ்ணா! பாண்டவர்கள், பாவம் சிறுவர்கள்! சுயநலத்துடன் உனது தயவை எதிர்பார்த்து உனக்கு முதல் மரியாதையை அளித்து விட்டார்கள். ஆனால் இந்த மரியாதை, உனக்குத் தகுதியானதா என்று நீயாவது யோசித்திருக்க வேண்டாமா? பூஜைக்கான நெய் சிந்திக் கிடந்தால் புனிதம் தெரியாத நாய் அதை நக்கிச் சாப்பிடுவதுபோல, தருமன் செய்த பூஜையை ஏற்றுக்கொண்டு விட்டாயே!' என்று கேவலமாகப் பேசினான்.

இப்படியாகவே மேலும் மேலும் கிருஷ்ணனை மனம்போன போக்கில் திட்டிக்கொண்டேயிருந்தான் சிசுபாலன்.

பாவம்! பேசியது அவனல்ல. அவனைச் செலுத்திய விதிதான் அப்படி அவனை நடந்துகொள்ள வைத்தது. இத்தனைக்கும் சிசுபாலன், பலராம கிருஷ்ணர்களின் சகோதரியின் மகன்!

தாய்மாமன் என்றும் பார்க்காமல் இழிவான வசைச் சொற்களால் சிசுபாலன் திட்டித் தீர்த்துக்கொண்டிருக்க, இன்னும் எதற்காக கிருஷ்ணன் பொறுமை காத்துக்கொண்டிருக்கிறான் என்றுதான் பாண்டவர்களுக்குப் புரியவில்லை.

பீமனும் அர்ஜுனனும் கொந்தளித்துப் போனார்கள். நகுல சகாதேவர்கள், ஆயுதங்களுடன் சிசுபாலனை தாக்கத் தயாரானார்கள்.

பீஷ்மர் அவர்களைத் தடுத்து, 'அவசரப்படாதீர்கள்! இது கிருஷ்ண காரியம். கிருஷ்ணன், தான் கொடுத்த வாக்குறுதியைக் காப்பாற்றிக் கொண்டிருக்கிறான். சிசுபாலனின் தவறை எண்ணிக்கொண்டிருக்கிறான்!' என்றார்.

'என்ன எண்ணிக்கை? என்ன வாக்குறுதி?' - பொறுமையிழந்து கேட்டார்கள் பாண்டவர்கள்.

பீஷ்மர் சொல்லத் தொடங்கினார்: 'சேதி தேசத்து மன்னனின் மனைவி, பலராம கிருஷ்ணரின் சகோதரி ஆவாள். அவளுக்கு ஒரு மகன் பிறந்தான். அவன்தான் சிசுபாலன். அவன் பிறக்கும்போதே, மூன்று கண்களும் நான்கு கைகளும் கொண்டவனாக இருந்தான். சேதிதேசத்து மன்னனும் அவன் மனைவியும் இதைக் கண்டு பதறிப்போனார்கள். அப்போது அசரீரி ஒலித்தது.'

'மன்னனே! உன் குழந்தையைக் கண்டு மனம் கலங்க வேண்டாம். இவன் பெரும் வீரனாகவும் புகழ் மிக்கவனாகவும் விளங்குவான். இவனுடைய அதிகப்படியான ஒரு கண்ணும் இரண்டு கைகளும் யார் தொடுவதனால் மறைகிறதோ, அவர் கையினாலேயே இவன் கொல்லப்படுவான்!' என்றது.

அதன்பிறகு குழந்தையைத் தொட்டிலில் இட்டு விழா நடத்தியபோது, பல தேசத்து மன்னர்களையும் அதற்கு வரவழைத்தார்கள். குழந்தையை ஆசீர்வதிக்குமாறு சொல்லி, அவர்கள் மடியில் போட்டுப் பார்த்தார்கள். இயற்கைக்கு விரோதமான குழந்தையின் அங்கங்கள் மறையவில்லை. தாய் மாமனாகிய கிருஷ்ணனை ஆசீர்வதிக்குமாறு சொல்லி, அவனுடைய மடியில் தனது குழந்தையைப் போட்டாள் சகோதரி. அப்போது குழந்தையின் நெற்றிக்கண்ணும் இரண்டு கைகளும் மாயமாக மறைந்தன.

கிருஷ்ணனின் சகோதரி திடுக்கிட்டுப் போனாள்!

'கண்ணா! கடைசியில் உன்னால்தான் எனது பிள்ளைக்கு மரணமா?' என்று மனம் கலங்கியவள் பின் சுதாரித்துக் கொண்டு, 'கண்ணா நீ

எனக்கு ஒரு வரம் தரவேண்டும்!' என்று கேட்டாள். 'என்னுடைய மகன் சிசுபாலன் செய்யும் நூறு குற்றங்களை நீ பொறுத்துக்கொள்ள வேண்டும்! அதுவரை அவனுக்கு உன்னால் எந்த ஆபத்தும் ஏற்படக் கூடாது!' என்று வேண்டினாள்.

'அப்படியே ஆகட்டும்!' என்று வரம் அளித்தான் கண்ணன்.

'ஆனால் அந்த வரத்தின் எல்லைக்கோட்டை, சிசுபாலன் தனது ஆணவத்தால் இதோ சிறுகச் சிறுக அழித்துக்கொண்டிருக்கிறான். அவதார புருஷனான கிருஷ்ணனை, சாதாரண மனிதனென்றே எண்ணி வசைபாடிக் கொண்டிருக்கிறான். அவன் முடிவுக்காலம் நெருங்கிக் கொண்டிருக்கிறது என்றுதான் எனக்குத் தோன்றுகிறது!' என்று சொன்னார் பீஷ்மர்.

அப்போது சிசுபாலன் மற்ற மன்னர்களைப் பார்த்து, 'குருடன் கையில் ஓவியத்தைக் கொடுத்ததுபோல, ஆண்மை இல்லாதவனுக்குத் திருமணம் செய்து வைத்ததுபோல, ராஜ்ஜியமில்லாத இந்தக் கிருஷ்ணனுக்கு மன்னனுக்குரிய முதல் மரியாதையைச் செய்கிறார்கள். இனியும் நாம் இங்கிருந்து அவமானப்பட வேண்டாம். வாருங்கள் வெளியேறுவோம்!' என்றான். சிசுபாலனைத் தொடர்ந்து இன்னும் சில மன்னர்களும் எழுந்தார்கள்.

கண்ணன் அவர்களிடம் கூறினான்.

'மன்னர்களே! நான் இந்த யாகத்துக்கு வரும்போது மனத்தில் இரண்டு உறுதிகளுடன் வந்தேன்! முதலாவது, 'யாகத்துக்குக் குறுக்கீடு செய்து குழப்பம் விளைவிப்பவர்களைக் கொல்வது!' மற்றொன்று 'பாண்டவர்களின் விரோதிகளை இல்லாமல் செய்வது!' அதேபோல், இதோ இந்த சிசுபாலன் செய்யும் நூறு பிழைகளை நான் பொறுத்துக் கொள்வதாக இவனுடைய தாய்க்கு நான் வாக்களித்திருக்கிறேன். ஆனால் இவன், நூறு பிழைகளுக்கும் மேல் செய்தது மட்டுமில்லாமல் யாகத்துக்கு இடையூறு செய்து பாண்டவர்களையும் இழிவாகப்பேசி விரோதித்து விட்டான்!'

கிருஷ்ணன் பேசிக் கொண்டிருக்கும்போதே இடைமறித்தான் சிசுபாலன்.

'ஆம்! உன்னை அவமதித்தேன்; யாகத்தைக் கெடுத்தேன்; பாண்டவர்களை விரோதித்தேன்! என்னை உன்னால் என்ன செய்யமுடியும் கிருஷ்ணா? நீ ஒன்றும் என்னுடைய பிழைகளைப் பொறுத்துக் கொள்ள வேண்டாம். வாய்ச் சொல்லில் வீரம் காட்டாதே இடையனே!

வா! துணிவிருந்தால் வந்து என்னுடன் போரிடு!' என்றபடி வில்லை எடுத்து கிருஷ்ணனுக்கு எதிராக அதில் அம்பைப் பூட்டினான்.

அவன் அப்படிச்செய்தபோது, சுற்றிலும் பலவிதமான அப சகுனங்கள் தோன்றின. சபையிலிருந்தவர்கள் இது எதற்கான கெடுதலோ என் றெண்ணி பயந்து போனார்கள்.

சிசுபாலன் அழைப்பை ஏற்று கிருஷ்ணனும் போருக்குத் தயாரானான். இருவருக்கும் இடையில் பலத்த யுத்தம் நடைபெற்றது. சிசுபாலனின் அம்புகளால் கிருஷ்ணன் பலமாகத் தாக்கப்பட்டான். உடலெல்லாம் ரத்தம் வழியக் காட்சி தந்தான். பாண்டவர்கள் அதைக்கண்டு பதறி னார்கள்.

இறுதியாக, கண்ணன் தன் கையிலிருந்த சக்ராயுதத்தை சிசுபாலனின் மேல் ஏவினான். வேகமாகச் சென்ற சக்ராயுதம் சிசுபாலனின் தலையைத் துண்டித்து தரையில் வீழ்த்தியது. சிசுபாலன் மடிந்தான்.

இதன்பிறகு ராஜசூய யாகம் சிறப்பாக நடந்து முடிந்தது.

தருமன், வியாச மகரிஷியிடம் கேட்டான். 'ஸ்வாமி! இங்கே பலவித மான அபசகுனங்கள் தோன்றியதே! அது சிசுபாலனின் மரணத்துக் காகத்தானே? அவன் மடிந்ததுடன் அந்த அபசகுனங்களின் பலன் களும் தீர்ந்துவிட்டது அல்லவா?'

'இல்லை தருமபுத்திரா! இந்த அபசகுனங்கள் சிசுபாலனுக்கானது மட்டுமல்ல! பொதுவான க்ஷத்திரியர்களின் அழிவையே இது குறிக் கிறது. இந்த அபசகுனங்களின் பலன்கள் பதின்மூன்று ஆண்டுகள் வரை நீடித்து இருக்கும். பதின்மூன்றாவது ஆண்டின் முடிவில், க்ஷத்திரிய குலம் பெரும் நாசத்தைச் சந்திக்கும். ஆம் தருமா! அதுவும் உன்னை முன்னிட்டே இந்த க்ஷத்திரிய குலம் அழியப்போகிறது!' என்று ஒரு பகீர் தகவலை சொல்லிவிட்டுப் போனார்.

ஏற்கெனவே நாரதர் வந்தபோதும் இதையே சொல்லியிருந்ததால், தருமன் கவலையில் ஆழ்ந்தான். தன் பொருட்டு எந்த அழிவும் நேரக் கூடாது என்று தீர்மானித்தான்.

அப்போதுதான், தருமன் அப்படியொரு சபதமெடுத்தான்!

'இப்போதிலிருந்து நான் எவரையும் பகைக்க மாட்டேன். எதிர்க்க மாட்டேன். எதற்கும் மறுத்துப் பேசமாட்டேன். யார் என்ன சொன் னாலும் ஏற்றுக்கொள்வேன்!' என்று முடிவெடுத்தான்.

ராஜசூய யாகத்தில் கலந்துகொள்வதற்காக வந்திருந்த மன்னர்களெல்லாம் விடைபெற்றுப் போனார்கள். கிருஷ்ணன் துவாரகைக்குச் சென்றான். துரியோதனனும் அவனுடைய சகோதரர்களும் தர்மபுத்திரன் வேண்டி கேட்டுக்கொண்டதால் அங்கேயே சில நாள்கள் தங்கினார்கள்.

துரியோதனன், விண்ணுலகச் சிற்பி மயனால் கட்டப்பட்டிருந்த தருமனுடைய மாளிகையைச் சுற்றிப்பார்ப்பதற்காகச் சென்றான். அந்த மாளிகை ஒரு வினோதமான அதிசய மாளிகையாகவே வடிவமைக்கப்பட்டிருந்தது!

துரியோதனன் அதைப் பார்த்து மிக ஆச்சரியமடைந்தான். பளிங்குக் கற்களால் பளபளவென்று மின்னிய தரையை தண்ணீர் என்று நினைத்து தனது உடையைத் தூக்கிப்பிடித்துக் கொண்டு நடந்தான். நிஜமாகவே தண்ணீர் நிரம்பியிருந்த இடத்தை வெறும் தரை என்று நினைத்து நீரில் விழுந்தான். கண்ணாடியில் வரையப்பட்டிருந்த வாசலை உண்மையென்று கருதி அதில் சென்று மோதிக்கொண்டான். திறந்திருந்த வாசலை கண்ணாடி என்று எண்ணி தடவிப்பார்த்து தடுக்கி விழுந்தான்.

இதைப்பார்த்த பீமனும் திரௌபதியும் மற்றவர்களும் வாய் விட்டுச் சிரித்தனர். துரியோதனன் வெட்கத்தில் குன்றிப் போனான். மனம் கூசிப்போய் குனிந்த தலையுடன் வெளியேறினான். திரௌபதியின் கேலிச்சிரிப்பை அவனால் மறக்கவே முடியவில்லை.

அஸ்தினாபுரம் திரும்பியபிறகும், திரௌபதியின் அந்தக் கேலிச் சிரிப்பு திரும்பத் திரும்ப அவன் கண்முன் வந்து இம்சை செய்தது. மேலும் மேலும் கோபத்தைத் தூண்டியது.

துரியோதனனின் இந்தக் கோபம், திரௌபதியின் வாழ்க்கையில் மிகப்பயங்கரமாக எதிரொலித்தது!

ஒரு பெண்ணுக்கு நேரக்கூடாத அவமானங்களையெல்லாம், அவள் பின்னாளில் அனுபவிக்க நேர்ந்தது.

16

சகுனியின் சதித் திட்டம்!

துரியோதனன் சில நாள்களாகவே விரக்தியின் விளிம்பில்தான் இருந்தான்!

அவனை மிகச் சரியாகப் புரிந்து கொண்டவன் சகுனி மட்டும்தான்!

'துரியோதனா, நீ இந்திரப் பிரஸ்தத்திலிருந்து திரும்பியதிலிருந்தே முன்போல் இல்லை! நான் சொல்வதைக் கேள். இனியும் நீ பாண்டவர்கள் மீது பொறாமைப்படுவதில் அர்த்தமில்லை. பாதி ராஜ்ஜியத்தோடு அவர்கள் ஒழிந்து போனார்களே என்று சந்தோஷப்படு. உன் மேன்மைக்கு என்ன குறைச்சல்? பெரும் செல்வம் உன்னிடம் குவிந்திருக்கிறது. ராஜ்ஜியம் உன் காலடியில் கிடக்கிறது. உனது சொல்லுக்கு அடிபணியும் சகோதரர்கள் இருக்கிறார்கள். மன்னர்கள் எல்லோரும் உன்னை மதிக்கிறார்கள். மக்களெல்லாம் உன்னைப் போற்றுகிறார்கள். இதற்கு மேல் உனக்கு என்ன வேண்டும்?'

ஆறுதல் சொன்ன சகுனியிடம் சுள்ளென்ற கோபத்துடன் திரும்பினான் துரியோதனன்.

'இல்லை மாமா! இல்லை! இவையெல்லாம் எனக்கு திருப்தி தரவில்லை. இந்திரப் பிரஸ்தத்தில் சிறப்பாக நடந்த யாகமும், தருமனுக்குக் கிடைத்த புகழும், மன்னாதி மன்னர்களெல்லாம் அவனுக்குப் பணிந்து காணிக்கை செலுத்திய காட்சிகளும் என் மனத்தை நெருப்பாகச் சுட்டெரிக்கிறது மாமா! தனது சகோதரர்கள் சூழ இந்திரன்போல் அல்லவா ஆட்சி புரிகிறான்! கிருஷ்ணனின் முதல் மரியாதையைத் தட்டிக்கேட்ட சிசுபாலன் கொல்லப்பட்டான். நான் எதிர்த்திருந்தால் எனக்கும் இதே கதிதானே ஏற்பட்டிருக்கும்? இதையெல்லாம் கண்ட எனது கண்கள் ஒரேயடியாக மூடிவிட்டால் கூட நல்லதுதான்! இனி நான் உயிருடனிருந்து என்ன பிரயோசனம்?

தருமனுக்கு உதவி செய்ய பல்லாயிரம் பேர் காத்திருக்கிறார்கள். எனக்கு யார் இருக்கிறார்கள்?' என்று பொறுமினான்.

'ஏன் இப்படி, மனம் வெறுத்துப் பேசுகிறாய் துரியோதனா? வீண் சோர்வை முதலில் விலக்கு. உனக்கு உதவி செய்யவா ஆளில்லை? உன்னுடைய தொண்ணூற்றொன்பது சகோதரர்கள் உனது கட்டளைக்கு அடிபணியக் காத்திருக்கிறார்கள் துரியோதனா. அது மட்டுமா, அஸ்திர வித்தையில் சிறந்தவரான துரோணரும் அவருடைய வீர மகன் அசுவத்தாமனும் உனக்குக் கீழ்ப்படிந்தவர்கள்தான். உனது ஆருயிர் நண்பன் கர்ணன் ஒருவன் போதுமே! நீ ஆசைப்பட்டால், இந்த உலகத்தையே உன் காலடியில் கொண்டுவந்து போடுவானே! இன்னும் பீஷ்மர், கிருபர், ஜயத்ரதன், நான் எல்லோருமே உன் பக்கம்தானே துரியோதனா? உன் சக்தி புரியாமல் குறைபட்டுக் கொள்கிறாயே!'

'ஆம் மாமா! நீங்கள் சொன்னது சரிதான்! இத்தனை பெரிய வீர புருஷர்கள் என் பக்கம் இருக்கும்போது எதைத்தான் என்னால் சாதிக்கமுடியாது? இவர்களின் துணையோடு நான் பாண்டவர்களை வெல்வேன். இந்திரப் பிரஸ்தத்திலிருந்து அவர்களைத் துரத்தி அடிப்பேன். அதற்குப்பிறகு அவர்களின் ராஜ்ஜியமும் தருமனின் அதிசய மாளிகையும்கூட என் வசமாகிவிடும்!' - சொல்லும்போதே துரியோதனனின் சிவந்த விழிகள் பேராசையால் அகல விரிந்தன.

சகுனி அதை உடனே மறுத்தான்.

'வேண்டாம் துரியோதனா! போர் வேண்டாம்! அதில் வெற்றி தோல்வியை தீர்மானமாகச் சொல்லமுடியாது. யுத்தம் இல்லாமல், ரத்தமில்லாமல், உயிர் பலியில்லாமல் தருமனை ஜெயிப்பதற்கு ஒரு அற்புதமான யோசனை என்னிடம் இருக்கிறது. அதை நானே சாதிக்கமுடியும்!'

துரியோதனன் முகம் மலர்ந்தான்.

'என்ன! போரில்லாமலே பாண்டவர்களை ஜெயிக்க முடியுமா? அது என்ன வழி மாமா?' ஆவலுடன் கேட்டான்.

'துரியோதனா! தருமன் சூதாட்டத்தில் மிகுந்த மோகம் கொண்டவன். ஆனால், திறமையாக ஆடத் தெரியாதவன். நானோ ஆட்டத்தில் கை தேர்ந்தவன். என்னை சூதாட்டத்தில் வெல்லக்கூடியவன் எவனும் இதுவரை பிறக்கவில்லை. தருமனை நாம் இங்கே வரவழைப்போம். சூதாட்டத்தின் மூலம் அவனுடைய சொத்து, சுகம், சாம்ராஜ்யம், சகல ஐஸ்வரியங்களையும் பறித்துவிடுவோம்! அவர்களை பராரிகளாக வீதியில் அலையவிடுவோம்!' - ஓங்கிச் சிரித்தான் சகுனி.

சகுனியின் குயுக்தியான யோசனை கேட்டு துரியோதனன் பரவச மானான்.

‘ஆஹா! மாமா! அற்புதமான யோசனை சொல்லி என் மனத்தில் அமிர்தம் வார்த்தீர்கள்!’

அளவில்லாத சந்தோஷத்துடன் சகுனியைக் கட்டியணைத்துக் கொண்டான்.

‘ஆனால், இதற்கு உன் தந்தை ஒப்புக்கொள்ள வேண்டுமே துரியோ தனா!’ - தயக்கத்துடன் கேட்டான் சகுனி.

‘அட! அதை நான் பார்த்துக்கொள்கிறேன். கவலையை விடுங்கள் மாமா! இப்போதே என்னுடன் வாருங்கள்!’ - உற்சாகமாக எழுந்தான் துரியோதனன்.

இருவரும் திருதராஷ்டிரனின் மாளிகைக்குச் சென்றார்கள். சகுனி, மிகுந்த சாமர்த்தியமாக பேச்சைத் தொடங்கினான்.

‘அரசே! துரியோதனன் இப்போதெல்லாம் சரியாக உண்பதுமில்லை, உறங்குவதும் இல்லை. இந்திரப் பிரஸ்தம் சென்று வந்தது முதல் அவன் துயரத்துடனேயே இருக்கிறான். மன வேதனையால் உடல் இளைத்துப்போய் எப்போதும் வாடிய முகத்துடனே காணப்படுகிறான். ஆனால் நீங்களோ, இதையெல்லாம் அறியாமல் கவலையற்றுக் கிடக்கிறீர்கள்!’ என்றான்.

‘என்ன! துரியோதனன் வருத்தத்தில் இருக்கிறானா? எனக்குத் தெரியாதே! என்ன காரணம்? துரியோதனா வா இங்கே! இப்படி உட்கார். சகல சுக போகங்களும் பெற்றவன் நீ! அப்படியிருந்தும் எதற்காகத் துயரப்படுகிறாய்? உனது குறையைச் சொல். நான் தீர்த்துவைக்கிறேன்!’

பாசம் ததும்பிய குரலில் கேட்டான் திருதராஷ்டிரன். தழுதழுப்புடன் பதில் சொன்னான் துரியோதனன்.

‘தந்தையே! நீங்கள் சொல்லும் சகல ஐஸ்வரியங்கள் இருந்தும் நான் நடைப்பிணம் போலத்தான் வாழ்கிறேன். இந்திரப் பிரஸ்தத்தில் நடந்தவைகளைப் பார்த்ததிலிருந்து சிறுகச் சிறுகச் செத்துக்கொண் டிருக்கிறேன்!’ என்று தொடங்கியவன், ராஜசூய யாகத்தில் தருமனுக்கு அளிக்கப்பட்ட மரியாதைகளையும், மன்னர்கள் அவனைப் பணிந்து கொட்டிய வெகுமதிகளையும் பரிசுகளையும் பற்றி விரிவாகச் சொன்னான்.

'அதுமட்டுமல்ல தந்தையே! தருமனுடைய அதிசய மாளிகையில் ஒரு சாதாரண அற்ப மானிடன்போல நடத்தப்பட்டேன். நீரில் விழுந்து நனைந்தேன். கண்ணாடியில் மோதிக்கொண்டேன். வாயிலில் தடுக்கி விழுந்தேன். அந்தப் பாண்டவர்களின் பத்தினியான பாஞ்சாலி என்னைப்பார்த்து கேலியாகச் சிரித்தாள். பாதி உயிர் அங்கேயே போய்விட்டது தந்தையே! பாண்டவர்கள் உயர்ந்துவிட்டார்கள். நாம் தாழ்ந்து விட்டோம்!' என்று கதறினான்.

'துரியோதனா! உன் துக்கம் எனக்குப் புரிகிறது. நானும் வருத்த மடைகிறேன். ஆனால், பாண்டவர்களை விரோதித்துக் கொள்வது சரியல்ல மகனே. தருமபுத்திரன் மிக நல்லவன். பெரியோர்களை மதிப்பவன். வஞ்சம் அறியாதவன். அதுவும் தவிர, அவர்களும் உனது சகோதரர்கள்தானே துரியோதனா? எதற்கு அவர்கள்மீது பொறாமை கொள்கிறாய்? உனக்கென்ன இல்லை! அவர்களைப் போலவே உனக்கும் ராஜ்ஜியம் இருக்கிறது. பொன்னும் பொருளுமாக செல்வங்கள் குவிந்து கிடக்கின்றன. அதை அனுபவி! இருப் பதைக்கொண்டு சந்தோஷப்படு. மற்றவர் பொருளை தீய வழியில் அபகரிக்க ஆசைப்படாதே!' என்றான்.

திருதராஷ்டிரனின் புத்திமதிகள் துரியோதனனுக்கு எட்டிக்காயாகக் கசந்தது.

'இருப்பதைக்கொண்டு சந்தோஷப்படுவது சாதாரண மனிதர்களுக்கு வேண்டுமானால் சரியாக இருக்கலாம். அது க்ஷத்திரியர்களுக்கு அல்ல! க்ஷத்திரியனுக்கு எப்போதும் வெற்றி மட்டுமே குறியாக இருக்க வேண்டும். தருமமோ அதர்மமோ எந்த வழியாக இருந்தாலும் வெற்றி யடைவதுதான் முக்கியம். எதிரிகளை வளரவிட்டு வேடிக்கை பார்ப்ப தல்ல. முடிவாகச் சொல்கிறேன் தந்தையே! பாண்டவர்களின் ராஜ்ஜி யத்தை நான் திரும்ப அடைந்தே தீரவேண்டும். இல்லாவிட்டால், நான் மரணத்தைத் தழுவ வேண்டும். இரண்டில் ஒன்றை நீங்கள்தான் தீர்மானிக்கவேண்டும்!'

திருதராஷ்டிரன் எதைச் சொன்னால் வீழ்வானோ அதையே முடிவாகச் சொல்லி உலுக்கினான் துரியோதனன்.

வேறுவழியில்லாமல், பாசத்தின் வசம் கட்டுப்பட்டு மனத்தின் நல்ல எண்ணங்களை குப்பைபோல ஒதுக்கினான் திருதராஷ்டிரன்.

'என்னை என்ன செய்யச்சொல்கிறாய் துரியோதனா?' என்றான்.

'தந்தையே! போரில்லாமலேயே பாண்டவர்களை வெற்றி கொள்ள ஒரு நல்ல யோசனை கிடைத்திருக்கிறது. தருமனை இங்கே வர

வழைத்து சூதாட வைக்கலாம். அதன்மூலம் அவர்களுடைய சகல சொத்துகளையும் நாம் கவர்ந்து விடலாம். அதை மாமா சகுனி, எனக்காகச் செய்துமுடிப்பார். அதற்கான ஏற்பாடுகளை நீங்கள் செய்தால் போதும்!'

'ஆம் அரசே! அவர்களை மிகச்சுலபமாக நான் ஜெயித்து விடுவேன். நீங்கள் பாண்டு புத்திரனான தர்மராஜனை சூதாட்டத்தில் வந்து கலந்துகொள்ளுமாறு அழைப்பு அனுப்பி வையுங்கள். அது போதும். வெற்றி நம் பக்கம்தான்!' - முத்தாய்ப்பாகச் சொன்னான் சகுனி.

'இது சரியென்று எனக்குத் தோன்றவில்லை. எதற்கும், தம்பி விதுர னிடம் கேட்கலாமே துரியோதனா!' திருதராஷ்டிரன் - தயங்கியபடி சொன்னான்.

'தந்தையே! விதுரரிடம் கேட்டால் தருமம், நியாயம், நீதி, நேர்மை என்று ஒப்பாரி வைப்பார். அதுவும் தவிர, அவருக்கு நம்மைவிட பாண்டவர்களின்மீதுதான் பாசம் அதிகம். கௌரவர்கள் அழிந்தாலும் பாண்டு புத்திரர்கள் நன்றாக வாழவேண்டும் என்று நினைப்பவர் அவர். அவரிடம் இதைப் பற்றி கலந்து ஆலோசிப்பது அவசிய மில்லை. நீங்கள் கட்டளையிடுங்கள். அது போதும்!'

அங்கும் இங்குமாக ஊசலாடிக்கொண்டிருந்த திருதராஷ்டிரனின் மனம் இப்போது மகன் பக்கமே முழுதும் சாய்ந்தது.

அப்போதே மந்திரிகளை அழைத்தான். 'அமைச்சர்களே சூதாட்டம் நடத்துவதற்கு ஏற்றபடி, புதிதாக ஒரு அழகிய சபா மண்டபம் உடனடி யாகக் கட்டப்படவேண்டும். அது மிகப் பிரும்மாண்டமானதாக ஆயிரக்கணக்கானோர் அமர்ந்து பார்க்கும்படியாக இருக்கவேண்டும். ஏற்பாடு செய்யுங்கள்!' என்று ஆணையிட்டான்.

விதுரன் இந்தச் செய்தியை அறிந்து மனம் பதைத்தான். திருத ராஷ்டிரனிடம் ஓடோடி வந்தான்.

'மன்னா! இதென்ன விபரீத விளையாட்டு? பாண்டவர்களை சூதாட்டத்துக்கு அழைப்பதா? சகோதரர்களுக்குள் பகடையாடுவது விஷப்பரீட்சை மன்னா! ஆட்டத்தில் எவர் தோற்றாலும் அதனால் வீண் பகைதான் உண்டாகும். இதனால் பெரிய விபரீதம் ஏதாவது நேர்ந்து விடலாம். வேண்டாம், இந்த யோசனை. கைவிட்டு விடுங்கள்' என்று கெஞ்சினான்.

'விதுரா! எனது பிரிய மகன் துரியோதனனின் வேண்டுகோள் இது. அவன் ஆசையை என்னால் தட்டமுடியாது. சூதாட்டம் என்பது

அதிர்ஷ்டத்தின் கையில் உருளும் பகடை. அதில் பாண்டவர்களும் வெல்லலாம் அல்லவா? விதி என்ன முடிவெடுக்கிறதோ அதன்படி ஆகட்டும். என் மகன்கள் தோற்றாலும் சரி. அது அவர்களுக்கு ஒரு பாடமாக அமையட்டும்! இதற்குமேல் எதுவும் பேசவேண்டாம். நான் மன்னன். நீ மந்திரி. என் கட்டளையை நிறைவேற்றக் கடமைப் பட்டவன் நீ. இப்போதே இந்திரப் பிரஸ்தம் சென்று தரும புத்திரனை சூதாட்டத்துக்கு அழைத்ததாகச் சொல்லி கூட்டி வா!' - தீர்மானமாகச் சொன்னான் திருதராஷ்டிரன்.

மன்னனின் கட்டளையை மீறமுடியாமல், எத்தனை சொல்லியும் அவன் மனத்தை மாற்றமுடியாமல் வேதனையுடன் இந்திரப் பிரஸ்தம் புறப்பட்டான் விதுரன்.

அங்கே தருமனின் மனத்தையும் அவனால் மாற்ற முடியவில்லை.

'விதுரரே! விதியின் போக்கை நம்மைப் போன்ற சாமானியர்களால் தடுத்து நிறுத்திவிட முடியாது என்றுதான் தோன்றுகிறது. திருதராஷ்டிர மன்னரே சூதாட்டத்துக்கு வரச்சொல்லி உத்தரவிட்ட பிறகு, என்னால் அதை மீறமுடியாது. வர மறுத்தால் வீண் பகை ஏற்படும். அம்மாதிரி எதுவும் நடந்து கலகம் உண்டாகிவிடக் கூடாது என்றுதான் 'யார் மனத்தையும் நோகச் செய்வதில்லை' என்று சபதம் எடுத்திருக்கிறேன். நடப்பது நடந்தே தீரும்! அஸ்தினாபுரம் செல்வோம் வாருங்கள்!' என்றான் தருமன்.

விதுரருடனேயே தனது தாய், மனைவி, சகோதரர்களுடன் சூதாட்டக் களம் நோக்கிப் புறப்பட்டான்.

விதி தங்கள் வாழ்க்கையையே புரட்டிப் போடப்போகிறது என்பதை உணரவில்லை. மறுபடியும் தாங்கள் இந்திரப் பிரஸ்தம் திரும்பப் போவதில்லை என்பதையும் அப்போது அவன் அறிந்திருக்கவில்லை!

17

சூதில் தோற்ற தருமன், சூழ்ச்சியில் வென்ற சகுனி!

சூதாட்டத்துக்காகவே கட்டப்பட்டிருந்த அந்தச் சபா மண்டபம் மன்னர்கள், வீரர்கள், குடிமக்கள் என்ற பாகுபாடு இல்லாமல் மனிதத்தலைகளால் நிரம்பியிருந்தது.

அழகாக வடிவமைக்கப்பட்டிருந்த அந்தப் பளிங்கு மண்டபத்தில், நடு நாயகமாக மன்னன் திருதராஷ்டிரன் அமர்ந்திருந்தான். அவனது முகத்தில் ஆர்வம், பதற்றம், திகில் என எல்லா உணர்வுகளும் கலந்து பிரதிபலித்தது.

அவனைச்சுற்றிலும் மற்ற ஆசனங்களில் பீஷ்மர், துரோணர், கிருபர், விதுரர் போன்ற பெரியவர்கள் அதிருப்தி கொண்டவர்களாக சங்கட உணர்வுடன் காணப்பட்டனர். இன்னும் வீரமும் விவேகமும் கொண்ட கர்ணன் போன்ற புகழ்பெற்ற அரசர்களும்கூட அங்கே திரளாகக் கூடியிருந்தனர்.

மற்றொருபுறம் துரியோதனன் முதலான கௌரவர்கள் நூறு பேரும், அர்ஜுனன், பீமன், நகுலன், சகாதேவனாகிய பாண்டவர்களும் படபடத்த மனத்துடன் நடக்கப்போவதை கவனிக்கக் காத்திருந்தனர்.

சகுனி, தருமனிடம் திரும்பினான்.

‘தருமனே! கட்டங்கள் வரையப்பட்ட துணி நமக்காகவே காற்றில் படபடத்துக் கொண்டிருக்கிறது! பகடை பதற்றத்தோடு காத்திருக் கிறது! சுப காரியத்தைக்கூடத் தள்ளிப்போடலாம். ஆனால், சூதாட்டத்தை தள்ளிப்போடக்கூடாது. ஆட்டத்தைத் தொடங்கலாம் அல்லவா?’ என்றான்.

கள்ளப்பார்வையுடன் சபை அதிரச் சிரித்தான்!

தருமன் தயங்கியபடியே பேசினான்:

'சகுனி மாமனே! சூதாட்டம் தவறானது என்று சாஸ்திரத்தில் சொல்லப் பட்டிருக்கிறது. வீரத்தினால்தான் ஒருவரை வெல்லவேண்டுமே தவிர, சூதில் வெல்வது எந்தப் பெருமையும் தராது. இதுவும் ஒருவகை மோசம்தான். அப்படிப்பட்ட சூதாட்டத்தை நாம் ஆடுவது தேவைதானா?'

'தர்ம புத்திரா! படித்தவன், படிக்காதவனை வெல்வான். உடல் பலமுள்ளவன், பலமில்லாதவனை ஜெயிப்பான். அஸ்திரப் பயிற்சி பெற்றவன், அதில் தேர்ச்சியில்லாதவனை வீழ்த்துவான். இதில் நீ எந்த மோசத்தைக் கண்டாய்? ஆடுவதில் உனக்குப் பயமிருந்தால், நீ ஆட்டத்துக்கு வரவேண்டாம். அதைவிட்டு சாக்கு போக்கு சொல்லாதே!' - கிண்டலாகச் சொன்னான் சகுனி.

சகுனி இப்படிச் சொன்னதுமே, 'ஆமாம்! சூதாட்டத்தில் எனக்கு விருப்பமில்லை!' என்று தருமன் விலகியிருக்கலாம். ஆனால் சூதாட்டம் தவறானது என்கிற எண்ணம் ஒருபுறமும் அதன்மீது கொண்ட மோகம் ஒருபுறமுமாக தருமனின் மனம் அலைபாய்ந்தது. கடைசியில் ஆசையே வென்றது.

'மாமா! ஆட்டத்துக்கு அழைக்கப்பட்டபின் மறுப்பது நாகரீகமில்லை. சரி, என்னுடன் ஆடப்போவது யார்?'

'பந்தயத் தொகைக்கான செல்வத்தை நான் தருவேன். ஆட்டத்தை, எனக்காக மாமா சகுனி ஆடுவார்' என்றான் துரியோதனன்.

'ஒருவருக்காக மற்றவர் ஆடுவது முறையல்ல. என்றாலும், துரியோதனனுடன் நான் வாக்குவாதம் செய்ய விரும்பவில்லை. ஆட்டத்தை ஆரம்பிக்கலாம்' என்றான் தருமன்.

சபையே நிசப்தமாக ஆட்டத்தை கவனிக்கத் தொடங்கியது.

தருமன் முதலில், தனது கழுத்திலிருந்த நவரத்ன மாலையைக் கழட்டி பந்தயமாக வைத்து ஆட்டத்தைத் தொடங்கினான்.

'தருமா! இதோ உன் கழுத்து மாலையை இப்போதே வெல்கிறேன் பார்!' என்ற சகுனி, பகடையை உருட்டி அதை வென்றான்.

அடுத்து, தான் அணிந்திருந்த ஆபரணங்கள் அனைத்தையும் இழந்தான் தருமன்.

இதற்கடுத்து பொன், பொருள், பணியாட்கள், யானைகள், குதிரைகள், வீரர்கள், குடிமக்கள் என்று வரிசையாக ஒவ்வொன்றையும் பந்தயமாக வைத்து ஆடி எல்லாவற்றையும் தோற்றான். நாட்டையும் இழந்தான். தனது தம்பிகள் அணிந்திருந்த ஆபரணங்களையும்கூட அவன் விட்டுவைக்கவில்லை.

அப்போது விதுரன் குறுக்கிட்டான். திருதராஷ்டிரனிடம் சொன்னான்:

'அரசே! போதும் விளையாட்டு இதற்குமேல் ஆட்டம் தொடர்ந்தால் விளையாட்டு வினையாகி விடும் என்று எனக்குத் தோன்றுகிறது. மது போதையும் சூது ஆசையும் ஒன்றுதான். ஆரம்பித்தால், அதை முடிக்கத் தோன்றாது. ஆபத்தில் போய்தான் முடியும். எனவே, நிறுத்தச் சொல்லிக் கட்டளையிடுங்கள்!' என்று வேண்டினான்.

துரியோதனன் தொடர்ந்து வெற்றி முகத்திலேயே இருப்பதால் மனத்துக்குள் மகிழ்ச்சிகொண்டிருந்த திருதராஷ்டிரன் மௌனம் சாதித்தான்.

துரியோதனன், விதுரனைப் பார்த்துச் சீறினான்:

'விதுரரே! நீர் ஒரு துரோகி என்பது எங்களுக்குத் தெரியும். பணி புரியும் எஜமானனிடம் விசுவாசம் காண்பிப்பதைவிட்டு, எதிராளியிடம் அன்பு பாராட்டுகிறீரே! உப்பிட்டவனுக்கு காட்டுகிற நன்றியா இது? உமக்கே வெட்கமாயில்லை! அப்படி பாண்டவர்கள்மீதுதான் உமக்குப் பாசம் அதிகமென்றால், அவர்களுடனேயே செல்லவேண்டியதுதானே? ஏன், எங்களுடன் இருந்து உயிரை வாங்குகிறீர்கள்?'

துரியோதனனின் கொடூரமான சொற்களைக் கேட்டு, சவுக்கால் அடித்ததுபோல துடித்துப்போனான் விதுரன்.

'துரியோதனா! ஒரு அமைச்சனுக்கு உண்டான கடமையைத்தான் நான் செய்கிறேன். நாட்டுக்கு எது நன்மையோ அதைச் சொல்வதுதான் எனது பணி. ஆனால் நீயோ, உண்மைகளைச் சொல்பவனை எதிரியாகக் கருதுகிறாய். உன்னுடன் இருந்து உனக்குப் பிடித்தமான யோசனைகள் சொல்பவரை விரும்புகிறாய். நான் என் மனசாட்சிப்படி சொல்லவேண்டியவைகளைச் சொல்லிவிட்டேன். இனி உங்கள் விருப்பம்!' - மனம் சலித்தவனாக உட்கார்ந்துவிட்டான் விதுரன்.

மீண்டும் தொடர்ந்தது சூதாட்டம். மிச்சம் மீதி இருந்தவைகளையும் ஒவ்வொன்றாகத் தோற்றான் தருமன்.

வஞ்சக சகுனியின் சூதாட்டம்.
மாயவலையில் பாண்டுபுத்திரர்கள்.

சகுனி கர்வத்துடன் கேட்டான்: 'என்ன தருமா! இன்னும் வேறேதாவது பந்தயத்துக்கு இருக்கிறதா? இருந்தால் அதை வைத்து ஆடு. அதிர்ஷ்டம் உன் பக்கம் இருந்தால் இழந்தவைகளை நீ மீட்டு விடலாம்!' - ஆசைகாட்டி ஆடத் தூண்டினான்.

இழந்தவைகளை மீட்கவேண்டும் என்கிற வெறி தருமனுடைய மனத்தில் கொழுந்துவிட்டு எரிந்தது. 'எதை? எதை வைத்து ஆடுவது? ஆடினால் ஜெயித்துவிடலாம். ஒவ்வொரு முறையுமா சகுனி வென்று கொண்டிருப்பான்? அதிர்ஷ்டம் என் பக்கமும் திரும்பும். என்னால் எல்லாவற்றையும் மீண்டும் வெல்லமுடியும்! ஆனால், பந்தயப் பொருளாக வைக்க என்னிடம் ஒன்றுமில்லையே! வேறு எனக்குச் சொந்தமானது என்ன இருக்கிறது?' சகோதரர்களைப் பார்த்தான். கண்கூசும்படியான ஆபரணங்களைச் சூட்டிக்கொண்டு தேவர்களைப் போல வந்தவர்கள், அனைத்து நகைகளையும் கழட்டிக் கொடுத்து விட்டு தங்களின் பிரகாசம் இழந்து நின்றிருந்தார்கள்.

அவர்களைப் பார்த்த தருமன், சகுனியிடம் திரும்பிச் சொன்னான்:

'இதோ! என் அழகிய தம்பி நகுலனை பந்தயப்பொருளாக வைக் கிறேன்.'

தருமன் இதைச் சொன்னதுமே சபையே ஸ்தம்பித்தது! அனைவருமே திடுக்கிட்டுப்போனார்கள். 'சூதாட்டம் எந்த எல்லைக்கும் போகும் என்று பெரியவர்கள் சும்மாவா சொன்னார்கள்!' என முணுமுணுத் தார்கள்.

சகுனி உற்சாகமானான்: 'அப்படிச் சொல் தருமா! இதோ உன் பிரிய மான தம்பி நகுலனை நான் ஜெயிக்கிறேன் பார்!' என்றபடியே பகடையை உருட்டினான். சொன்னபடியே ஜெயித்தும் விட்டான்.

'அடுத்து, கல்வி கேள்விகளில் வல்லவனான தம்பி சகாதேவனை பந்தயமாக்குகிறேன்!'

தருமன் சொல்லிமுடிக்கும்முன் உருண்டது பகடை! சகாதேவனையும் வென்றான் சகுனி.

அடுத்தடுத்து இரண்டு தம்பிகளையும் இழந்ததில் தருமனுடைய கண்களில் நீர் திரண்டது.

சூழ்ச்சிக்கார சகுனி, சாதுரியமாக தருமனை மேலும் தூண்டினான்.

'குந்தி மைந்தனே! மாத்ரியின் புத்திரர்கள் என்பதால் நகுல சகாதேவனை வைத்து ஆடினாயா? பீமனும் அர்ஜுனனும் உனது

உடன்பிறந்தவர்கள் என்பதால், அவர்களை வைத்து ஆட மனம் வரவில்லையா?' என்றான்.

தருமனுக்குக் கோபம் வந்தது. அடக்கிக் கொண்டு சொன்னான்.

'சகுனியே! உன் வஞ்சகப் பேச்சினால் எங்களுக்குள் பிரிவினை செய்யாதே! இதோ யுத்தத்தில் எப்போதும் எங்களுக்கு வெற்றியையே தேடித்தரும் அருமைத் தம்பி அர்ஜுனனை பந்தயமாக வைக்கிறேன். பகடையை உருட்டு!'

'இதோ உருட்டுகிறேன் தருமா! அர்ஜுனனும் இனி என் வசம்தான்!' - சகுனி உருட்டினான், வென்றான்.

சூதாட்டக் கட்டங்களையே பார்க்கமுடியாமல் தருமனின் கண்களில் நீர் திரண்டு மறைத்தது. தழுதழுத்த குரலுடன் சொன்னான்.

'உலகிலேயே நிகரில்லாத வீரனும், தேகபலம் மிக்கவனுமாகிய பீமனே, எனது அடுத்த பணயப் பொருள்!'

பகடை உருட்டி பீமனையும் ஜெயித்தான் சகுனி.

'அடுத்து, வேறு யாரை பணயம் வைக்கப்போகிறாய் தருமா?' உள்ளங் கைகளுக்குள் பகடையை உருட்டியபடி, உதடுகளில் விஷமச் சிரிப்பைச் சிந்தியபடி கேட்டான் சகுனி.

'என்னையே வைக்கிறேன். இப்போது நீஜெயித்தாய் என்றால், நானும் உன் அடிமையாவேன்!'

தருமன் சொன்னதுமே, 'இதோ ஜெயித்துவிட்டேன் பார்!' என்று சொல்லி தருமனை ஜெயித்தும் விட்டான் சகுனி.

அவ்வளவுதான்! துரியோதனனும் அவனைச் சேர்ந்தவர்களும் எல்லையற்ற மகிழ்ச்சியுடன் சபா மண்டபமே அதிரும்படியாகச் சிரித்தனர்.

துரியோதனன் எழுந்து பாண்டவர்களின் பெயரைச் சொல்லி 'இந்த ஐந்துபேரும் இனி என் அடிமைகள்!' என்று சபையில் சத்தமாக அறிவித்தான்.

'துரியோதனா பொறு! தருமன் இன்னும் முழுவதுமாகத் தோற்க வில்லை!' என்றான் சகுனி.

துரியோதனன் மட்டுமில்லாமல் சபையில் உள்ளவர்கள் எல்லோருமே ஆச்சரியமாகப் பார்த்தனர்.

‘ஆம்! தருமனுக்கு இன்னும் ஒரு சந்தர்ப்பம் இருக்கிறது. கடைசிச் சந்தர்ப்பம்!’ என்ற சகுனி, தருமனிடம் திரும்பிச் சொன்னான்:

‘தரும புத்திரா! உன்னிடம் இன்னும் ஒரு பொருள் மிச்சமிருக்கிறது. நீ அதைப் பந்தயம் வைத்து ஆடி உன் அதிர்ஷ்டத்தைப் பரிசோதிக்கலாம். இழந்தவைகளைக்கூட மீண்டும் அடைந்துவிடலாம். ஆம்! உன் மனைவி திரௌபதியை பந்தயப்பொருளாக வைப்பதாக இருந்தால், இன்னும் ஒரு ஆட்டம் ஆடிப் பார்த்துவிடலாம். என்ன சொல்கிறாய்?’

தருமன் நொடிநேரமும் யோசிக்காமல், ‘சரி. அவளையும் பந்தயமாக வைக்கிறேன்!’ என்று சொல்லிவிட்டான். சொல்லி முடித்ததும், ‘ஐயோ கடவுளே! என் நிலைமை இப்படியானதே!’ என்று கதறவும் செய்தான்.

சபையில் இருந்த பெரியோர்கள், ‘ஐயோ, இதென்ன விபரீதம்!’ என்று பதறினார்கள். பீஷ்மரின் மனம் துடிதுடித்துப் போனது. துரோணர், கிருபர் மற்ற அமைச்சர் பெருமக்கள் எதுவும் பேசமுடியாமல் ஊமையாக உள்ளுக்குள் குமுறினார்கள்.

சகுனி ஒருமுறை, சபையை வெற்றிப்பெருமிதத்துடன் சுற்றிப் பார்த்தான். துளி சப்தமில்லை! அத்தனைபேரும் ஸ்தம்பித்துப் போய் உட்கார்ந்திருந்தார்கள். ஆணவச்சிரிப்புடன் பகடையை வீசினான். கடகடவென்று உருண்டு, தள்ளாடி நின்றது பகடை. அடக் கடவுளே! விதியின் சதியால் திரௌபதியையும் வென்றுவிட்டான் சகுனி.

‘ஆஹா! மாமா! இப்போதுதான் முழுமையாக என்னை சந்தோஷப் படுத்தினீர்கள்!’ - தலைகால் புரியாத சந்தோஷத்துடன் சகுனியை இறுகத் தழுவிக்கொண்டான் துரியோதனன். பின் இறுகிய குரலில், விதுரனைப் பார்த்து கட்டளையிட்டான்.

‘விதுரரே! பஞ்ச பாண்டவர்களின் பத்தினியான பாஞ்சாலி இனி என் அடிமை. நீங்கள் சென்று அவளை இங்கே அழைத்து வாருங்கள். அவள் என் அரண்மனையைப் பெருக்கி சுத்தம் செய்யட்டும்!’ என்றான்.

‘துரியோதனா! நீ சொல்வதோ செய்வதோ எதுவும் முறையல்ல. ஆணவத்தால் ஆட்டம் போட்டு உனது அழிவை நீயே தேடிக் கொள்ளாதே. இந்தச் சபையில் நீதி சீர்குலைந்து போய் அநீதிதான் தலை விரித்தாடுகிறது. தருமன் தன்னையே வைத்து இழந்தபின், திரௌபதியை பந்தயம் வைக்க அவனுக்கு எந்த உரிமையும் இல்லை.

எனவே, அவன் பாஞ்சாலியை வைத்துச் சூதாடியது செல்லாது!' என்றான் விதுரன்.

துரியோதனன் விதுரனின் வார்த்தைகளை அலட்சியப்படுத்தி, தனது தேரோட்டியான பிரதிகாமியைக் கூப்பிட்டான்.

'பிரதிகாமியே! நீ போய் திரௌபதியை இங்கே அழைத்து வா!' என்று ஆணையிட்டான்.

பிரதிகாமி, அரண்மனைக்குச்சென்று திரௌபதியிடம் நடந்ததைத் தெரிவித்தான்.

'சகுனியின் தூண்டுதலால் தருமர் எல்லாவற்றையும் இழந்து, கடைசியில் உங்களையும் பந்தயப்பொருளாக வைத்து ஆடி தோற்றுப்போனார். அதனால் கல்மனம் கொண்ட துரியோதனன், அவனது இல்லத்தில் வீட்டுவேலை செய்ய தங்களை அழைத்துவரச் சொன்னான்!' என்றான்.

திரௌபதி மனம் கூசி துடிதுடித்துப் போனாள்.

'என்ன அக்ரமம் இது? எந்த மன்னனாவது தனது மனைவியைப்போய் பந்தயம் வைப்பானா? தேரோட்டியே! நீ போய் அந்த தர்மபுத்திரரிடமே கேள். 'அவர் தன்னைத் தோற்றபிறகு என்னைத் தோற்றாரா? அல்லது என்னைத் தோற்றபின் அவரைத் தோற்றாரா?' என்று கேட்டுக்கொண்டு வா!' என்றாள்.

சூதாட்ட சபாமண்டபத்துக்குத் திரும்பிய தேரோட்டி திரௌபதி சொன்னதை தருமனிடம் கேட்டான். கேள்விக்கு பதிலே இல்லாமல் தருமன் சிலைபோல் நின்றான்.

'பிரதிகாமி! அந்தக் கேள்வியை இங்கே வந்து கேட்கச் சொல். போய் அவளை இங்கே கூட்டி வா!' என்று துரியோதனன் மீண்டும் தேரோட்டியை அனுப்பிவைத்தான்.

ஆனால், திரௌபதி வரமறுத்தாள்.

'தர்மபுத்திரர் பதில் சொல்லாவிட்டால் பரவாயில்லை. இதே கேள்வியை சபையில் இருக்கும் நீதி தெரிந்த பெரியோர்களிடம் கேட்டு பதில் பெற்று வா!' என்று பிரதிகாமியை திருப்பியனுப்பினாள்.

பிரதிகாமி, திரௌபதியை அழைத்துவராமல் தனியே வந்ததைக் கண்டதும் துரியோதனன் கோபம் கொண்டான்.

‘தம்பி துச்சாதனா! இந்தத் தேரோட்டி ஒரு முட்டாள். காரியம் சாதிக்காமல் வெறும் கையுடன் திரும்பி வந்திருக்கிறான். நீ போய் அந்த ஆணவக்காரி பாஞ்சாலியை இழுத்து வா!’ என்றான்.

துச்சாதனன் உற்சாகமாகப் புறப்பட்டுப் போனான்.

அரண்மனைக்குச் சென்றவன் பாஞ்சாலியைப் பார்த்து கேலியாகச் சிரித்தபடியே, ‘பாண்டவர் பத்தினியே! நீ இப்போது எங்கள் அடிமை. வா! வந்து, நாங்கள் சொல்லும் வேலையைச் செய். அன்று எனது அண்ணன் துரியோதனனைப் பார்த்து கேலியாகச் சிரித்தாய் அல்லவா? இன்று கௌரவர்களின் வேலைக்காரியான உன்னைப் பார்த்து சபையில் உள்ளவர்கள் சிரிக்கட்டும்!’ என்றபடி, அவளை தொட்டு இழுக்கப் போனான்.

பாஞ்சாலி அவனிடமிருந்து தப்பித்து அந்தப்புரத்துக்குள் ஓடினாள். அவளைத் துரத்திச்சென்ற துச்சாதனன், பாஞ்சாலியின் தலைமுடியைப் பற்றிப்பிடித்தான். அப்படியே அவளை வீதி வழியே தரதரவென்று இழுத்துச்சென்றான்.

துச்சாதனன், பாஞ்சாலியின் தலைமுடியைப் பிடித்திழுத்த அந்தக் கணம், மொத்த க்ஷத்திரியர்களின் தலையெழுத்தையும் விதி ‘சர்வ நாசம்’ என்று மாற்றி எழுதியது!

பூமியின் பாரத்தைக் குறைப்பதற்காகவே திரௌபதியை பிறப்பித்த காலத்தின் நோக்கம், அந்த விநாடியிலிருந்து செயல்படத் தொடங்கியது!

18

பாஞ்சாலி சபதம்!

துச்சாதனன் இரக்கமே இல்லாமல் வெகு அலட்சியமாக திரௌபதியின் தலைமுடியைப் பிடித்து இழுத்து வந்தான். சபை நடுவில் நிறுத்தினான். இதைப் பார்த்த சபையினர் பதைபதைத்துப் போனார்கள். மனம் பொறுக்க முடியாமல் வேதனை கொண்டார்கள்.

ஆனால், துரியோதனனும் கர்ணனும் சகுனியும் மட்டும் துச்சா தனனைப் பாராட்டி மகிழ்ந்தார்கள்.

பாஞ்சாலி சபையின் நடுவே நின்று கதறினாள்.

'எந்த அரசனாவது தனது மனைவியைப் பந்தயமாக வைக்கத் துணி வானா? சபையில் இருக்கும் பெரியோர்களே! நீங்கள் எப்படி இதை ஒப்புக்கொண்டீர்கள்? அதுவும் தன்னை வைத்து தோற்றவருக்கு, என்னைப் பந்தயமாக வைக்க என்ன உரிமை இருக்கிறது? சபை யோரே! நீங்களே நீதி சொல்லுங்கள்!' என்று அழுதாள்.

சபையில் இருந்த பீஷ்மர், துரோணர் உட்பட யாரும் அவளுக்குப் பதில் சொல்லமுடியாமல் வெட்கத்துடன் தலை குனிந்தனர்.

ஐந்து கணவர்கள் இருந்தும், காப்பாற்ற யாரும் இல்லாத அபலையாக திரௌபதி பரிதவித்தாள். இதைப்பார்த்து, பீமன் மிகுந்த கோப மடைந்தான்.

'அண்ணன் தருமனே! சூதாட்டத்தையே தொழிலாகக் கொண்ட கயவன்கூட தன்னிடம் வேலை செய்யும் பணிப்பெண்களைப் பந்தயமாக வைக்கத் துணியமாட்டான். பொன் பொருள் ராஜ்ஜியம் முதல், உங்கள் தம்பிகளான எங்களைப் பணயம் வைத்ததைக்கூட என்னால் பொறுத்துக் கொள்ள முடியும். ஆனால், திரௌபதியை

நீங்கள் பந்தயம் வைத்ததை நான் பொறுக்கவே மாட்டேன். இந்தக் கொடிய கௌரவர்களின் கையில் அருமைப் பாஞ்சாலி வதை படுவதற்கு நீங்களே காரணம். தம்பி சகாதேவா! போய் நெருப்பைக் கொண்டு வா! சூதாடிய இவரின் கைகளைக் கொளுத்திவிடுகிறேன்!' என்று கொந்தளித்தான்.

அர்ஜுனன், பீமனை சமாதானப்படுத்தினான்.

'பீமா, வேண்டாம்! கோபம் கொள்ளாதே! நமது எதிரிகள் இதைத்தான் எதிர்பார்க்கிறார்கள். நமக்குள் விரோதத்தை ஏற்படுத்த நினைக்கும் அவர்களின் சூழ்ச்சி வலைக்குள் நாம் விழுந்துவிடக் கூடாது. அமைதி யாக இரு!' என்று அடக்கினான்.

அப்போது, கௌரவர்களில் ஒருவனும் துரியோதனனின் தம்பியு மாகிய விகர்ணன் என்பவன் எழுந்தான். பாஞ்சாலியின் நிராதரவான நிலைமையைக்கண்டு அவனால் மனம் பொறுத்துக்கொள்ள முடியவில்லை.

அவன் சபையினரைப் பார்த்து துக்கத்துடன் பேசினான்:

'நீதி நியாயம் அறிந்த, தர்மத்தைப் போற்றும் பெரியோர்களே! திரௌபதியின் கேள்விக்கு, பதில் கூறவேண்டியது உங்களின் கடமை யல்லவா? எதற்காக நீங்கள் மௌனமாக இருக்கிறீர்கள்? சூதாட்ட வலையில் சிக்கிக்கொண்ட தருமன் தனது மனைவியை வைத்துச் சூதாடியதை நீங்கள் ஒப்புக் கொள்கிறீர்களா? திரௌபதி ஐவருக்கும் சொந்தமானவள். அப்படியிருக்க, அவளைப் பந்தயமாக வைத்து ஆட தருமனுக்கு தனி உரிமை கிடையாது. அதுவுமில்லாது, தருமன் தன்னைத் தோற்றபின் மற்றவருக்கு அடிமையாகி சுதந்திரத்தை இழந்துவிட்டான். அதன்பின் பாஞ்சாலியை வைத்துச் சூதாட அவ னுக்கு என்ன அருகதை இருக்கிறது? இதற்கெல்லாம் மேலாக திரௌபதியின் பெயரைச் சொல்லி அவளை வைத்து ஆடுமாறு சொன்னது சகுனி. இது ஆட்ட விதிமுறைக்கு முரணானது. குறிப்பிட்ட பொருளை வைக்கச் சொல்லி எதிரில் ஆடுபவர் சொல்லக் கூடாது. மொத்தத்தில் திரௌபதி ஜெயிக்கப்பட்டது நியாயமே கிடையாது! நிகழ்ந்தது மொத்தமும் அநியாயம்தான்!'

விகர்ணனின் வெளிப்படையான தைரியமான பேச்சைக் கேட்டு, சபையிலிருந்தவர்கள் அவனைப் பாராட்டினார்கள்.

அப்போது கர்ணன், விகர்ணனைப் பார்த்து சினந்தான்:

துகில் உரியப்படும் திரௌபதிக்கு
கிருஷ்ண பரமாத்மா அருள் புரியும் காட்சி.

‘விகர்ணா! சபையில் பெரியோர்கள் இருக்க, சிறுவனான நீ ஏன் இப்படி வீண் வாக்குவாதம் செய்கிறாய்? துச்சாதனன், திரௌபதியை இழுத்துவந்ததை நீ அநீதி என்று நினைக்கிறாய். நான் அப்படி நினைக்கவில்லை! ஒருவனுக்கு ஒருத்தி என்கிற பண்பாட்டை மீறி, இவள் ஐந்து பேருக்கு பத்தினியானவள். அப்படிப்பட்டவள் தாசிக்கு நிகராகத்தான் மதிக்கப்படுவாள். எனவே, இவள் துச்சாதனனால் இழுத்துவரப்பட்டது தவறேஇல்லை!’ என்றவன், துச்சாதனனைப் பார்த்துச் சொன்னான்.

‘துச்சாதனா! அடிமைகளுக்கு மேல் ஆடைகள் எதற்கு? போ! எல்லோருடைய ஆடைகளையும் அவிழ்த்து அதைச் சகுனியிடம் கொடு!’

கர்ணனின் குரூரமான பேச்சைக் கேட்டதும், பாண்டவர்கள் துயரத்துடன் தாங்களாகவே மேலாடைகளைக் கழற்றித் தூக்கிப்போட்டார்கள். துச்சாதனன் அடுத்தபடியாக கோரச் சிரிப்புடன் திரௌபதியை நெருங்கினான். அவள் ஆடையைப்பற்றி இழுக்கத் தொடங்கினான்.

தர்மசாத்திரங்கள் அறிந்த நல்லோர்களும் பெரியோர்களும் குழுமியிருந்த சபை, அங்கே அடுத்தடுத்து நடக்கும் அநாகரிகச் செயல்களைப் பார்த்து அவமானத்தால் தலைகுனிந்தது.

குலத்தின் மூத்தவரான பிதாமகர் பீஷ்மர், கண்ணெதிரில் நடந்த காட்சிகளை நம்பமுடியாதவராக அப்படியே உறைந்து போனார். எல்லைமீறி நடைபெற்ற சம்பவங்கள், அவருடைய கண்களில் கண்ணீரை வரவழைத்தது.

‘அநியாயம்! மிக மிக அநியாயம்! பெருமைமிக்க பரத வம்சத்தின் சிறப்பு சீர்குலைந்தது. கௌரவர்களின் நாசம் தொடங்கிவிட்டது!’ என்று அவருடைய இதயம் அலறித்துடித்தது.

திரௌபதி வாய்விட்டுக் கதறினாள். ‘பகவானே! பரந்தாமா! கிருஷ்ண பரமாத்மா! எனக்கு, இனி நீயே கதி! ஆதரிப்பார் யாருமில்லாத இந்த அபலைப்பெண்ணின் மானத்தைக் காப்பாற்று!’ என்று அலறினாள்.

அப்போது அங்கே ஓர் அதிசயம் நடந்தது! தன்னை நம்பியவர்களைக் கைவிடாத கிருஷ்ணனின் கருணை அந்த அற்புதத்தை நிகழ்த்தியது!

துச்சாதனன், திரௌபதியின் ஆடையைப் பற்றி இழுக்க இழுக்க, மாயக்கண்ணனின் அருளால் அவளின் புடைவை வளர்ந்துகொண்டேயிருந்தது. நூற்றுக்கணக்கில், ஆயிரக் கணக்கில் நீண்டு நீண்டு சிறிய மலைபோல் குவியலாகக் குவிந்தது.

துச்சாதனன் இழுத்தான், இழுத்தான், இழுத்துக்கொண்டேஇருந்தான். கைகள் மாற்றி மாற்றி இழுத்து உடல் சோர்ந்து போனான். களைத்துப் போய் விழுந்தான்.

சபையில் இருந்த அனைவரும் இதைக்கண்டு சிலிர்த்துப் போனார்கள். மனம் மகிழ்ந்து அதிசயித்தார்கள். பாஞ்சாலியின் பெருமையை உணர்ந்து, துரியோதனனைத் திட்டித் தீர்த்தார்கள். திரௌபதியை மனதாரப் புகழ்ந்தார்கள்.

பீஷ்மர், துரோணர், கிருபர் ஆகியோர் திரௌபதியைக் கை கூப்பித் தொழுதார்கள்.

துரியோதனன் கேலிச்சிரிப்புடன், 'துச்சாதனா! புடைவை வளரும்படி யாக இவள் ஏதோ மந்திரம் செய்கிறாள். அவளை இழுத்துவந்து என் மடியின்மீது அமர வை!' என்று தன் ஆடையை விலக்கி தொடையைக் காட்டினான்.

திரௌபதி, கோபத்தின் உச்சத்தை அடைந்தாள். அவளுடைய கண்களில் தீப்பொறி பறந்தது.

'துரியோதனா! எந்தத் தொடையைக் காட்டி தகாத சொல் சொன் னாயோ, அந்தத் தொடை முறிந்து அதன் பிளவின் வழியாகத்தான் உன் உயிர் போகும்!' என்று சாபமிட்டாள்.

அத்துடன் அவள் அமைதியடையவில்லை. சீற்றத்துடன் மேலும் சொன்னாள்:

'இப்போது நான் சபதம் எடுக்கிறேன்! இதோ இந்தத் துரியோதனனும் இவனைச் சேர்ந்தவர்களும் யுத்தத்தில் மாண்டு கிடக்கும்போது, அவர்களின் ரத்தத்தில் என் கூந்தலை நனைத்துக் குளித்த பின்புதான் அவிழ்ந்துகிடக்கும் என் கூந்தலை அள்ளி முடிப்பேன்! நான் பத்தினி என்பது உண்மையானால் இது நிச்சயம் நடக்கும்!'

திரௌபதி சபதம் எடுத்து முடித்ததுமே, பீமன் தனது திரண்ட உடலை முறுக்கி ராட்சதன்போல் நின்று ஆவேசமாக முழக்கமிட்டான்.

'இதுவரை எந்த க்ஷத்திரியனும் செய்யாத சபதத்தை நான் செய்கிறேன். திரௌபதியைக் கொடுமைப்படுத்தி ரசித்துச் சிரித்த மகாபாவி துச்சாதனின் மார்பைப் பிளந்து அவன் ரத்தத்தைக் குடிப்பேன்! இதற்கெல்லாம் காரணமான துரியோதனனின் தொடைகளைப் பிளந்து அவனைக் கொல்வேன். மற்றும் அவனுடைய சகோதரர்கள் நூறு பேரையும் யுத்தத்தில் கொன்றே தீருவேன். இது சத்தியம்!'

பீமனின் இந்தக் கொடூரமான சபதத்தைக் கேட்டு துச்சாதனன் நடுநடுங்கிப் போனான். சபையினரின் மனத்தில் திகில் மூண்டது!

அர்ஜுனனும் சபையினர் அறியும்படி, 'திரௌபதியைக் கேவலமாகப் பேசிய கர்ணனை நான் கொல்வேன். இதுவும் சத்தியம்!' என்று கர்ஜித்தான்.

அடுத்து சகாதேவன் 'நான் சகுனியைக் கொல்வேன்!' என்று சபதம் செய்ய, 'நான் சகுனியின் மகனையும் மற்றும் இந்தத் தீயவர்களுக்குத் துணைபோகும் அத்தனைபேரையும் யுத்தத்தில் கொன்று குவிப்பேன்!' என்று நகுலன் சொல்லிமுடித்தான்.

பாண்டவர்கள் இப்படிச் சபதம் செய்தபோது பூமி நடுங்கியது. நரிகள் ஊளையிட்டன. கருமேகம்போல ஆயிரக்கணக்கான கழுகுகள் நகரத்தின்மீது பறந்து விபரீதமாகக் கத்தின.

திருதராஷ்டிரன் திடுக்கிட்டுப்போனான். சபையில் நடந்த நிகழ்வுகள் மிகப்பெரிய அழிவுக்குக் காரணமாக அமைந்து விடுமோ என்று பயந்தான். அரியணையிலிருந்து எழுந்து நின்று திரௌபதியை வணங்கினான்.

'அம்மா திரௌபதி! பொறுத்துக்கொள். நடந்த தவறுக்கெல்லாம் நான் மன்னிப்புக் கேட்டுக்கொள்கிறேன். உனக்கு என்ன வரம் வேண்டும் கேள்!' என்று வேண்டினான்.

'பாண்டவர்கள் அடிமைத்தனத்திலிருந்து விடுபட வேண்டும்!' என்று கேட்டாள் திரௌபதி.

'அப்படியே ஆகட்டும் அம்மா!'

பாண்டவர்களை விடுவித்த திருதராஷ்டிரன், 'தரும புத்திரா! துரியோதனன் செய்த தீமையை தயவுசெய்து மனத்தில் வைத்துக் கொள்ளாதே! அவர்கள் என்ன குற்றம் செய்திருந்தாலும், குருடனான இந்தப் பெரியப்பாவை நினைத்து என் மகன்களை மன்னித்துவிடு. நீ இழந்தவைகளை மீண்டும் உனக்கே அளிக்கிறேன். அனைத்தையும் மறந்துவிட்டு இந்திரப் பிரஸ்தம் சென்று முன்போலவே உங்கள் ராஜ்ஜியத்தை ஆண்டு வாருங்கள்!' என்றான்.

பாண்டவர்கள் அனைவரையும் வணங்கி விடைபெற்றுக் கொண்டு புறப்படத் தயாரானார்கள்.

இதை துரியோதனனால் ஏற்றுக்கொள்ள முடியவில்லை. ஏமாற்றம் கொண்டவனாக தந்தையிடம் கோபப்பட்டான்:

‘தந்தையே! நீங்கள் பெரும் தவறு செய்கிறீர்கள். நாம் இவர்களிடம் எதையும் ஏமாற்றிப் பிடுங்கவில்லை. மாமா சகுனி, தன்னுடைய திறமையாலேயே இவர்களைத் தோற்கடித்து உள்ளார். தோற்றுப் போன கோபத்தில் இருக்கும் இவர்கள் நமக்குத் தீமையே செய் வார்கள். முயற்சித்து வெற்றி பெற்றதை, மீண்டும் இவர்களுக்குத் தானம் தருவதில் எனக்கு உடன்பாடில்லை!’ என்றான்.

பின் தருமனிடம் திரும்பி, ‘தருமா! ஒரு பெண்ணின் தயவாலா தப்பிப்பிழைக்க நினைக்கிறாய்? இது உனக்கு அவமானமாக இல்லையா?’ என்று கேலியாகக் கேட்டான்.

‘என்னை என்ன செய்யச்சொல்கிறாய் துரியோதனா?’ - இயலாமை யுடன் வேதனை பொங்கக் கேட்டான் தருமன்.

‘நமக்குள் கடைசியாக மீண்டும் ஒருமுறை சூதாட்டம் நடத்துவோம். தோற்றவர் பன்னிரண்டு ஆண்டுகள் வனவாசம் செய்யவேண்டும். பதின்மூன்றாவது வருடம் யாரும் கண்டுபிடிக்க முடியாதபடி தலை மறைவாக மறைந்து வாழவேண்டும். அப்படி மறைந்து வாழும்போது கண்டுபிடிக்கப்பட்டால், மறுபடி பன்னிரண்டு ஆண்டுகள் வனவாசம், ஓராண்டு அஞ்ஞாத வாசம் செய்யவேண்டும். இதுதான் பந்தயம்! ஆடத் தயாரா?’ என்றான்.

தருமனுக்கு வேறு வழி இருக்கவில்லை. ஒப்புக்கொண்டு அந்தக் கடைசிப் பந்தயத்தையும் ஆடினான். தோற்றுப் போனான்.

நிபந்தனைப்படி பாண்டவர்கள் ஐந்துபேரும் வனவாசம் செய்ய காட்டுக்குப் புறப்பட்டார்கள்.

மகன்களின் நிலைமையைக்கண்டு கண்ணீரில் மூழ்கிய குந்தியை, விதுரன் தன் வீட்டுக்கு அழைத்துப்போனான்.

19

அர்ஜுனன் அடைந்த தெய்வ அஸ்திரங்கள்

வனவாசம் சென்ற பாண்டவர்கள், முதல்நாள் கங்கைக் கரையை அடைந்து அங்கிருந்த பெரிய ஆலமரத்தின்கீழ் தங்கினார்கள். இவர்களுடன் கூடவே சில வேதியர்களும் சென்றிருந்தனர். தருமன் தடுத்தும்கூட கேட்காமல், பாண்டவர்கள் மேல் கொண்ட பாசத்தால் அவர்களும் வனத்துக்கு வந்திருந்தனர்.

தருமனுக்கு இப்போது அவர்களைப் பற்றிய கவலையே மிகுதியாக இருந்தது. 'தங்களைப் பின்தொடர்ந்து வருபவர்களுக்கு உணவிட்டு உபசரிப்பது தனது கடமையாயிற்றே! அதை எப்படி நிறைவேற்றுவது?' என்று யோசித்தான். இதைப்பற்றி தனது புரோகிதரான தௌமியரிடம் கேட்டான்.

சூரியனை வழிபட்டு வேண்டுமாறு யோசனை சொன்னார் தௌமியர். அதற்குரிய மந்திரத்தையும் சொல்லித் தந்தார்.

அதன்படியே தருமன், மந்திரத்தை உச்சரித்து சூரியனை நோக்கித் தவமிருந்தான். சூரியன் நேரில் தோன்றி தரிசனம் தந்தான். 'தரும புத்திரா! நீ இருக்கும் கஷ்டமான சூழ்நிலையிலும் விருந்தினர்களுக்கு உணவளிக்கவேண்டும் என்கிற உனது நல்ல எண்ணத்தைப் பாராட்டுகிறேன். இந்தா பெற்றுக் கொள்!' என்று தருமனுக்கு ஓர் அட்சய பாத்திரத்தை வழங்கிவிட்டு மறைந்தான்.

அந்த அட்சய பாத்திரம், எடுக்க எடுக்கக் குறைவில்லாதபடி என்னென்ன கேட்கிறோமோ அந்த உணவுகளை அள்ளித் தந்துகொண்டே இருக்கும்.

தருமன் அந்த அட்சய பாத்திரத்தைக் கொண்டுபோய் திரௌபதியிடம் தந்தான். இதன்மூலமாக அவர்களின் உணவுப் பிரச்னை தீர்ந்தது.

திரௌபதி அட்சய பாத்திரத்தின் மூலமாக முதலில் விருந்தினர்களுக்கு உணவிடுவாள். அதன்பிறகு தருமனின் தம்பிகள் நால்வரும் சாப்பிடுவார்கள். அதற்குப்பிறகு தருமனும், கடைசியாக திரௌபதி/யும் சாப்பிட்டு முடிப்பார்கள். திரௌபதி சாப்பிட்டதோடு, அன்றைய தினத்துக்கு அட்சய பாத்திரத்தின் மகிமை முடிந்துவிடும். அத்துடன் மறுநாள்தான் அதனிடம் உணவை யாசிக்கமுடியும்.

பாண்டவர்கள் வனத்தில் இருந்தபோது ஓர் நாள், அவர்களின் மேல் அன்பு கொண்ட போஜர்களும் விருஷ்ணிகளும் சேதி தேசத்து மன்னனான திருஷ்டகேதுவும், கேகயர்களும் மற்றும் துருபதனும், திருஷ்டத்யும்னனும் விராடனும் இவர்களுடன்கூட கிருஷ்ணனும் பாண்டவர்களைக்காண கானகத்துக்கு வந்துசேர்ந்தார்கள்.

பாண்டவர்களின் நிலைமையைக் கண்டு மனம் வருந்தினார்கள். அவர்களுக்கு ஆறுதலாகப் பேசிக்கொண்டிருந்தார்கள். கிருஷ்ணன் எல்லோரிடமும் கூறினான்:

'இந்தக் காரியங்கள் நடக்கும்போது நான் துவாரகையில் இல்லை. இருந்திருந்தால் இந்த சூதாட்ட மோசடியை, நடக்காமல் தடுத்திருப்பேன். நான் சிசுபாலனைக் கொன்றதால் அவனுடைய நண்பனான சால்வன் என்பவன் துவாரகையில் நான் இல்லாத சமயத்தில் படையுடன் வந்து முற்றுகையிட்டு விட்டான். பின், நான் அவனைத் துரத்திச்சென்று கொல்ல நேரிட்டது. அதனால்தான் என்னால், அஸ்தினாபுரத்தில் நடந்த சூழ்ச்சியை தடுத்து நிறுத்த முடியாமல் போய்விட்டது. ஆனாலும் என்ன? நடந்தவைகள் எதையும் மாற்றிவிட முடியாது! விதி போகும் போக்கில்தான் நாம் சென்றாக வேண்டும்!' - வருத்தத்துடன் சொன்னான் கண்ணன்.

கண்ணனைப் பார்த்ததுமே, திரௌபதிக்கு மனத்துக்குள் இருந்த துக்கம் பீறிட்டுக் கொட்டியது.

'அண்ணா! என்னைப்போல ஒரு துரதிர்ஷ்டமான பெண் இந்த உலகத்திலேயே இருக்கமுடியாது. இப்போது நினைத்தாலும் இதயம் வெடித்துப்போகிறது. அன்று, அந்தச் சூதாட்ட மண்டபத்தில் நான் கௌரவர்களால் மிகவும் மோசமாக அவமானப்படுத்தப்பட்டேன். என்னை தாசி என்று கேலி செய்து சிரித்தார்கள். இழிவாக நடத்தினார்கள். ஐந்து கணவர்கள் இருந்தும், என்னை அந்தச் சமயத்தில் காப்பாற்றுவார் யாருமில்லை. பெருமைக்குரிய மூத்தவர்கள் பீஷ்மர், கிருபர், துரோணர் போன்றோரும்கூட எனக்கு உதவிபுரிய முன்வரவில்லை. உங்கள் கருணையாலேயே என்னுடைய மானம் பறிபோகாமல் தப்பித்தேன்.

ஆனால் இத்தனை கொடுமைகள் புரிந்த துரியோதனன் இன்னும் உயிருடன் சுகமாக, சந்தோஷமாக இருக்கிறான். இதை நினைக்கும் போதுதான் வருத்தமாக இருக்கிறது. இனி நல்லவர்களுக்குக் காலமில்லையா கிருஷ்ணா? உலகத்தில் நீதியும் நியாயமும் செத்துப் போய்விட்டதா? நான் சிந்திய கண்ணீருக்கும் அடைந்த வேதனைக் கும் அர்த்தமே இல்லையா கண்ணா? 'கௌரவர்களின் ரத்தத்தில் நனைத்தபிறகே அவிழ்ந்த கூந்தலை அள்ளிமுடிப்பேன்!' என்று சபதம் செய்திருக்கிறேன். இது நடக்குமா நடக்காதா கண்ணா?' - ஓவென்று கதறியழுதபடி தன் வேதனையைக் கொட்டித்தீர்த்தாள் திரௌபதி.

அவளை சமாதானம் செய்தான் கிருஷ்ணன்.

'பாஞ்சாலி! எந்த ஒரு உத்தமப்பெண் பாதிக்கப்பட்டாலும் அவளது வேதனை வீண்போவதில்லை. பத்தினியின் சாபத்தை பெற்றுக் கொண்டவர்கள் சுகமாக வாழ்ந்ததும் இல்லை. உன்னை யாரெல்லாம் துன்புறுத்தினார்களோ அவர்களின் உடல் ரத்தத்தில் நனைந்து உயிரில்லாமல் கிடப்பதை, நீ பார்க்கத்தான் போகிறாய். இப்போது உனக்கு நான் வாக்குறுதி தருகிறேன். பாண்டவர்களை எப்போதும் நான் கைவிடமாட்டேன். அவர்களுக்குத் தேவையானதை சமயமறிந்து நானே செய்வேன். மீண்டும் உன்னை, ஒரு பெரிய சாம் ராஜ்ஜியத்தின் பட்டத்தரசியாக தருமனின் பக்கத்தில் அமரவைப்பேன். இது சத்தியம்!' என்று வாக்களித்தான்.

பின் அர்ஜுனனின் மனைவியான தன் தங்கை சுபத்திராவையும் அவளுடைய மகன் அபிமன்யுவையும் அழைத்துக் கொண்டு துவா ரகைக்குப் புறப்பட்டுப்போனான். துருபதனும் திருஷ்டத்யும்னனும் திரௌபதியின் பிள்ளைகளைக் கூட்டிக் கொண்டு பாஞ்சாலம் திரும்பினார்கள்.

•••

பீமனோ இன்னும் கோபம் தணியாதவனாகவே இருந்தான். வனவாச காலத்தில், அவனுக்கும் தருமனுக்கும் பலமுறை வாக்குவாதம் நடந்தது.

துரியோதனனின் நிபந்தனையை ஏற்றுக்கொண்டு பதிமூன்று வருட காலம் வனவாசம் இருப்பது கோழைத்தனம் என்பது பீமனின் எண்ண மாக இருந்தது. அஸ்தினாபுரத்து துஷ்டர்களைக் கொல்லவேண்டும் என்று துடியாகத் துடித்தான் அவன். அதை, தருமனிடம் பலவிதமாகச் சொன்னான்:

‘அண்ணா! நீங்கள் ஏன் இன்னும் பொறுமை காக்கிறீர்கள் என்றுதான் எனக்குப் புரியவில்லை. துரியோதனன் சூதாட்டத்தின் மூலமாக நமது செல்வத்தைக் கவர்ந்துகொண்டது நியாயமே இல்லை. அவர்கள் திட்டமிட்டே நமக்குக் கெடுதல் செய்தார்கள். ராஜ்ஜியத்தைப் பறித்துக்கொண்டார்கள். நம்மை அவமானப்படுத்தினார்கள். பாஞ் சாலியை இம்சித்தார்கள். இத்தனையும் செய்த அந்த அயோக்கியர் களின் நிபந்தனையை, நாம் எதற்காக ஏற்கவேண்டும்?

விரோதியைக் கொல்வதே க்ஷத்திரிய தர்மம். நாம் க்ஷத்திரிய தர்மப்படி நடந்துகொள்வோம். நீங்கள் சரியென்று சொல்லுங்கள். நம்மை அவர்கள் கபடத்தால் வென்றார்கள். நாம் அவர்களை வீரத்தால் வெல்வோம். நமக்குத் துணைசெய்ய பல அரசர்கள் தயாராக இருக்கிறார்கள். கிருஷ்ணனும் நமக்கு உதவி செய்வான். எனவே, யுத்தத்தில் அவர்களைக் கொன்று ராஜ்ஜியத்தைக் கைப்பற்றுவோம்!’ என்று கர்ஜித்தான்.

பீமன் இப்படிப் பேசியது தருமனுக்கு வருத்தமாக இருந்தது.

‘பீமா! கோபத்தை முதலில் கட்டுப்படுத்து. பொறுமையே தர்மம். நான் எப்போதும் எந்த நிலையிலும் தர்மத்தைக் கைவிட மாட்டேன். சூதாட்டத்தில் கலந்துகொண்டபோது, ‘பன்னிரண்டு வருட வன வாசம், ஒரு வருட தலைமறைவு வாழ்க்கை’ என்ற நிபந்தனைக்கு ஒப்புக்கொண்டுதான் ஆடினேன், தோற்றேன். அந்த நிபந்தனையை நிறைவேற்றுவது எனது கடமை. அதுவே தர்மம். இறந்தாலும், நான் அதை மீறமாட்டேன்!’ - உறுதியாகச் சொன்னான் தருமன்.

தருமனின் இந்த சாத்வீக குணம் திரௌபதிக்கும் பிடிக்கவில்லை.

‘கோபப்படாதவன் க்ஷத்திரியனே இல்லை! துரியோதனனும் அவனைச் சார்ந்தவர்களும் மேலும் மேலும் நமக்கு பல தீமைகளைச் செய்துவருகிறார்கள். வஞ்சகமே உருவான அவர்கள் சந்தோஷமாகக் காலம் கழிக்கும்போது, தருமம், நீதி, நியாயம் என்று சொல்லிக் கொண்டு நீங்கள் காட்டில் கஷ்டப்படுகிறீர்களே! இது உங்களுக்கு அநீதியாகத் தெரியவில்லையா? உங்கள் தம்பிகளின் நிலைமையைப் பார்த்தும், எனது வேதனையைக் கண்டும்கூட உங்களுக்குக் கோபம் வரவில்லையா? பொறுமை காத்தது போதும். உங்கள் தம்பி சொல்வதுபோல செயலில் இறங்குங்கள்! அவர்களைக் கொன்று பழிதீர்த்து நமது க்ஷத்திரிய தர்மத்தைக் காப்பாற்றுங்கள்!’ - கொந்தளிப்போடு சொன்னாள் திரௌபதி.

தருமன் அவர்களுக்குப் பலவிதமாக தருமத்தை உபதேசித்தும் கேட்காததால், யதார்த்த நிலைமையை அவர்களுக்கு எடுத்துச் சொன்னான்.

'பீமா! திரௌபதி! கோபம் உங்கள் கண்களை மறைக்கிறது. அதனாலேயே நமது எதிரியின் பலத்தைப் புரிந்துகொள்ள மறுக் கிறீர்கள். துரியோதனனும் அவன் சகோதரர்களும் நம்மைப்போலவே துரோணரிடம் யுத்தப்பயிற்சி பெற்றவர்கள். நம்மைவிட எண்ணிக்கை யில் அதிகமானவர்கள். அத்துடன் அசுவத்தாமன், பூரிசிரவசு போன்ற மாவீரர்கள் அவனுக்குப் பக்கபலமாக இருக்கிறார்கள். இன்னும் பல ராஜாக்கள் அவனுக்கு உதவிசெய்யக் காத்திருக்கிறார்கள். பீஷ்மர், துரோணர், கிருபர் போன்ற வல்லமைமிக்க ஜாம்பவான்கள் இருக்கிறார்கள். துரியோதனன் செய்வது நியாயமில்லை என்று உணர்ந்தாலும், யுத்தம் என்று வந்து விட்டால் அவன் பக்கத்திலிருந்து அவனுக்காக உயிரையும் கொடுப்பார்கள்.

இதற்கும் மேலாக கர்ணனை நினைத்தால்தான் எனக்குக் கவலையாக இருக்கிறது. அஸ்திர வித்தையில் சிறப்பாகத் தேர்ச்சி பெற்றவன் அவன். நமது அர்ஜுனனுக்கு நிகரானவனாகத் தெரிகிறான். துரி யோதனனுக்காக எந்த அபாயத்திலும் தலைகொடுக்கும் தைரியசாலி. இவர்களை எதிர்த்து யுத்தம் செய்தால், வெற்றி நமக்குத்தான் என்பது நிச்சயமில்லை. எனவே, அவசரப்படுவதிலோ ஆவேசப்படுவதிலோ அர்த்தமில்லை! எந்த ஒரு காரியத்திலும் ஆலோசிக்காமல் இறங்குவது தீமையையே தரும். காலம் நமக்கான நல்வழியை நிச்சயம் காட்டும். அதுவரை பொறுப்போம்!' என்று அவர்களைக் கட்டுப்படுத்தினான்.

அந்தச் சமயத்தில் வியாச மகரிஷி அங்கு வந்தார்.

'என்ன, உங்களுக்குள் வாக்குவாதம்?' என்று விசாரித்தார்.

'பீமன், துரியோதனனுடன் யுத்தத்துக்குச் செல்லவேண்டும் என்று துடிக்கிறான். ஆனால் அவர்களிடம் படைபலமும், பீஷ்மர், துரோணர், கிருபர், அசுவத்தாமன், கர்ணன் போன்ற மகாவீரர்களின் துணையும் உள்ளது. அவர்களை ஜெயிப்பது மிகக் கடினம்! அதைப் பற்றித்தான் சொல்லிக்கொண்டிருக்கிறேன்!' - நீண்ட பெருமூச்சுடன் சொன்னான் தருமன்.

'தரும புத்திரா! அதைப்பற்றிக் கவலைப்படாதே! நான் ஒரு வழி சொல்கிறேன் கேள். மகா ருத்திரனான சிவபெருமானையும் மற்ற தேவர்களையும் வேண்டி, அர்ஜுனனை தவம் செய்யச் சொல்.

அவர்களிடம் தேவாஸ்திரங்களைக் கேட்டுப் பெறச்சொல். அர்ஜுனன் அவைகளை அடைந்துவிட்டால் பிறகு உங்களுக்கு எதிரிகளின் பயம் இருக்காது!' என்று சொல்லி விடைபெற்றுச் சென்றார்.

வியாசர் சொன்னதை ஏற்று, அர்ஜுனன் அனைவரிடமும் விடை பெற்றுக்கொண்டு தவம் செய்யச் சென்றான்.

அடர்ந்த காட்டின் மத்தியில், இந்திர மலையின்மீது ஆழ்ந்த தவத்தில் இறங்கினான். இதைக்கண்ட இந்திரன் அர்ஜுனனுடைய தவ வலிமையைச் சோதிப்பதற்காக ரம்பை, ஊர்வசி, மேனகை போன்ற தேவ கன்னிகைகளை அனுப்பி மனத்தைக் கலைக்க முயன்றான். அவர்கள் எவ்வளவோ முயற்சித்தும், ஆடிப்பாடி சாகசம் செய்தும் அர்ஜுனனின் மனத்தை அவர்களால் திசை திருப்ப முடியவில்லை.

அதைக் கண்டுமகிழ்ந்த இந்திரன், அர்ஜுனன் முன்பு தோன்றினான்.

'அர்ஜுனா! இந்த உன் மன உறுதியினால் நீ நிச்சயம் சிவ தரிசனம் பெறுவாய்! அப்போது ஈடு இணையில்லாத தெய்வ அஸ்திரங்கள் உனக்குக் கிடைக்கும்!' என்று வாழ்த்திவிட்டுப் போனான்.

அர்ஜுனன் மேலும் தீவிரமானான். நீண்டகாலம் விடாமல் கடுந்தவம் செய்தான்.

சிவபெருமான், அர்ஜுனனின் பக்திபூர்வமான தவத்தைக் கண்டு அவனுக்கு அருள்பாலிக்க தீர்மானம் செய்தார்.

பார்வதியும் பரமேஸ்வரனும் வேடுவன் - வேடுவச்சி போல உரு மாறி, அர்ஜுனன் தவம் செய்துகொண்டிருந்த காட்டுக்கு வந்தார்கள்.

அந்தச் சமயத்தில், கோரமான காட்டுப்பன்றி ஒன்று தவக்கோலத்தில் இருந்த அர்ஜுனனைக் கொல்வதற்காகப் பாய்ந்து வந்தது.

அதனைக் கொல்வதற்காக அர்ஜுனன், தனது காண்டீபத்தை வளைத்து அம்பை விட்டான். அதேநேரத்தில் வேடனாக வந்த சிவபெருமானும் பன்றியின்மீது அம்பைச் செலுத்தினார். இரண்டும் ஒரே சமயத்தில் பன்றியைத் தாக்கியது. பன்றி செத்து விழுந்தது.

வேடனாகிய சிவபெருமான் மிகுந்த கோபம் கொண்டவர்போல அர்ஜுனனிடம் பேசினார்:

‘ஏய் முட்டாளே! தவக்கோலத்தில் இருக்கிற நீ, நான் அம்பால் கொன்ற பன்றியை எப்படித் தாக்கலாம்? ஒரு விலங்கை இருவர் தாக்குவது நியாயமா? அறிவில்லையா உனக்கு?’ என்று ஏசினார்.

‘வேடனே! நாக்கை அடக்கிப் பேசு. என்னைத் தாக்க வந்ததாலேயே இந்தப் பன்றியை நான் கொன்றேன். எனது அம்புதான் இதன் உயிரைக் குடித்தது. இதை முதலில் அடித்தது நான்தான். ஆனாலும், இந்தப் பன்றி எனக்குத் தேவைஇல்லை. நீயே எடுத்துப் போ! இனியாவது மற்றவர்களிடம் பணிவாகப் பேச கற்றுக்கொள்!’ என்றான் அர்ஜுனன்.

‘ஓ! அத்தனை பெரிய ஆளா நீ? நாக்கை அடக்கிப் பேசவில்லை என்றால் அறுத்துவிடுவாயோ! நீ சரியான வீரனாக இருந்தால், வாய் ஜம்பம் காட்டாமல் என்னோடு போரிடு பார்க்கலாம்!’ - என்றார் சிவபெருமான்.

வாய்ப்பேச்சு முற்றி, இருவருக்குள்ளும் சண்டை மூண்டது. இருவரும் வில்லில் அம்பு பூட்டி ஒருவர்மீது ஒருவர் சரமாரியாக எய்துகொண்டனர். அர்ஜுனன் எத்தனையோ அஸ்திரங்கள் விட்டும் அவைகள் வேடனை எதுவும் செய்யமுடியாமல் வீணானது. வேடன் தனது பாணத்தால், அர்ஜுனனின் காண்டீப நாணை அறுத்தெறிந் தான். கோபம் கொண்ட அர்ஜுனன் வில்லின் நுனியாலேயே வேடனைக் குத்தி அடித்தான். வேடன் அதை வெகு அலட்சியமாகப் பிடுங்கி ஒடித்து எறிந்தான். அதன்பின் இருவரும் வெறும் கைகளா லேயே அடித்துக்கொண்டனர். மல்யுத்தமும் செய்தார்கள்.

வேடன், அர்ஜுனனின் இரு கைகளையும் பிடித்து இறுகக் கட்டித் தழுவிக்கொண்டான். அசையக்கூட முடியாமல் செய்தான். அர்ஜுனன் ஏதும் செய்யமுடியாமல் தவித்தான். தேவர்களாலும் வெல்ல முடியாதவன் என்று புகழ்பெற்ற தன்னை, ஒரு சாதாரண வேடன் தோற்கடித்துவிட்டானே என்று மனம் வருந்திக் கலங்கினான்.

சிவபெருமான் மேலும் அர்ஜுனனைச் சோதிக்க விரும்பாமல், பார்வதி பரமேஸ்வரனாக அவன் முன் தரிசனம் தந்தார்.

அர்ஜுனன் பதறிப்போனான். சாஷ்டாங்கமாக அவர்களின் கால்களில் விழுந்து பணிந்தான்.

‘மகாதேவா! உலகையே ரட்சித்துக் காக்கும் உங்களுடனா போரிட் டேன். ஐயோ! மன்னிக்கமுடியாத தவறையல்லவா செய்துவிட்டேன்!

இந்தப் பாவியின் குற்றத்தைப் பொறுத்தருளுங்கள் இறைவா!' என்று கதறியழுதான்.

'அர்ஜுனா! மனம் வருந்தத் தேவையில்லை. நான் விரும்பியே உன்னுடன் விளையாடினேன். உன்னுடைய வீரம் என்னை மகிழ்வித்தது. உனக்கு என்ன வேண்டும் கேள்!'

'பார்வதி நாதா! பரமேஸ்வரா! இந்த எளியவனுக்கு தாங்கள் பாசுபத அஸ்திரத்தை வழங்கி அருளவேண்டும் என்பதே என் விண்ணப்பம்!'

'அப்படியே ஆகட்டும்!' அர்ஜுனனுக்கு அருள்பாலித்த சிவபெருமான், வலிமைமிக்க பாசுபத அஸ்திரத்தை அவனுக்கு அளித்தார்.

அர்ஜுனன், பாசுபத அஸ்திரம் பெற்றதோடு மட்டுமில்லாமல், அதற்குப்பிறகும் சிவபெருமான் ஆசியாலும் தன் தவ வலிமையாலும் வர்ண பகவானிடமிருந்தும், யமன் மற்றும் குபேரனிடமிருந்தும் மேலும் பல சிறந்த அஸ்திரங்களை அடைந்தான்.

அப்போது விண்ணிலிருந்து இந்திரனுடைய தேர்ப்பாகனான மாதலி, தேருடன் அர்ஜுனனிடம் வந்திறங்கினான்.

'தனஞ்செயரே! இந்திரலோகத்தின் அதிபதியான இந்திரன், தங்களை அவருடைய அமராவதிப் பட்டணத்துக்கு அழைத்து வரும்படி என்னை அனுப்பிவைத்துள்ளார்!. வாருங்கள் செல்வோம்!' என்று அர்ஜுனனை தேரில் ஏற்றிக்கொண்டு புறப்பட்டான்.

இந்திரன், அர்ஜுனனை அன்புடன் வரவேற்றான்.

'அர்ஜுனா! விடாமுயற்சியால் உனது விருப்பப்படியே ஈடு இணையில்லாத தேவாஸ்திரங்களைப் பெற்றுவிட்டாய். இனி, உன்னை வெல்ல யாராலும் முடியாது. அதைப் பாராட்டவே உன்னை இங்கு வரவழைத்தேன். இதோ என் சார்பாக இதையும் பெற்றுக்கொள்!' என்றவன், வஜ்ராஸ்திரத்தையும் மற்றும் பல கணைகளையும் தந்து ஆசீர்வதித்தான். அத்துடன், 'இந்த மகிழ்ச்சியான சமயத்தில், நீ இங்கேயே என்னுடன் சில நாள்கள் தங்கிவிட்டுச் செல்லவேண்டும்!' என்று கேட்டுக்கொண்டான்.

இந்திரலோகத்தில், அர்ஜுனன் இன்னொரு இந்திரன் போலவே உபசரிக்கப்பட்டான்.

கந்தர்வர்கள் தங்களுடைய இனிய கானத்தாலும், தேவ கன்னிகைகள் நாட்டியத்தாலும் அவனை மனம் மகிழ்வித்தார்கள்.

இந்திரனின் சொற்படி அர்ஜுனன் அங்கே சித்ரசேனன் என்கிற கந்தர்வனிடம் நடனக்கலையையும் இசையின் நுணுக்கங்களையும் கற்றுக்கொண்டான்.

இப்படி எல்லாமே இனிமையாகவும் இன்பமாகவும் கழிந்த நாள்களில்தான், எதிர்பாராமல் அர்ஜுனன் தலைமேல் இறங்கியது ஒரு சாபம்!

20

பீம - அனுமான் சந்திப்பு!

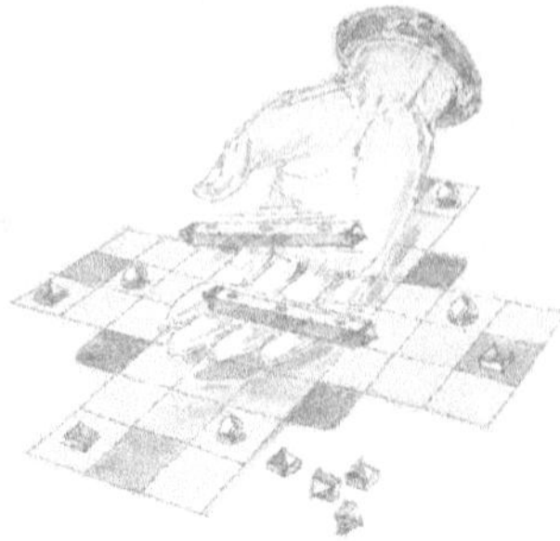

இந்திரலோகத்தின் நந்தவனத்தில் ஒருநாள், அர்ஜுனன் உலாவிக்கொண்டு இருந்தபோது ஊர்வசி அவனிடம் வந்தாள்.

‘அர்ஜுனரே! உமது அழகு, என்னை உங்களுக்கு அடிமையாக்கி விட்டது. மனம் உங்களை அடையத் துடிக்கிறது. என்னை ஏற்றுக் கொள்ளுங்கள். என்னை அள்ளியெடுத்து தழுவிக்கொள்ளுங்கள்!’ என்று அர்ஜுனனை கட்டியணைத்துக்கொள்ள முயன்றாள்.

அர்ஜுனன் பதறிப்போனான்.

‘அம்மா! நான் உங்களை என் தாயாக பாவிக்கிறேன். தயவுசெய்து என்னைச் சோதிக்காதீர்கள். மோகத்தில் மூழ்கடித்து பாவியாக்க நினைக்காதீர்கள். என்னை மன்னித்துவிடுங்கள்!’ என்றான்.

ஊர்வசி அவனை திரும்பத் திரும்ப வற்புறுத்தினாள், கெஞ்சினாள். ‘அர்ஜுனா! விரகதாபத்தால் தவிக்கிறேன். வாட்டாதே! ஒருமுறை, ஒரேயொருமுறை என்னைப் பஞ்சணையில் ஏற்றுக்கொள்!’ என்று அவனை இழுத்தாள்.

அர்ஜுனன் தீர்மானமாக மறுத்தான். இதனால் ஊர்வசி, மிகுந்த கோபம் கொண்டாள்.

‘ஒரு பெண்ணின் உணர்ச்சிகளைப் புரிந்துகொள்ளாமல் புறக்கணித்த அற்பனே! நீ ஆண்மையற்ற அலியாகத் திரிவாய்!’ என்று சாப மிட்டாள்.

அர்ஜுனன் திடுக்கிட்டான். மனம் உடைந்துபோனான். இதைக் கேள்விப்பட்ட இந்திரன், அர்ஜுனனுக்கு ஆறுதல் சொன்னான்.

‘அர்ஜுனா! இந்தச் சாபத்தால் நீ மனம் வருந்தத் தேவையில்லை. இதுவும் உன் நன்மைக்கே ஏற்பட்டது. நீங்கள் வனவாச காலம் முடிந்து தலைமறைவு வாழ்க்கையைத் தொடங்கும்போது, அந்த அஞ்ஞாத வாச காலத்தில் இந்தச் சாபம் உனக்குப் பேருதவியாக இருக்கும். அந்த ஒருவருட காலம் முடிந்ததும் ஊர்வசியின் சாபம் நீங்கிவிடும். அதே போல, இங்கு நீ சித்ரசேனனிடம் கற்றுக்கொள்ளும் இசையும் நடனமும்கூட அஞ்ஞாதவாசத்தில் பயன்படும்!’ என்றான்.

இதனால் அர்ஜுனன் கலக்கம் நீங்கி சந்தோஷம் அடைந்தான்.

இங்கே வனத்திலோ, அர்ஜுனன் தங்களோடு இல்லாத துயரத்தில் தவித்த பாண்டவர்கள் மேலும் அங்கிருக்கப் பிடிக்காமல் கங்கைக் கரையில் இருந்து புறப்பட்டு காம்யக வனத்துக்கு வந்து தங்கினார்கள்.

ஆனாலும், இங்கும் அர்ஜுனனை நினைத்தே வருத்தப்பட்டுக் கொண்டிருந்தார்கள். அஸ்திரங்களைப் பெறுவதற்காக தவம் செய்யச் சென்றவன் வெகுநாள்களாகியும் வரவில்லையே என்று கவலை கொண்டார்கள்.

அப்போது இந்திரனின் கட்டளைப்படி, லோமச முனிவர் என்பவர் அங்கு வந்தார்.

‘அர்ஜுனன், தவத்தில் வெற்றிபெற்று சிவபெருமானிடமும் பிற தேவர்களிடமும் தேவாஸ்திரங்களைப் பெற்றுவிட்டதையும், இந்திரலோகத்தில் இந்திரனுடைய விருந்தாளியாக அவன் நலமாக இருப்பதையும் கூறி, அனைவரின் கவலையையும் போக்கினார்

பின், ‘தரும புத்திரா! ஒரே இடத்தில் இருந்தால், மனத்தில் கவலையும் பயமும் சஞ்சலமும்தான் வளைய வரும். நீங்கள் அனைவரும் இங் கிருந்து புறப்பட்டு தீர்த்த யாத்திரை செய்யும்படியாக நாரத மகரிஷி என்னிடம் சொல்லிஅனுப்பினார். இதனால், உங்களின் துன்பச் சுமை குறையும். புண்ணியமும் பெறுவீர்கள். வாருங்கள்! நானே உங்களை அழைத்துச்செல்கிறேன்!’ என்று எல்லோரையும் தூண்டினார்.

அதன்படி அனைவரும் பயணத்துக்குத் தயாரானார்கள். அவர்களுடன் வனவாசம் வந்திருந்த வேதியர்களுள், பசி தாகம் பொறுத்துக் கொள்ளக்கூடியவர்கள் மட்டும் தீர்த்த யாத்திரைக்கு கூடச் சென்றார் கள். மற்றவர்களை தருமன் துருபத மன்னனிடம் அனுப்பிவைத்தான்.

புண்ணிய யாத்திரைப் பயணமானது வருடக்கணக்கில் நடந்தது. அவர்கள், பாரதத்தின் அனைத்து புண்ணிய க்ஷேத்திரங்களுக்கும்

சென்றனர். லோமச முனிவர் அந்த ஸ்தலங்களின் பூர்வ புண்ணிய கதைகளைச் சொல்லியபடி அவர்களை வழிநடத்திச் சென்றார்.

யாத்திரை, பல தருணங்களில் கடுமையாக இருந்தது. மலைகள் ஏறியும், கொடுமையான காடுகளைக் கடந்தும், கல்லிலும் கரடுமுரடான பாதையிலும் மேடு பள்ளங்களிலுமாக பயணப்பட வேண்டியிருந்தது. திரௌபதி களைத்துப் போனாள். மிகவும் சிரமப்பட்டாள்.

இதைக்கண்டு வருந்திய தருமன், 'பீமா! திரௌபதி பயணக் களைப்பால் மிகவும் துன்பப்படுகிறாள். ஆகவே, நீ திரௌபதியையும் சகாதேவனையும் அழைத்துக்கொண்டு கங்காநதி தீரத்துக்கே சென்று அங்கேயே தங்கியிரு. நான் நகுலனுடன் தொடர்ந்து புனித யாத்திரை முடித்துவிட்டுத் திரும்பி வருகிறேன்!' என்றான்.

பீமன் அதை ஏற்றுக்கொள்ளவில்லை.

'அண்ணா! நானும் சரி, திரௌபதியும் சரி! இதற்கு ஒப்புக் கொள்ள மாட்டோம். ஏற்கெனவே அர்ஜுனனைப் பிரிந்து நீங்கள் மனம் வாடிப்போயிருக்கிறீர்கள். இன்னும் எங்களைப் பிரிந்தால், மேலும் மனவருத்தம்தான் கொள்வீர்கள். அது தவிர மிருகங்களும் ராட்சதர்களும் வசிக்கும் கொடிய கானகங்களுக்கு உங்களைத் தனியாக அனுப்பிவிட்டு நாங்களும் நிம்மதியாக இருக்கமுடியாது. ஆகவே, எல்லோரும் ஒன்றாகவே யாத்திரையைத் தொடர்வோம். பாஞ்சாலி நடக்க சிரமப்பட்டால், நான் அவளைத் தூக்கிச் சுமப்பேன். அவள் மட்டுமல்ல! தம்பிகள் நகுல சகாதேவனையும்கூட என்னால் ஒரே சமயத்தில் சுமந்து செல்லமுடியும்! எனது வலிமையால் எதையும் சாதிப்பேன்!' என்று பெருமையுடன் சொல்லிக் கொண்டான். அவன் குரலில் சற்று கர்வமும் தொனித்தது.

அந்தப் பெருமையும் கர்வமும் விரைவிலேயே ஒரு குரங்கின் முன் அடிபட்டுப் போகப்போகிறது என்பதை பீமன் அறிந்திருக்கவில்லை! ஒருவிதத்தில் அந்தக் குரங்கு பீமனுக்குச் சகோதரன்தான்! எதிர்பாராத சந்திப்பு அது!

தீர்த்தயாத்திரையின் ஒரு பகுதியாக பாண்டவர் குழுவினர் இமயமலைப் பிரதேசத்தை அடைந்தனர். அங்கு நாராயணசிரம வனத்தில் சிலநாள்கள் தங்கினர்.

ஒருநாள், அழகான மலர் ஒன்று எங்கிருந்தோ காற்றினால் வீசப்பட்டு திரௌபதியின் அருகில் வந்து விழுந்தது. திரௌபதி, அதன் அழகிலும்

வாசனையிலும் கவரப்பட்டாள். சுற்றும்முற்றும் தேடிப் பார்த்தாள். அந்த மலர் எங்கிருந்து வந்ததென்றே தெரியவில்லை.

அதை எடுத்துக்கொண்டு பீமனிடம் ஓடினாள்.

'பீமசேனரே! இதைப் பாருங்களேன். எத்தனை அழகான மெல்லிய மலர். வாசனையோ மிக அற்புதமாக இருக்கிறது. எனக்கு, இந்த மலரை மிகவும் பிடித்துப் போய்விட்டது. நீங்கள் சென்று, எனக்காக இன்னும் கொஞ்சம் மலர்களைப் பறித்துக்கொண்டு வருகிறீர்களா?' - கொஞ்சலாகக் கேட்டாள் திரௌபதி.

அவள் கேட்டுமுடித்த அடுத்த நொடி, பீமன் அங்கில்லை! மலரைத் தேடிக் கொண்டு பாதிதூரம் போய்விட்டிருந்தான் அவன்!

மலரின் வாசனையைக் காற்றில் நுகர்ந்துகொண்டே சென்ற பீமன், அடர்ந்த காடுகளுக்குள் அலசிப்பார்த்து, நதிகள் மலைகளைக் கடந்து தேடிக்கொண்டே சென்றான்.

வழியில் ஓரிடத்தில் ரம்மியமான பழச்சோலை தென்பட்டது. விதவிதமான பழ மரங்கள் அங்கே நிறைந்திருக்க சோலையை தாண்டிச்செல்லும் பாதையை மறைத்தபடி நீளமாகப் படுத்திருந்தது ஒரு ஆளுயரக் குரங்கு.

பழ மரச் சோலைக்குள்ளும் தான் தேடிவந்த மலர் அகப்படாததால், அதைக் கடந்து செல்ல முயன்ற பீமன், குறுக்கே குரங்கொன்று படுத்திருப்பதைப் பார்த்துத் தயங்கினான். அதை எழுப்புவதற்காக சத்தமாகக் கர்ஜனை செய்தான்.

அதைக் கேட்டு அலுப்புடன் கண்களைத் திறந்தது குரங்கு.

'அப்பனே! நன்றாக உறங்கிக்கொண்டிருந்தவனை எதற்காக தொந் தரவு செய்கிறாய்? நான் உடல் நலமில்லாமல் படுத்திருக்கிறேன். யார் நீ? என்ன வேண்டும் உனக்கு?' என்று கேட்டது.

'நான் பாதையைத் தாண்டிச் செல்லவேண்டும். வழிவிட்டு விலகிப் படு' - அதட்டலாகச் சொன்னான் பீமன்.

'இமயமலையில் இதற்குமேல் மனிதர்கள் போகமுடியாது. இது தேவர்கள் செல்லும் பாதை. போகட்டும். வந்தது வந்தாய்! சோலை யில் இருக்கும் பழங்களைச் சாப்பிட்டுவிட்டு, வந்த வழியே திரும்பிப் போய்விடு' - அலட்சியமாகச் சொன்னது குரங்கு.

பீமன் கோபம் கொண்டான்.

அனுமனின் வாலைக்கூட நகர்த்த முடியாமல்
திணறும் பீமன்.

'நீ யார் என்னைத் தடுக்க? நான் யார் தெரியுமா? பரத வம்சத்தில் வந்த க்ஷத்திரியன். குந்தி மைந்தனான வாயு புத்திரன். என்னைத் தடுத்து துன்பத்தைத் தேடிக்கொள்ளாதே! மரியாதையாக வழியைவிட்டு ஒதுங்கிப் போ!' என்று எச்சரித்தான்.

குரங்கு புன்னகைத்துக்கொண்டது.

'சரி, சரி எனக்கெதற்கு உன்னோடு பகை! கட்டாயம் செல்ல வேண்டுமென்றால், என்னைத் தாண்டிக்கொண்டு செல்!' சலிப்புடன் சொல்லிவிட்டு புரண்டு படுத்துக்கொண்டது.

'அடடா! உன்னோடு பெரிய தொல்லையாகப் போய் விட்டதே! பிராணிகளுக்குள்ளும் பரமாத்மா இருக்கிறார். ஆகவே, பிராணியை தாண்டிச்செல்லக் கூடாது என்பது சாஸ்திரம். அதனால்தான் உன்னைத் தாண்டிச்செல்லாமல் தயங்கிக்கொண்டிருக்கிறேன். இல்லாவிட்டால் அனுமான் கடலைத் தாண்டியதுபோல, எப்போதோ உன்னையும் இந்த மலையையும் ஒரே தாவாக தாவிச்சென்றிருப்பேன்!'

'அடடே! அப்படியா? யார் அந்த அனுமான்! கடலைத் தாண்டினான் என்கிறாயே! எதற்காக அப்படிச் செய்தார்?'

'அவர் சிரஞ்சீவி. ஸ்ரீ ராமரின் பக்தன். அன்னை சீதாதேவியைத் தேடு வதற்காக ஒரே மூச்சில் கடல் தாண்டி லங்கைக்குச் சென்ற புண்ணிய புருஷர். வாயுபுத்திரனான அவர் எனக்கு அண்ணனும் ஆவார். தேகபலத்தில், நானும் அவருக்குச் சமமானவன்தான். சரி, சரி! எழுந்து வழியை விடு. இல்லாவிட்டால், இப்போதே உன்னை யமலோகத் துக்கு அனுப்பிவிடுவேன்!' - பயமுறுத்தினான் பீமன்.

'வீரனே, கோபப்படாதே! எனக்கு எதற்கு உன்னோடு வீண் வம்பு? எனக்கு உடல்நலமில்லை. எழுந்துகொள்ளவும் சக்தியில்லை. என்னைத் தாண்டிச்செல்லவும் மறுக்கிறாய். கொஞ்சம் கருணை செய். எனது வாலை நகர்த்தி ஒதுக்கி விட்டு, வழியை ஏற்படுத்திக்கொண்டு நீ சென்றுவிடு!'

'ம்! அப்படி வா வழிக்கு!' குரங்கிடம் சென்றான் பீமன். அலட்சிய மாகச் சிரித்தபடியே, ஒரு கையால் குரங்கின் வாலைப்பற்றி நகர்த்த முயற்சித்தான். முடியாமல் திகைத்தான். பின் இரு கைகளாலும் வாலைப்பற்றி தூக்க முனைந்தான். ம்ஹூம்! முடியவில்லை! மறுபடி யும் பலம் அனைத்தையும் ஒன்றுதிரட்டி நகர்த்தப் பார்த்தான். திரும்பத் திரும்ப முயற்சித்தும், வாலை அசைக்கக்கூட முடியாமல் தோற்றுப் போனான். வெட்கத்தில் தலை குனிந்தான். பின், பணிவுடன் அந்தக் குரங்கிடம் கேட்டான்.

‘ஐயா! உங்களை நான் வணங்குகிறேன். என் தேகவலிமை குறித்த கர்வத்துக்கு இன்று ஒரு சரியான பாடம் கற்றுக் கொண்டேன். நீங்கள் யார்? வானர உருவத்தில் இருக்கும் கந்தர்வனா, தேவனா, யட்சனா? தயவுசெய்து சொல்லுங்கள்!’ - குரல் தழுதழுத்தான்.

அந்தக் குரங்கு புன்சிரிப்புடன் எழுந்து நின்றது. பீமன் தோளில் ஆறுதலாகத் தட்டியது.

‘பீமா, கலக்கம் கொள்ளாதே! நானும் வாயுபுத்திரன்தான்! உன் அண்ணன் அனுமான். இது தேவலோகம் செல்லும் வழி. மானிடர்கள் செல்லக் கூடாது. அதனாலேயே உன்னைத் தடுத்தேன். நீ அங்கு போகவும் தேவையில்லை. அதோ சௌகந்திக ஓடையில் தென்படு கிறது பார், நீ தேடிவந்த பூக்கள். வேண்டியமட்டும் பறித்துச் செல்!’ என்று ஓடையைச் சுட்டிக் காட்டினான் அனுமான்.

பீமன் பரவசமானான்.

‘அண்ணா! ராம தாசனாகிய தங்களைக் கண்டதால், நான் மிகவும் புண்ணியம் பெற்றவனானேன். எனக்குத் தாங்கள் ஒரு வரம் அருள வேண்டும்’ என்று கேட்டான்

‘என்ன பீமா, வேண்டுவன கேள்!’ என்றான் அனுமான்.

‘சீதாதேவியைத் தேடுவதற்காக நீங்கள் கடல் தாண்டிய விஸ்வரூப தரிசனத்தைக் காண மிகவும் ஆசைப்படுகிறேன்! தம்பியின் ஆவலை நிறைவேற்றித் தரவேண்டும்!’ என்றான் பீமன்.

அனுமான், பீமனுடைய ஆசையை நிறைவேற்றினான். விண்முட்டு மளவுக்கு தனது உருவத்தை வளர்த்து உயர்ந்து நின்றான். பீமன் அதைக்கண்டு சிலிர்த்துப்போனான். பரவசத்துடன் மண்டியிட்டு வணங்கினான்.

பின் அனுமானிடம், பிரியாவிடை பெற்றுக் கிளம்பினான். அப்போது அனுமான் சொன்னான்:

‘தம்பி பீமா! போர்க்களத்தில் எப்போதெல்லாம் நீ வீர கர்ஜனை செய் கிறாயோ, அப்போது உனது குரலுடன் எனது குரலும் சேர்ந்து பகைவர் களை நடுங்கவைக்கும். வரப் போகும் பாரதப்போரில் அர்ஜுனன் தேரில் கொடியாக, நான் படபடப்பேன். வெற்றி உங்களுக்கே!’ என்று வாழ்த்தினான்.

திரௌபதி பிரியமோடு கேட்ட பூக்களுடன் பீமன் வந்து சேரவும், அதே நேரத்தில் அர்ஜுனனும் இந்திரலோகத்தில் இருந்து வெற்றிவீரனாக

வந்து சேர்ந்தான். அர்ஜுனன் தான் அஸ்திரங்கள் அடைந்த கதையைச் சொல்ல, தருமர் தாங்கள் சென்றுவந்த தீர்த்த யாத்திரையைப்பற்றி அர்ஜுனனிடம் விவரித்தான். எல்லோரும் பேசிப் பேசி மகிழ்ந்து போனார்கள்.

பாண்டவர்கள், தாங்கள் படும் அத்தனை கஷ்டங்களுக்கு மத்தியிலும் ஒற்றுமையாக சந்தோஷமாக நாள்களைக் கழித்தார்கள்.

ஆனால், சகல சுக போகங்கள் சூற்றியிருந்தும் அஸ்தினாபுரத்தில் திருதராஷ்டிரன் மன நிம்மதியில்லாமல் துன்பப்பட்டான்.

•••

பாண்டவர்களுடன் வனவாசம் சென்றிருந்த அந்தணர் ஒருவர், திருத ராஷ்டிரனிடம் வந்து பாண்டவர்களைப்பற்றி பேசிக்கொண்டிருந்தார். அவர்கள் கானகத்தில் வெய்யிலிலும் மழையிலும் பனியிலும் குளிரிலும் படும் கஷ்டங்களைப் பற்றிக் கூறி மனம் வருந்தினார். அத்துடன் அர்ஜுனன் தவம் செய்து சிவபெருமானிடமும் மற்ற தேவர்களிடமும் அஸ்திரங்கள் பெற்றதையும், இந்திரனின் விருந்தாளி யாக தேவலோகம் சென்றுவந்ததையும் சொல்லிவிட்டுப் போனார்.

திருதராஷ்டிரனுக்குள் பயப் பந்து உருண்டது.

ஆனால், துரியோதனனோ பாண்டவர்கள் வனவாசத்தில் கஷ்டம் அனுபவிக்கிறார்கள் என்பதைக் கேட்டு அளவில்லாத மகிழ்ச்சி அடைந்தான். மற்றபடி, அர்ஜுனன் அஸ்திரங்களைப் பெற்றது பற்றி அவன் சிறிதும் அக்கறை கொள்ளவில்லை. இப்போது அவனுக்குள், ஒரு விபரீத ஆசை தோன்றியது. அதை கர்ணனிடமும் சகுனியிடமும் சொன்னான்.

'பாண்டவர்கள் கஷ்டப்படுகிறார்கள் என்பதை காதால் கேட்டதோடு என் மனம் திருப்தியடைய மறுக்கிறது கர்ணா! அவர்கள் துன்பப்படு வதை நேரில் என் கண்களால் பார்த்து சந்தோஷப்படவேண்டும். பகைவர்கள் துயரத்தால் துடிப்பதை நாம் நேரில் பார்த்தால்தானே, நமது இலட்சியம் நிறைவேறின சந்தோஷம் கிடைக்கும். என்ன சொல்கிறீர்கள் மாமா?' என்றான்.

சகுனி, பரம சந்தோஷமாகத் தலையசைத்தான். 'சரியாகச் சொன்னாய் துரியோதனா! அவர்கள் இப்போது துவைத வனத்தில் இருக்கிறார் களாம். நாம் அனைவரும் பட்டாடையும் விதவிதமான விலை உயர்ந்த ஆபரணங்களும் அணிந்து, அவர்கள் கண்ணெதிரில் சென்று திரிவோம். அதைப்பார்த்து அந்தப் பாண்டவர்கள் பொறாமையினால்

பொசுங்கிப்போய் தற்கொலை செய்துகொண்டாலும் ஆச்சரியப் படுவதற்கில்லை!' என்று சொல்லிச் சிரித்தான்.

'ஆனால், பாண்டவர்கள் இருக்கும் துவைத வனத்துக்கு தந்தை நம்மைச் செல்ல விடமாட்டாரே! அவரின் அனுமதிஇல்லாமல் நாம் எப்படி அங்கு போக முடியும்?'

துரியோதனன் கேட்க, சகுனிக்குத் தோன்றாத சதி யோசனையா! சடாரென்று வழி சொன்னான் அவன்.

'துரியோதனா! நாட்டிலுள்ள பசுக்களின் எண்ணிக்கையைச் சரிபார்த்து அவைகளின் பட்டியலைத் தயாரிப்பதும், அதுசம்பந்தமாக இடையர் களை விசாரித்து வருவதும் நம்முடைய கடமை. இது வருடா வருடம் நடப்பதுதானே! அதையே காரணமாகக் கொண்டு, அரசரிடம் அனுமதி பெற்றுவிடலாம். நாம் பசுக்கூட்டங்களைக் கணக்கெடுக்கும் இடத்துக்கு அருகில்தான் துவைத வனம் இருக்கிறது. எப்படி என் யோசனை?'

'சபாஷ் மாமா! இது மிகச்சரியான யோசனை!'

ஆனால், திருதராஷ்டிரன் இதற்கு ஒப்புக்கொள்ள மறுத்து விட்டான்.

'பசுக்களைப் பரிசீலனை செய்யும் இடத்துக்கு அருகில் உள்ள வனத்தில் தான் பாண்டவர்கள் வசிப்பதாகக் கேள்விப்பட்டேன். அவர்கள் நம்மீது வருத்தம் கொண்டிருக்கும் இந்த நேரத்தில், நீங்கள் அங்கு செல்வது நல்லதில்லை. வீண் சண்டை சச்சரவுகள்தான் ஏற்படும். பசுக்களைப் பட்டியலிட வேறு யாரையாவது அனுப்புங்கள்!' - மிகச் சரியாக கணித்துச் சொன்னான்.

'அரசே! பட்டத்து இளவரசன் துரியோதனன் அவனது கடமையைச் செய்ய தாங்கள் அனுமதிக்கத்தான் வேண்டும். அத்துடன் நானும்கூட துரியோதனனுடன் செல்கிறேன். அவனை, பாண்டவர்கள் பக்கம் போகாமல் பார்த்துக்கொள்கிறேன்! நம்பிக்கையுடன் அனுமதி கொடுங்கள்!'

சகுனி பக்குவமாகப் பேச, வேறுவழியில்லாமல் தலையாட்டினான் திருதராஷ்டிரன். ஆசை நிறைவேறப்போகும் ஆனந்தத்தில் உற்சாக மானான் துரியோதனன்.

ஆனால் விதியோ, வேறுவிதமாகத் திட்டமிட்டு துரியோதனனுக்காகக் காத்திருந்தது!

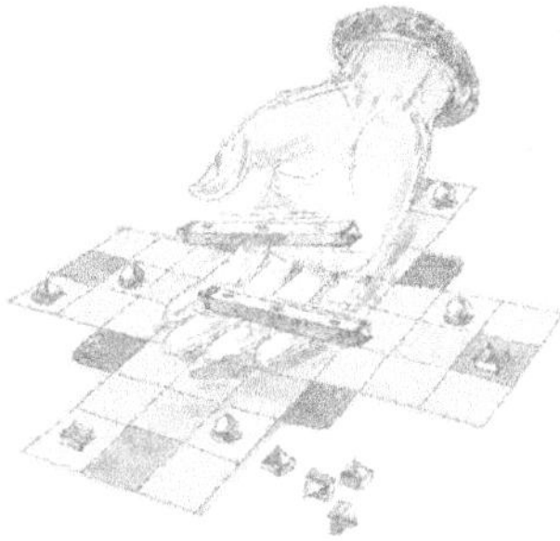

21

துரியோதனன் அடைந்த அவமானம்!

துவைத வனத்துக்கு படை பரிவாரங்களுடன் ஆரவாரமாகப் புறப்பட்டான் துரியோதனன். எல்லோரும் ராஜ அலங்காரத்துடன் ஆடம்பரமான ஆடை ஆபரணங்கள் அணிந்திருந்தார்கள். வனத்தில் பாண்டவர்கள் வசித்த இடத்துக்கு அருகிலேயே துரியோதனனுக்கும் மற்றவர்களுக்கும் கூடாரங்கள் அமைக்கப்பட்டன.

ஆட்டம், பாட்டு, விருந்து, கேளிக்கைகள் என அனைவரும் நாள்களை உற்சாகமாகக் கொண்டாடினர். அவ்வப்போது பசுக்கூட்டங்களைக் கணக்கிட்டு அடையாளம் பொறித்து பட்டியலையும் தயார்செய்து முடித்தனர். பின், சிறிது நாள்கள் வேட்டையாடி மகிழலாம் என்று தீர்மானித்தனர். அதற்காக, துவைத வனத்தின் மற்றொரு பகுதியிலிருந்த அழகான குளக்கரையில் தங்களுக்கான கூடாரங்களை அமைக்குமாறு உத்தரவிட்டான் துரியோதனன்.

அங்கேதான் ஆரம்பித்தது ஆபத்து!

அந்தக் குளத்தின் கரையில் ஏற்கெனவே கந்தர்வராஜனான சித்திரசேனனும் அவனைச் சேர்ந்தவர்களும், தங்களுக்குப் பிடித்தமான அப்ஸர கன்னிகளுடன் வந்து தங்கி ஆடிப்பாடி விளையாடிக் கொண்டிருந்தனர். ஆகவே சித்திரசேனனின் காவலர்கள் துரியோதனனின் ஆட்களிடம், 'இங்கே நாங்கள் ஏற்கெனவே தங்கியுள்ளோம். ஆகவே, வேறு யாரும் இங்கே தங்கமுடியாது. மரியாதையாக இங்கிருந்து சென்றுவிடுங்கள்!' என்று அவர்களை, கூடாரம் அமைக்க விடாமல் தடுத்து திருப்பியனுப்பி விட்டனர்.

துரியோதனனிடம் வந்த காவலர்கள், 'இளவரசே! துவைத வனக் குளக்கரையில் வேறு யாரோ அரசர் தங்கியிருக்கிறார் போலிருக்கிறது.

அவருடைய ஆட்கள் நமது கூடாரங்களை அமைக்கவிடாமல் எங்களை அனுப்பிவிட்டனர்' என்று புகார் செய்தார்கள்.

துரியோதனன் கோபம் கொண்டான்.

'அவன் எவ்வளவு பெரிய அரசனாக இருந்தாலும் சரி. என் உத்தரவைத் தடுக்க முடியாது. நீங்கள் துணிவுடன் சென்று அவர்களைத் துரத்தி விட்டு நமக்கான கூடாரங்களை அமைத்துவிட்டு வாருங்கள்!' என்று கட்டளையிட்டான்.

அதுபோலவே துரியோதனனின் ஆட்கள் கூடாரங்களை கட்டத் தொடங்க, கோபம் கொண்ட கந்தர்வர்கள் காவலர்களை அடித்துத் துரத்தினார்கள்.

துரியோதனன் இதைக் கேள்விப்பட்டு சீறி எழுந்தான். ஆத்திரத்துடன் பெரும்படையைத் திரட்டிக்கொண்டு கந்தர்வர்கள் இருக்கும் இடத் துக்குச் சென்றான். இரண்டு தரப்புக்கும் இடையில் மிகப்பெரிய யுத்தம் நடந்தது. கர்ணனின் அஸ்திரங்களைத் தாக்குப்பிடிக்க முடியாமல் கந்தர்வர்கள் கதிகலங்கிப் போனார்கள். பயத்துடன் யுத்தகளத்தை விட்டு ஓடினார்கள். இதைக்கண்ட கந்தர்வராஜனான சித்திரசேனன், மாயப்போரில் இறங்கினான். நிலைமை தலைகீழாக மாறிப்போனது.

சித்திரசேனனின் மாயப்போரை எதிர்கொள்ள முடியாமல் துரியோ தனன் படையினர் சிதறி ஓடினார்கள். கர்ணன் தனியே நின்று திறை டன் யுத்தம் செய்தான். ஆனால், அவனாலும் ஒருகட்டத்துக்கு மேல் சித்திரசேனனின் தாக்குதலைச் சமாளிக்க முடியவில்லை. பலமாக அடிபட்டு, உடலெல்லாம் ரத்தம் வழியச் சோர்ந்துபோனான். கர்ணனுடைய தேரை உடைத்துத் தள்ளினான் சித்திரசேனன். வில்லின் நாணை அறுத்தான். வேறு வழியில்லாமல், தன்னைக் காப்பாற்றிக் கொள்வதற்காக குதிரையில் ஏறி யுத்தகளத்தைவிட்டு விலகினான் கர்ணன்.

கந்தர்வர்களின் ஆவேசப்போரில் கடைசியாக துரியோதனன் சிறை பிடிக்கப்பட்டான். சித்திரசேனன் கோபத்துடன், அவனையும் மற்றும் பிடிபட்டவர்களையும் கயிறால் கட்டி தன்னுடைய ரதத்தில் தூக்கிப் போட்டுக்கொண்டான்.

இதைக்கண்ட துரியோதனனின் வீரர்கள் சிலர், பக்கத்தில் வசித்துவந்த பாண்டவர்களிடம் ஓடிச்சென்றனர். துரியோதனன், கந்தர்வர்களிடம் சிறைபட்ட செய்தியை வருத்தத்துடனும் பயத்துடனும் தெரிவித் தார்கள்.

‘அடடா! எத்தனை இனிமையான செய்தியைச் சொல்லிஇருக்கிறீர்கள்! உங்களுக்குப் பரிசளிப்பதற்கு எங்களிடம் ஒன்றுமில்லையே! சரி, பிடியுங்கள் இந்த நாவல் பழங்களை. மிகவும் ருசியானவை. சாப்பிடுங்கள். ஓடிவந்த களைப்பு தீர ஓய்வெடுங்கள்!’ என்று சொல்லி, பீமன் சந்தோஷக் கூத்தாடினான்.

‘பீமா! நீ இப்படிக் கேலி செய்வது முறையல்ல. அது நாகரீகமுமல்ல!‘ - கண்டித்தான் தருமன்.

‘வேறு என்ன செய்வது? அவர்கள் நம்மைத் துன்பப்படுத்தி கேலி செய்யத்தானே இங்கு வந்தார்கள்? மற்றவர்களுக்குத் துன்பம் விளைவிக்க வந்தவனே இப்போது துன்பத்தில் சிக்கிக் கொண்டான். இது துரியோதனனுக்குத் தேவைதான்! சொல்லப்போனால் நாம் செய்யவேண்டியதை அந்தக் கந்தர்வர்கள் செய்திருக்கிறார்கள். அவர்களுக்கு நன்றிதான் சொல்லவேண்டும்’

‘இல்லை பீமா! எத்தனைதான் கொடியவன் ஆனாலும், துரியோதனன் நமது குலத்தைச் சேர்ந்தவன். நமது சகோதரன். அவன் ஒரு துன்பத்தில் இருக்கும்போது, அதை நாம் வேடிக்கை பார்த்துக்கொண்டு சும்மா யிருப்பது தர்மமில்லை. உடனே நீ, புறப்பட்டுச் செல். அவனை கந்தர்வர்களிடமிருந்து மீட்டு வா!’

‘துரியோதனன் சிறுவயதில் என்னைக் கொல்லமுயன்றான். அரக்கு மாளிகையிலோ அனைவரையுமே கொல்ல முயற்சித்தான். திரௌபதியை, சபையில் அனைவர் முன்பாகவும் அவமானப்படுத்தினான். இத்தனையையும்மீறி பகைவனுக்கு அருளச்சொல்கிறீர்கள். உங்களை அண்ணனாக அடைந்ததற்கு பெருமைப்படுவதா வருத்தப்படுவதா என்றே தெரியவில்லை! சரி. உங்கள் உத்தரவுப்படியே செய்கிறேன்!’ - சலித்துக்கொண்டே புறப்பட்டான் பீமன்.

தருமன், அவனுடன் அர்ஜுனன் நகுல சகாதேவனையும் அனுப்பி வைத்தான்.

நால்வரும் சிதறி ஓடிப்போன கௌரவப்படையை மீண்டும் ஒன்று திரட்டிக்கொண்டு, கந்தர்வர்களுடன் யுத்தம் செய்வதற்காகச் சென்றனர். ஆனால் யுத்தம் நடக்கவில்லை!.

தேவலோகத்தில் அர்ஜுனனுக்கு இசையும் நடனமும் சொல்லிக் கொடுத்தவனான சித்திரசேனன், பாண்டவர்களைக் கண்டதும் சந்தோஷம் கொண்டான். அர்ஜுனனை கட்டித் தழுவிக்கொண்டவன், பின் அவர்களுடனே வந்து தருமனைச் சந்தித்தான். அன்புடன் பேசி

மகிழ்ந்தான். பின், 'கெடுமதி கொண்டவர்களான இந்தத் துரியோதனன் கூட்டத்துக்கு ஒரு பாடம் கற்றுக்கொடுக்கவே நான் இவர்களை சிறைப்பிடித்தேன். இப்போது உங்களிடம் ஒப்படைக்கிறேன். பின்னர் உங்கள் விருப்பம்' என்றான்.

'முதலில், இவர்களின் கட்டுகளை அவிழ்த்துவிடுங்கள்!' என்ற தருமன், அவர்கள் விடுதலை பெற்றதும் துரியோதனனிடம் சொன்னான்:

'துரியோதனா! எப்போதும் நல்லவர்களின் சேர்க்கையிலேயே இரு. வீணாக யாரையும் பகைக்காதே! நடந்ததை மறந்து விட்டு நாட்டுக்குத் திரும்பிச்செல்!'

துரியோதனன் அவர்களிடம் எதுவுமே பேசாமல், மனமும் உடலும் தொய்ந்தவனாக திரும்பி நடந்தான்.

யுத்தகளத்திலிருந்து விலகிப்போய் காத்திருந்த கர்ணன், பாதி வழியில் துரியோதனனைச் சந்தித்தான்.

அவனைக் கண்டதும் துரியோதனனின் கண்களிலிருந்து கண்ணீர் நிற்காமல் வழிந்தோடியது. கர்ணனிடம் நடந்தது அனைத்தையும் விவரித்தவன், 'கர்ணா! நான் அந்தக் கந்தர்வர்களால் கொல்லப் பட்டிருந்தாலும் சந்தோஷமாக செத்துப்போயிருப்பேன். ஆனால் நான் யாரை வெறுக்கிறேனோ, அந்தப் பாண்டவர்களின் தயவால் உயிர்ப்பிச்சை பெற்றிருக்கிறேன். இதைவிட எனக்கு வேறு என்ன அவமானம் வேண்டும்? இனி நான் அஸ்தினாபுரம் திரும்பப் போவதில்லை. பாண்டவர்கள் பிச்சையிட்ட உயிர் எனக்குத் தேவையில்லை. நான், இங்கேயே சாப்பிடாமல் தண்ணீர் அருந்தாமல் உபவாசம் இருந்து உயிர்துறக்கப் போகிறேன்!' என்றான். பின் துச்சாதனனிடம் திரும்பிச் சொன்னான்:

'துச்சாதனா! நீயும் மற்ற சகோதரர்களும் அஸ்தினாபுரம் திரும்பிச் செல்லுங்கள். இனி, நீயே பட்டம் ஏற்றுக்கொண்டு அரசு செய். என் முடிவை, தாய் தந்தையருக்குத் தெரிவித்து விடு. அவர்களுக்கு என் வணக்கத்தைச் சொல்லிவிடு!'

இதைக்கேட்டு துச்சாதனன் கதறியழுதான்.

கர்ணன், துரியோதனனைத் தேற்றினான்.

'துரியோதனா! நான் சொல்வதைக் கேள். பாண்டவர்கள் உன்னைக் காப்பாற்றியதற்காக நீ ஒன்றும் வருந்தத் தேவையில்லை. அவர்கள் உன் அடிமைகள். எஜமானன் ஆபத்தில் இருக்கும்போது, அவனைக்

காப்பாற்றவேண்டியது அடிமைகளின் கடமை. அவர்கள் அதைத்தான் செய்திருக்கிறார்கள். இதற்காக, நீ ஏன் அவமானப்பட வேண்டும்? அப்படியே பார்த்தாலும், பாண்டவர்கள் அடையாத அவமானமா? அதற்காக அவர்கள் உன்போல கோழைத்தனமாக சாவையா தேர்ந் தெடுத்தார்கள்? இன்னும் வாழ்ந்துகொண்டுதானே இருக்கிறார்கள். வீண் கலக்கத்தை விடு. மனத்தைத் தேற்றிக்கொள். எழுந்து வா, அஸ்தினாபுரம் போகலாம்!'

அப்போது சகுனியும் தலையிட்டுப் பேசினான்.

'மருமகனே! கர்ணன் சொல்வதைக் கேள். இன்பமோ துன்பமோ இரண்டையும் சரிசமமாகப் பாவித்து அதை ஏற்றுக் கொள்பவன்தான் அறிவாளி. பாண்டவர்களிடமிருந்து பறித்துக்கொண்ட ராஜ்ஜியத்தை நீ அனுபவிக்க வேண்டாமா? அதற்காகத்தானே பலவித முயற்சிகள் செய்து வெற்றி பெற்றோம். இதையெல்லாம்விட்டு சாகப்போகிறேன் என்பது தீர்க்கமான முடிவல்ல துரியோதனா! அப்படி பாண்டவர்கள் செய்த உதவி உன் மனத்தைப் பாதிக்கிறதென்றால், நீயும் அவர் களுக்குப் பதிலுதவி செய்து விடு. நடந்தவைகளுக்கு வருத்தம் தெரிவித்து, அவர்களுடைய பாதி ராஜ்ஜியத்தை அவர்களுக்கு வழங்கி விடு. இதனால் நீயும் நிம்மதியடையலாம்' என்றான்.

சகுனியின் சொற்களைக் கேட்டதும் துரியோதனன் பொங்கி எழுந்தான்.

'இல்லை! இல்லை! அதை மட்டும் செய்யவே மாட்டேன். பாண்டவர் களை வெற்றி கொண்டு அவர்களை மண் கவ்வச் செய்வதே என் லட்சியம். இதை நான், நிச்சயம் செய்தே தீருவேன்!' என்று கத்தினான்.

'சபாஷ் மருமகனே! நீ சொல்வது சரிதான். ஆனால் அதை, மரணத்தின் மூலம் சாதிக்க முடியாது. எழுந்து வா! உயிரோடு இருந்து பாண்டவர் களை வதை செய்யலாம்! என்றான்.

இதனால் மனம் தேறிய துரியோதனன் அனைவரோடும் அஸ்தினா புரம் திரும்பினான்.

ஆனாலும், பாண்டவர்கள் முன்னிலையில் நிகழ்ந்த அவமானத்தின் வடு மட்டும் அவன் உள்ளத்தில் உறுத்திக் கொண்டேயிருந்தது. அதேபோல பாண்டவர்களும் ஏதாவது ஒருவகையில் துன்பப்பட்டால் தான் மனம் ஆறும்போலத் தோன்றியது. அதற்கான சந்தர்ப்பம் ஒன்றும் அவனுக்கு விரைவிலேயே வாய்த்தது!

•••

துர்வாச முனிவர் என்பவர் தனது பத்தாயிரம் சீடர்களுடன் அஸ்தினாபுரம் அரண்மனைக்கு வந்தார்.

கோபத்துக்கும் சாபத்துக்கும் பெயர் பெற்ற துர்வாச மகரிஷியைக் கண்டதுமே, துரியோதனனின் மனம் மடமடவென்று சில கணக்கு களைப் போட்டது. அதன் விளைவுகளை நினைத்து சந்தோஷப் பட்டுக்கொண்டது.

இதனால் மனத்திருப்தியடைந்த துரியோதனன், மிகுந்த உற்சாகத் துடன் துர்வாசரை வரவேற்றான். பிரசித்திபெற்ற அவருடைய கோபத்தின் காரணமாக, தானே அருகில் இருந்து துர்வாசருக்கும் அவருடைய சீடர்களுக்கும் சிறு அதிருப்தியும் தோன்றாதபடி பார்த்துப் பார்த்து உபசரித்தான். கௌரவம் பார்க்காமல் ஒரு வேலைக் காரன்போல அவருக்குப் பணிவிடை செய்தான்.

துரியோதனனின் அன்பான உபசரிப்பால் நெகிழ்ந்த துர்வாசர், அவனை மனதாரப் பாராட்டினார். அரண்மனையை விட்டுக் கிளம்பும் முன் அவனிடம், ‘துரியோதனா! உனக்கு என்ன வேண்டும் கேள்!’ என்றார்.

துரியோதனன் இதற்காகத்தானே காத்திருந்தான்! எனவே தாமதிக் காமல் துர்வாசரிடம் நல்லவன்போல் கேட்டான்.

‘ஸ்வாமி! தங்களுடைய பத்தாயிரம் சீடர்களுடன் எனது அரண் மனைக்கு வந்து எங்களைக் கௌரவித்தது போலவே, காட்டிலிருக் கும் எனது சகோதரர்களான பாண்டவர்கள் இடத்துக்கும் தங்களுடைய சீடர்களுடன் சென்று அவர்களுடைய உபசரிப்பையும் ஏற்றுக்கொள்ள வேண்டும். அதுவும், திரௌபதி எல்லோருக்கும் உணவிட்டு தானும் சாப்பிட்டு முடித்தபின் நீங்கள் அங்கு சென்று விருந்தாளியாக அவர் கௌரவப்படுத்த வேண்டும்!’ என்று கேட்டுக் கொண்டான்.

அனைவருக்கும் உணவிட்டு முடிந்து திரௌபதியும் சாப்பிட்டுவிட்டா ளென்றால், அட்சய பாத்திரத்தின் சக்தி அன்றைய தினத்துக்கு முடிந்து விடும். அதற்குப்பின் அது ஏதும் தராது. அந்தச் சமயத்தில் துர்வாசர் அவருடைய சீடர்களுடன் அங்கு சென்றால், அவர்களுக்கு உணவிட்டு உபசரிக்க முடியாமல் தரும புத்திரன் சிக்கலில் மாட்டிக்கொள்வான். துர்வாச மகரிஷியின் கோபத்துக்கு ஆளாகி அழிந்துபோவான் என்பதாலேயே துரியோதனன் இப்படிக் கேட்டான்.

துர்வாசரும், துரியோதனனின் வேண்டுகோளை ஏற்று கானகத்தில் பாண்டவர்களின் இடத்துக்குச் சென்றார்.

'மகரிஷியின் வருகையினால் நாங்கள் மிகவும் புண்ணியம் பெற்றோம்! உள்ளே வாருங்கள் மகரிஷி!' - பணிவுடன் வரவேற்றான் தருமபுத்திரன்.

'தருமபுத்திரா, உனது வரவேற்புக்கு மிக்க நன்றி. நாங்கள் சென்று நீராடிவிட்டு வருகிறோம். அதற்குள் எங்களுக்கான உணவைத் தயார்செய்து வையுங்கள். நாங்கள் மிகுந்த பசியுடன் வந்திருக்கிறோம்!' என்று சொல்லிவிட்டு, துர்வாசர் சீடர்களுடன் நதிக் கரைக்குக் கிளம்பினார்.

திரௌபதி தவித்தாள். அட்சய பாத்திரத்தின் மகிமை அன்றைய தினத்துக்கு முடிந்துவிட்டது. வந்திருக்கும் விருந்தாளிகளுக்கு எப்படி உணவிடுவது? துர்வாசரோ கோபக்கார முனிவர். அதனால் விபரீதம் விளைவது நிச்சயம்! இதை எப்படித் தடுப்பது? இந்த ஆபத்திலிருந்து எப்படி மீள்வது?

கிருஷ்ணனைச் சரணடைவதைத் தவிர, அவளுக்கு வேறு வழியில்லை. கண்ணனை மனத்தில் நினைத்து, கண்மூடிப் பிரார்த்தித்தாள். 'கண்ணா! ஆபத்பாந்தவா! அனாதரட்சகா! கருணை உள்ளம் கொண்டவனே! நீதான் எங்களுக்குக் கதி. துர்வாசரின் கோபம் எங்களைச் சுட்டெரிக்காமல், நீதான் காப்பாற்றி அருளவேண்டும்.'

அவள் கண்களைத் திறந்தபோது, எதிரே கிருஷ்ணன் நின்றிருந்தான்.

'திரௌபதி, வெகு தொலைவிலிருந்து வந்திருக்கிறேன். எதுவுமே சாப்பிடவில்லை. எனக்கு மிகவும் பசிக்கிறது. போய், சாப்பிட ஏதாவது கொண்டு வா!' என்றான்.

திரௌபதி கலங்கிப்போனாள்.

'கண்ணா! நீயுமா என்னைச் சோதிக்கிறாய்? எல்லோருக்கும் உணவிட்டு நானும் சாப்பிட்டு முடித்துவிட்டேன். அட்சய பாத்திரத்தின் சக்தி இன்றைய தினத்துக்கு முடிந்துவிட்டது. துர்வாச மகரிஷி வேறு அவருடைய பத்தாயிரம் சீடர்களுடன் வந்திருக்கிறார். சாப்பிட வருவதாகச் சொல்லி, நீராடச் சென்றிருக்கிறார். அவர்களுக்கு உணவிட வகையில்லையே என்று நான் கவலைப்பட்டுக்கொண்டிருக்க, இப்போது நீயும் வேறு பசி என்று சொல்லி என் மனத்தை வேதனைப் படுத்துகிறாயே!' என்று கண் கலங்கினாள்.

'பாஞ்சாலி! எந்த சாக்கு போக்கும் சொல்லாதே. என் பசிக்கு சிறிதளவாவது உணவு தேவை. போ! அந்த அட்சய பாத்திரத்தைக் கொண்டு வா!' என்றான்.

வேறுவழியில்லாமல், கழுவிக் கவிழ்த்துவிட்ட அட்சய பாத்திரத்தைக் கொண்டுவந்து காட்டினாள் திரௌபதி. அந்தப் பாத்திரத்தை அவள் சரியாக சுத்தம் செய்யாததால், இரண்டொரு சோற்றுப் பருக்கைகளும் கீரைத் துணுக்குகளும் அதில் தென்பட்டன.

கண்ணன் தனது அழகிய சிவந்த நுனி விரல்களால், அதைத் திரட்டி எடுத்து, 'உலகத்தையே உடலாகக் கொண்ட கடவுள், இதனால் திருப்தி அடையட்டும்!' என்று சொல்லி, தனது வாயில் போட்டுக்கொண்டான்.

பின் பீமனிடம் திரும்பி, 'நீ போய் துர்வாசரையும் அவருடைய சீடர்களையும் அழைத்து வா !' என்று அனுப்பிவைத்தான்.

ஆனால் நதிக்கரையில் நீராடிக்கொண்டிருந்த துர்வாசரோ, கிருஷ்ணன் சோற்றுப் பருக்கைகளைச் சாப்பிட்ட அதே நாழிகையில், தானும் வயிறாரச் சாப்பிட்டதுபோல திருப்தி ஏற்பட்டதை உணர்ந்தார். அவருடைய சீடர்களும் அது போலவே தொண்டைவரை சாப்பிட்டது போல் வயிறு நிறைந்து ஏப்பம் விட்டார்கள்.

'சீடர்களே! தரும புத்திரனிடம் உணவு தயாரிக்கச்சொல்லி விட்டு வந்தோம். அவர்களும் நமக்காகக் காத்திருப்பார்கள். ஏனோ தெரிய வில்லை. இப்போது வயிறு நிறைந்து கிடக்கிறது. இதற்குமேல் ஒரு துளி சோற்றுப்பருக்கையும் உள்ளே செல்லாது. வேறு வழியில்லை! வாருங்கள். சொல்லாமல் கொள்ளாமல் நாம் இங்கிருந்து சென்றுவிடு வோம்!' என்று சொல்லிவிட்டு வெட்கத்துடன் அங்கிருந்து புறப் பட்டுப் போய்விட்டார்.

பீமன் அவர்களைத் தேடிவந்து யாரும் காணாமல் திகைத்துப் போனான்.

இதை கிருஷ்ணனிடம் வந்து சொன்னபோது, 'இனி துர்வாசரைப் பற்றிக் கவலையே வேண்டாம். அவர் உங்கள் திசைப்பக்கமே வரமாட்டார்!' என்று புன்னகை பூத்தான் அந்த ஜாலக்காரன்.

இப்படிச் சோதனைகளும் வேதனைகளுமாகவே பாண்டவர்களின் நாள்கள் நகர்ந்து, அவர்களுடைய பன்னிரண்டு வருட வனவாச காலம் முடியும் காலமும் நெருங்கி வந்தது.

அந்த இறுதிக்கட்டத்தில்தான் மற்ற நால்வருடைய உயிருக்கு ஓர் ஆபத்தும் வந்து சேர்ந்தது. தரும புத்திரனின் தரும நெறியைச் சோதிக் கும் ஒரு சோதனையாகவும் அது அமைந்தது.

22

நச்சுப் பொய்கை!

வனத்தில் வசிக்கும் முனிவர்கள், தங்களிடம் இருக்கும் அரணிக்கட்டையை முக்கியமாகக் கருதுவார்கள். அதன் மூலம்தான் அவர்கள் நெருப்பைக் கடைவார்கள். வேள்விகளுக்கும் மற்ற காரியங்களுக்கும் அது அவசியம் தேவை.

ஒருநாள், முனிவர் ஒருவரின் அரணிக்கட்டை மானின் கொம்பு ஒன்றில் சிக்கிக்கொண்டது. அதைச் சுமந்தபடியே மான் ஓடிப்போனது. முனிவர் பதறிப்போனார். பாண்டவர்களை உதவிக்கு அழைத்தார்.

குந்தி மைந்தர்கள் ஐந்துபேரும் மானைத் துரத்திக் கொண்டு சென்றனர். காடுகள் மலைகள் கடந்து, மான் ஓட்டமான ஓட்டம் ஓடி மறைந்தது. பாண்டவர்களால் அதைப் பிடிக்க முடியவில்லை.

அவர்கள் மிகவும் களைத்துப்போயினர். மானைத் துரத்திக் கொண்டு வந்ததில் அனைவருக்கும் மூச்சிரைத்தது. தாகம் வாட்டியது. தொண்டை, தண்ணீர் கேட்டுத் தவித்தது.

தருமன் சோர்ந்துபோய் உட்கார்ந்தான். 'நகுலா! பக்கத்தில் நதியோ குளமோ ஓடையோ இருக்கிறதா என்று கண்டுபிடி. எனக்கு மிகவும் தாகமெடுக்கிறது!' என்றான்.

நகுலன், உயர்ந்த மரம் ஒன்றின்மீது ஏறிப்பார்த்தான். சற்று தூரத்தில் அடர்ந்த மரக்கூட்டங்கள் நடுவே கொக்குகள் பறப்பதைக் கண்டான். அது நீர் நிரம்பிய இடமாகத்தான் இருக்குமென்று உணர்ந்துகொண்டான்.

பின் மரத்தைவிட்டு இறங்கி, எல்லோரையும் அங்கேயே இருக்கும் படிச் சொல்லிவிட்டு தண்ணீர் கொண்டுவருவதற்காக புறப்பட்டுச் சென்றான்.

சிறிதுதூரம் சென்றதுமே அவன் நினைத்தபடியே ஓர் அழகிய குளம் கண்ணில் தென்பட்டது. தனது அம்பறாத் தூணியில் அனைவருக்கும் தண்ணீர் பிடித்துக்கொண்டு செல்லலாம் என்று எண்ணியவன், முதலில் தனது தாகத்தைத் தணித்துக் கொள்வதற்காக குளத்தில் இறங்கினான்.

அப்போது, திடீரென்று ஆகாயத்திலிருந்து ஓர் அசரீரியின் குரல் கேட்டது.

'மாத்ரியின் மைந்தனே! இந்தக் குளம் என் வசத்தில் இருக்கிறது. முதலில் நான் கேட்கும் கேள்விகளுக்கு பதில் சொல்லிவிட்டு பிறகு தண்ணீர் அருந்து!' என்றது.

நகுலன், சுற்றும்முற்றும் பார்த்தான். குரல் எங்கிருந்து வருகிறது என்று தெரியவில்லை. குரலுக்கு உரிய நபரும் கண்ணில் படவில்லை. யாரோ தன்னிடம் விளையாடுகிறார்கள் என்று எண்ணியவன் அதிக தாகத்தால் அந்தக் குரலை உதாசீனம் செய்து குளத்து நீரை இரு கை களாலும் அள்ளிக்குடித்தான். குடித்த உடனேயே தலை கிறுகிறுத்து மயங்கிப்போய் அப்படியே கரையில் சுருண்டு விழுந்தான்.

ஆமாம்! அந்தக் குளத்தில் இருந்தது கொடிய நச்சு நீர்.

தண்ணீர் கொண்டுவரப்போன நகுலன் வெகு நேரமாகியும் வராததால், தருமன் சகாதேவனை அனுப்பிவைத்தான்.

நச்சுப் பொய்கையில் சகாதேவனுக்கும் அதேதான் நேர்ந்தது!

அடுத்ததாக, இருவரையும் தேடிக்கொண்டு அர்ஜுனன் வந்து சேர்ந்தான். குளத்தின் கரையில் தன் சகோதரர்கள் இருவரும் இறந்துகிடப்பதைக் கண்டான். 'இதைச் செய்தவன் யாரானாலும் அவனைக் கொல்வேன்!' என்று கோபம் கொண்டவன், சுற்றிலும் எதிரிகளைத் தேடிப்பார்த்து எவரையும் காணாததால், தாகத்தைத் தீர்த்துக்கொள்வதற்காக குளத்தில் இறங்கினான்.

அசரீரியின் குரல் அவனை எச்சரித்தது.

'அர்ஜுனா! இது என் வசத்தில் இருக்கும் குளம். உனது சகோதரர்கள் என் பேச்சைக் கேட்காததால்தான் இறந்துபோனார்கள். நீயும் அப்படிச் செய்யாதே! முதலில் நான் கேட்கும் கேள்விகளுக்கு பதிலைச் சொல். பிறகு தண்ணீர் அருந்து!' என்றது.

அர்ஜுனன், குரல் வந்த திசை நோக்கி அம்புகளைச் செலுத்தினான். செலுத்திய பாணங்கள் வீணாகிப்போனதுதான் மிச்சம். எதிரியைக்

கண்டுபிடித்து போர் செய்வதற்குமுன் முதலில் தாகத்தைத் தணித்துக் கொள்ளலாம் என்று அர்ஜுனனும் குளத்தில் இறங்கினான். தண்ணீரைக் குடித்தான். சுருண்டு விழுந்தான்.

தருமன் கவலையாகி, பீமனுக்கு எச்சரிக்கை செய்தான்.

'பீமா!, நமது வீரத் தம்பிகள் என்னவானார்கள் என்றே தெரியவில்லை. எனக்கு ஏனோ, மனத்தில் அச்சம் தோன்றுகிறது. கவனத்துடன் செல். நமது தம்பிகளை அழைத்து வா!' என்று அனுப்பிவைத்தான்.

குளத்தின் கரையில் எல்லோருக்கும் ஏற்பட்ட கதிதான் பீமனுக்கும் ஏற்பட்டது. தாகம் தாங்காமல் தவித்த பீமன், அசரீரியின் சொற்களைக் காதில் வாங்காமல் தண்ணீர் குடித்தான். தள்ளாடி விழுந்தான்.

நால்வருமே திரும்பி வராதது தருமனுக்குப் புதிராக இருந்தது. 'எல்லோரும் ஏதாவது ஆபத்தில் சிக்கிக்கொண்டார்களா? அல்லது தண்ணீர் கிடைக்காமல் ஆளுக்கொரு திக்கில் அலைகிறார்களா? ஒன்றும் புரியவில்லையே!' என்று திகைத்தான். பின் தருமன், தானும் அவர்களைத் தேடிப் புறப்பட்டான்.

குளத்தைக் கண்டான். அதன் கரையில் தனது அழகிய தம்பிகள் நால்வரும் மாண்டுகிடப்பதைப் பார்த்தான். சுற்றிலும் தேடினான். போர் நடந்த சுவடோ, சண்டை நடந்ததற்கான அறிகுறியோ எதுவும் தெரியவில்லை. தவிர, விரோதிகளின் காலடித் தடங்களும் எதுவும் தட்டுப்படவில்லை. எனவே குளத்தின் தண்ணீர்தான் இந்த நிலைமைக்குக் காரணமாக இருக்கவேண்டுமென்று கருதினான். ஒருவேளை இந்தக் குளத்தில் துரியோதனனின் சதி காரணமாக விஷம் கலக்கப்பட்டிருக்கலாமென்று யூகித்தான். ஆனாலும், தனது தம்பிகள் இறந்தது போலவே தானும் குளத்து நீரைக் குடித்து மாண்டு போகலாமென்று நிச்சயித்து குளத்தில் இறங்கினான்.

அப்போது அசரீரியின் குரல் ஒலித்தது.

'தரும புத்திரா! உனது தம்பிகள் அனைவரும் என்னுடைய பேச்சைக் கேட்காமல்தான் தண்ணீர் குடித்து இறந்துபோனார்கள். நீயும் அப்படிச் செய்யாதே! இது என் பாதுகாப்பில் இருக்கும் குளம். எனவே, முதலில் நான் கேட்கும் கேள்விகளுக்குப் பதில் சொல்லிவிட்டு அதற்குப்பிறகு குளத்தில் இறங்கி உன் தாகத்தைத் தீர்த்துக்கொள்' என்றது.

'நீ யார்? முதலில் அதைச் சொல்!' என்றான் தருமன்.

'நான் ஒரு யட்சன். எத்தனையோ எச்சரித்தும் உன் தம்பிகள் கேட்கவில்லை. நீயாவது என் கேள்விகளுக்குப் பதில் சொல்கிறாயா?'

‘சரி, அப்படியே ஆகட்டும்! நீ உனது கேள்விகளைக் கேள்!’

‘சூரியனை, தினமும் உதிக்கச் செய்வது எது?’

‘பிரம்ம!’

‘கடைசிவரையில் மனிதனுக்குத் துணையுள்ளதாக இருப்பது எது?’

‘மனிதனுக்குத் துணை தைரியம் மட்டுமே’

‘பூமியைவிடக் கனமானது எது?’

‘தனது குழந்தைகளைத் தாங்கும் தாயே, பூமியைக் காட்டிலும் கனமானவள்!’

‘ஆகாயத்தை விட உயர்ந்தவர் எவர்?’

‘தந்தை!’

‘காற்றைவிடவும் வேகம் கொண்டது எது?’

‘மனம்.’

‘புல்லைவிட அற்பமானது எது?’

‘கவலை!’

‘தேசாந்திரம் போகிறவனுக்கு எது தோழன்?’

‘அவன் கற்ற வித்தை!’

‘வீட்டிலிருப்பவனுக்கு யார் தோழன்?’

‘அவனுடைய மனைவி!’

‘சாகப்போகும் நிலையிலிருப்பவனுக்கு யார் தோழன்?’

‘மருத்துவன்!’

’மரணமடைகிறவனுக்கு தோழன் எது?’

அவன் செய்த தான தர்மம்!’

‘எது சுகம்?‘

‘நல்லொழுக்கமே சுகம்!’

‘சுகங்களில் மிக உயர்ந்தது எது?’

‘மனத் திருப்தி.’

‘எது சிறந்த தர்மம்?’

‘அஹிம்சையே சிறந்த தர்மம்!’

‘ஒருவன், மற்றவர்களுக்குப் பிரியமானவனாக இருக்க எதை இழக்க வேண்டும்?’

‘தான் என்கிற கர்வத்தை விட்டால், அவன் மற்றவர்களுக்குப் பிரியமாகிறான்.’

‘எதை இழந்தால் துயரம் இல்லை?’

‘கோபத்தை இழந்தால் துயரம் இல்லை.’

‘மனிதனால் ஜெயிக்கமுடியாத பகைவன் யார்?’

‘கோபம்!’

‘முடிவே இல்லாத வியாதி எது?’

‘பேராசை!

‘மனிதன் செல்வந்தனாக, எதை இழக்கவேண்டும்?’

‘ஆசையை விட்டால், மனிதன் எல்லாச் செல்வமும் உடைய வனாகிறான்.’

உலகில் தினந்தோறும் நடக்கும் நிகழ்ச்சி எது?’

‘மரணம்!’

‘உலகத்தில் ஆச்சரியமான விஷயம் எது?’

‘உலகத்தில் தினம் தினம் மரணம் நிகழ்ந்து கொண்டிருப்பதைப் பார்த்தும், மற்ற மனிதர்கள் தாங்கள் எப்போதும் நிரந்தரமாக இருப்பது போல் எண்ணி, நற்கதியை அடைய முயற்சிக்காமலே வாழ்கிறார்களே! இதுதான் மிகப் பெரிய ஆச்சரியம்!’

இப்படி இன்னும் அடுக்கடுக்கான கேள்விகளை யட்சன் கேட்டுக் கொண்டேயிருக்க, தருமன் அனைத்துக் கேள்விகளுக்கும் கூர்மையான அறிவுத்திறனுடன் பதில் சொன்னான்.

‘தரும புத்திரனே! உனது பதில்கள் அறிவுக்கூர்மையுடன் உண்மையைத் தெளிவுபடுத்துவதாக இருந்தன. அதனால், நான் உனக்கு ஒரு உதவி

செய்கிறேன். இங்கு இறந்துகிடக்கும் உன் தம்பிகளுள் ஒருவனை மட்டும் உயிர்ப்பித்துத் தருகிறேன். நீ யாரை விரும்புகிறாயோ அவனை மீட்டுச்செல்!' என்றான்.

ஒரு நாழிகை யோசித்த தருமன், 'எனது அழகிய தம்பி நகுலனை உயிர்ப்பித்துத் தா!' என்று கேட்டான்.

இதைக்கேட்ட யட்சன், தருமன்முன் தோன்றினான். ஆச்சரியமாகக் கேட்டான்.

'மகா பலசாலியான பீமனல்லவா உனக்குப் பிரியமானவன் என்கிறார்கள். அவனையோ அல்லது தனுர் வித்தையில் வல்லவனான அர்ஜுனனையோ கேட்காமல், உன்னைக் காப்பாற்றக்கூடிய இந்த இருவரையும் விட்டு எதற்காக மாற்றாந்தாயின் மகனான நகுலனுடைய உயிரைக் கேட்டாய்?'

'யட்சனே! ஒரு மனிதனை தர்மமே எப்போதும் காப்பாற்றுகிறது. அலட்சியப்படுத்தினால், அதுவே அவனை அழிக்கிறது. எனது தந்தைக்கு, குந்தியும் மாத்ரியும் இரண்டு மனைவிகள். குந்திக்கு நான் ஒரு பிள்ளை உயிரோடு மிஞ்சியிருக்கிறேன். அதுபோல மாத்ரியின் பிள்ளைகளுள் ஒருவனும் உயிர் பிழைப்பதுதான் தர்மம். அதுதான் நியாயமாகவும் இருக்கும். எனவே, நகுலனையே உயிர்ப்பித்துக் கொடு!' என்றான் தருமன்.

அப்போது ஓர் ஆச்சரியம் நடந்தது.

தருமனின் சகோதரர்கள் நால்வருமே உயிர்பெற்று எழ, யட்சனாக வந்த தருமதேவன் தனது சுயரூபத்தோடு காட்சி தந்தான்.

'மகனே தருமா! நானே உன் தந்தை தருமதேவன். உன் தர்மநெறியைச் சோதிக்கவே, மானாகவும் யட்சனாகவும் வந்தேன். எந்த இக்கட்டிலும் தருமம் தவறாத நீ, மேன்மேலும் சிறப்பு பெறுவாய். உங்களுடைய பன்னிரண்டு வருட வனவாச காலம் முடிய இன்னும் சில தினங்களே இருக்கின்றன. இதற்கடுத்து வரப்போகும் ஒரு வருட தலைமறைவு வாழ்க்கையும் மிகச்சரியாகவே பூர்த்தியாகும். அஞ்ஞாத வாசத்தில் உங்களை யாரும் கண்டுபிடிக்க முடியாதபடி, நிபந்தனையை வெற்றி கரமாக நிறைவேற்றி முடிப்பீர்கள்' என்று ஆசீர்வதித்து மறைந்தான்.

23

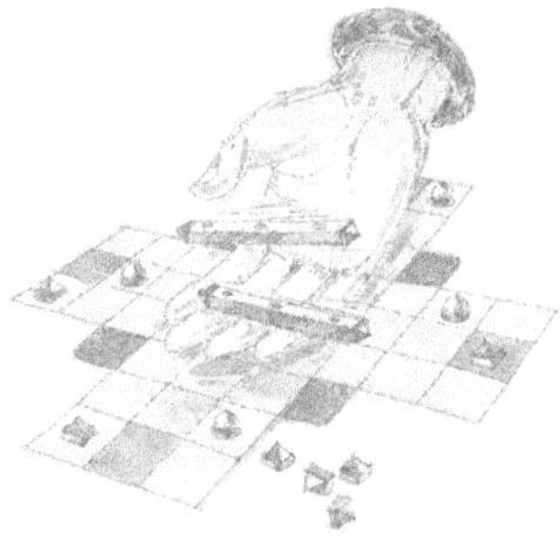

கீசகன் வதம்!

ஒருவழியாக பாண்டவர்களின் பன்னிரண்டு வருட வனவாசம் முடிவடைந்தது. பதின்மூன்றாவது வருடம் தொடங்கியது. துரியோதனனோ அவனுடைய ஆட்களோ கண்டுபிடிக்க முடியாதபடி, பாண்டவர்கள் இந்த ஒரு வருட காலத்தை தலைமறைவாகக் கழிக்கவேண்டும்.

தருமன் முதற்காரியமாக, காட்டில் தங்களுடன் வசித்த வேதியர்களுக்கு விடைகொடுத்து அனுப்பினான். அதன் பிறகு தம்பிகளுடன் ஆலோசனை நடத்தினான்.

‘இந்த ஒரு வருட தலைமறைவு வாழ்க்கையை நாம் மிக ஜாக்கிரதையாகக் கழிக்கவேண்டும். துரியோதனனோ அவனுடைய ஒற்றர்களோ நம்மைக் கண்டுபிடித்துவிட்டால் நாம் தொலைந்தோம். மீண்டும் பன்னிரண்டு வருடம் வனவாசம் செய்யவேண்டிய நிலைமை ஏற்பட்டுவிடும்’ என்று எச்சரித்தான் தருமன்.

‘அண்ணா! நம்மை யாராலும் கண்டுபிடிக்க முடியாது என்று தரும தேவன் வரமளித்திருக்கிறார். பிறகு ஏன் கவலைப்படுகிறீர்கள்? நாம் யாரும் அறியாமல் ஒளிந்து வாழ, நிறைய தேசங்கள் உள்ளன. எனக்கென்னவோ மன்னன் விராடனுடைய தேசமான மத்ஸ்ய தேசமே சிறந்ததாகத் தோன்றுகிறது. அந்த நகரம், அழகும் ஐஸ்வரியமும் கொண்டது!’ என்றான் அர்ஜுனன்.

‘ஆமாம் அர்ஜுனா! உன் யோசனை சரிதான். விராடன் வயதில் முதியவன். தருமசீலன். துரியோதனன் கட்டளைக்கு அடிபணியாதவன். எனவே, அவனுடைய தேசத்தில் மறைந்து வாழ்வதே பாதுகாப்பானது!’ - அர்ஜுனன் யோசனையை ஒப்புக் கொண்டான் தருமன்.

அடுத்ததாக விராட நகரத்தில் யார் யார் எந்தெந்த வேடத்தில் மறைந்து வாழ்வது என்பது பற்றிப் பேசினார்கள்.

தருமன் ஆரம்பித்தான்.

'நான் சந்நியாசி வேடத்தில் 'கங்கன்' என்கிற பெயரோடு விராட மன்னனிடம் செல்லப்போகிறேன். நான் பாண்டித்தியம் பெற்றுள்ள ஜோதிடம் சொல்வது, சகுனங்கள் பார்ப்பது, வேத வேதாந்த சாத்திரங்களுக்கு விளக்கம் அளிப்பது என்று மன்னனுக்கு ஆஸ்தான குரு போல இருந்து வருவேன். இது தவிர, சூதாட்டத்தில் அனுபவ முள்ளதால் அவனுடன் விளையாடி மன்னனை மகிழ்விப்பேன். முன்பு தரும புத்திரனுக்கு நண்பனாக இருந்தேன் என்று சொல்லி அவனிடம் சேர்ந்து விடுவேன்! என்றான்.

பீமன், 'நான் 'வல்லபன்' என்கிற பெயருடன் விராடனின் அரண் மனையில் சமையற்காரனாக சேரப்போகிறேன். தருமபுத்திரரின் அரண்மனையில் சமையல்கூடத்தில் இருந்தேன் என்று சொல்லி, விராடனுக்குப் பிடித்தமான உணவுவகைகளைச் செய்து தந்து அவனைத் திருப்திப்படுத்துவேன். அத்துடன், போட்டிக்கு வரும் மல்யுத்தக்காரர்களுடன் சண்டையிட்டு மன்னரை மகிழ்விப்பேன்!' என்றான்.

அடுத்து அர்ஜுனன் சொன்னான்.

'ஊர்வசியின் சாபப்படி நான் புருஷத்தன்மை இழந்து ஒரு வருடம் அலியாகக் கழிக்கவேண்டும். அந்தச் சாபத்தை இங்கு தலைமறைவு வாழ்க்கைக்குப் பயன்படுத்திக்கொள்ளப் போகிறேன். 'பிருகன்னளை' என்று பெயர் சூட்டிக்கொண்டு, பெண் பிள்ளையாக விராடனின் அரண்மனை அந்தப்புரத்தில் பெண்களுக்கு நடனம், சங்கீதம் கற்றுக்கொடுத்து என்னை மறைத்துக்கொள்வேன். முன்பு தரும புத்திரரின் அரண்மனையில் திரௌபதிக்குப் பணிவிடை செய்ததாகச் சொல்லி விராடனிடம் வேலை பெற்றுக்கொள்வேன்' என்றான்.

நகுலன், 'தாமகிரந்தி' என்ற பெயருடன் குதிரைக்காரனாகச் சென்று அரண்மனையில் குதிரைகள் பராமரிக்கும் பொறுப்பாளனாக சேரப் போவதாகச் சொன்னான். சகாதேவனோ, 'தந்திரிபாலன்' என்கிற பெயரோடு அரண்மனைப் பசுக்களைப் பார்த்துக்கொள்பவனாக பசுக்கொட்டிலில் வேலைக்குச் சேர்ந்துகொள்ளப்போவதாகக் கூறினான்.

அடுத்ததாக எல்லோரும் திரௌபதியை வருத்தத்துடன் பார்த்தனர்.

பாஞ்சால தேசத்தின் ராஜகுமாரி! தங்களின் இதயம் கவர்ந்த புனிதவதி! பூப்போன்ற மிருதுவான உடலைக் கொண்ட அழகு தேவதை! இவள் என்ன வேலையைச் சொல்லி சேர முடியும்? இப்படியும் ஒரு நிலை வந்ததே என்று துயரம் கொண்டார்கள்.

அதைப் புரிந்துகொண்ட திரௌபதி, 'என் காரணமாக நீங்கள் யாரும் வேதனைப்பட வேண்டாம். உங்களுடைய இன்ப துன்பங்களில் பங்கேற்பது என் கடமை. நான் விராடனின் அந்தப்புரத்தில், மகா ராணிக்கும் இளவரசிக்கும் பணிப்பெண்ணாக வேலைக்குச் சேர்ந்து கொள்கிறேன். என் பெயரை 'சைரந்திரி' என்று சொல்லிக்கொள் கிறேன். ஏற்கெனவே தரும புத்திரரின் அரண்மனையில் திரௌபதிக்கு பணிவிடை செய்து பழகியவள் என்று சொல்லி, அங்கே நுழைந்து விடுகிறேன்!' என்றாள்.

அவரவர் தீர்மானித்தபடியே எல்லாம் கச்சிதமாக நடந்தது. ஒவ்வொரு வரும் தனித்தனியே சென்று விராட மன்னனைச் சந்தித்து வேலை கேட்டு, அவனது அரண்மனையில் வேலைக்குச் சேர்ந்துகொண்டனர்.

தருமன், விராட மன்னனுக்கு ஆஸ்தான தோழனாக மாறி அவனுக்கு சாஸ்திரங்களைப் போதித்தும் அவனுடன் சொக்கட்டான் ஆடியும் காலம் கழித்தான். பீமன் சமையல் கட்டான மடப்பள்ளியின் தலைவ னாகப் பொறுப்பேற்றுக் கொண்டு, ருசிகரமான உணவுவகைகளைத் தயாரித்துக் கொடுத்தான். கூடவே, புகழ்பெற்ற மல்லர்களுடன் போட்டியிட்டு ஜெயித்தும் மன்னனை மகிழ்வித்தான்.

அர்ஜுனன் பிருகன்னளை என்கிற அலிப்பெண்ணாக, விராடனின் மகளான உத்திரைக்கும் மற்ற அரண்மனைப் பெண்களுக்கும் நடன மும் சங்கீதமும் கற்றுத் தந்தான். நகுலன் லாயத்தில் குதிரைகளை கவனித்துப் பராமரிக்க, சகாதேவனோ அரண்மனைக்கொட்டிலில் பசுக்களையும் காளையும் கவனித்துக்கொண்டான்.

திரௌபதி, விராடனின் மனைவியான சுதேஷ்ணைக்கு சைரந்திரி என்கிற பணிப்பெண்ணாக இருந்து அவள் சொல்லும் வேலைகளைச் செய்துகொண்டிருந்தாள்.

ஒரு வருட அஞ்ஞாத வாச காலத்தில், பத்து மாதங்கள் எந்தப் பிரச்னை யும் இல்லாமல் சுகமாகக் கழிந்தது. அதற்குப் பின்தான் ஆரம்பித்தது ஓர் அநியாயத் தொல்லை. மிக அபாயமான தொல்லையும்கூட!

•••

விராட மன்னனின் மனைவியான சுதேஷ்ணைக்கு சகோதரன் ஒருவன் இருந்தான். அவன் கீசகன். பெரிய வீரன். மல்யுத்தத்தில் வல்லவன். பீமன், பலராமன் போன்றவர்களுக்கு நிகரான பலசாலி. இவன் விராட தேசத்தின் வீரத் தளபதியாக, மன்னன் விராடனுக்கு பக்கபலமாக இருந்தான். விராட தேசத்துக்கு, விரோதிகள் பயமில்லாமல் அவன் தான் காத்து வந்தான். அதனால் அரசனிடம் மிகுந்த செல்வாக்குப் பெற்றவனாக ஆணவத்துடன் நடந்துகொண்டான்.

ஒருநாள் அவனுடைய கழுகுப்பார்வையில் பட்டாள் திரௌபதி. பார்த்ததும் அவளுடைய அழகில் மயங்கிப் போனான் கீசகன். தாள முடியாத மோகம் கொண்டவனாக அவள் பின்னாலேயே திரிந்தான். வேலைக்காரிதானே என்கிற எண்ணத்தில் விடாமல் தொந்தரவு செய்தான்.

'அன்பே சைரந்தரி! ஒரு ராஜகுமாரிக்கான அத்தனை லட்சணங்களும் உன்னிடம் இருக்கின்றன. கேவலம், பணிப்பெண்ணாக வாழ்க் கையைக் கழிக்கிறாயே! நான் உன்மீது அளவில்லாத மோகம் கொண்டு விட்டேன். உன் அழகில் பித்தாகித் தவிக்கிறேன். வா! வந்து என் ஆசையைப் பூர்த்தி செய். என்னை ஏற்றுக்கொள். மகிழ்ச்சிப்படுத்து. உன்னை மகாராணிபோல் வைத்துக்கொள்கிறேன்' என்று பிதற்றினான்.

திரௌபதி, சினம் கொண்டவளாகச் சீறினாள்:

'இங்கே பார்! நீ நினைப்பதுபோல நான் ஆதரவற்றவள் இல்லை. ஐந்து கந்தர்வர்கள் என்னைப் பாதுகாக்கிறார்கள். நீ என்னிடம் தகாத முறை யில் நடந்துகொள்வதை அவர்கள் அறிந்தால், உன்னைக் கொன்றே போட்டுவிடுவார்கள். உன் கெட்ட எண்ணத்தைக் கைவிட்டு ஓடிப் போய்விடு!' என்று எச்சரித்துவிட்டு விலகினாள்.

ஆனால், கீசகன் விடுவதாயில்லை. சகோதரி சுதேஷ்ணையிடமே சென்று சைரந்திரியின்மீது தான் ஆசை கொண்டுள்ளதைத் தெரி வித்தான்.

'வேண்டாம் கீசகா! அவளது கணவர்களான கந்தர்வர்கள் மிகப் பொல் லாதவர்கள் என்று, அவள் மற்ற பணிப்பெண்களிடம் சொல்லிக் கொண்டிருப்பதைக் கேட்டேன். மற்றவன் மனைவியை ஆசைப் படுவது நியாயமில்லை. உன் எண்ணத்தைக் கைவிட்டு விடு' என்று சுதேஷ்ணை அறிவுரை சொன்னாள்.

அதை ஏற்றுக்கொள்ள மறுத்த கீசகன், சைரந்திரியை அடைந்தே தீரவேண்டும் என்று சுதேஷ்ணையை நிர்ப்பந்தப்படுத்த, வேறு

வழியில்லாமல் அவளும் சகோதரனுக்கு உதவச் சம்மதித்தாள். சைரந்திரியை, அதாவது திரௌபதியை ஏதாவது சொல்லி அவனிடத்துக்கு அனுப்பிவைப்பதாக ஒப்புக்கொண்டாள்.

ஒருநாள் திரௌபதியை அழைத்து, 'சைரந்திரி! எனது சகோதரன் சுவையான உணவுப்பண்டங்களை எனக்குக் கொடுத்து அனுப்புவ தாகக் கூறினான். நீ உடனே அவனுடைய அரண்மனைக்குச் சென்று அவைகளைப் பெற்று வா' என்றாள்.

திரௌபதி தயங்கினாள். 'மகாராணி! அவர் முன்பே என்னிடம் முறைகேடாகப் பேசி துன்புறுத்தினார். அவர் இடத்துக்கு என்னைப் போகச்சொல்கிறீர்களே?' என்றாள்.

'அவன், உன்னை ஒன்றும் விழுங்கிவிட மாட்டான். இது என் கட்டளை. போய், உணவுப்பண்டங்களை வாங்கி வா!'

சுதேஷ்ணை கடுமையான குரலில் சொல்ல, வேறு வழியில்லாமல் கீசகனின் அரண்மனைக்கு தயங்கியபடியே சென்றாள் திரௌபதி.

அங்கே அவள் பயந்தது போலவே நடந்தது.

கீசகன், திரௌபதியின் கையைப் பற்றியிழுத்து அவளை பலாத்காரம் செய்ய முயன்றான். திரௌபதி அவனிடமிருந்து தப்பித்து ஓடினாள். கீசகன் அவளைப் பின்தொடர்ந்து துரத்தினான்.

திரௌபதி அரச சபைக்கே ஓடிச்செல்ல, அவளைத் துரத்திய கீசகன், சபை நடுவிலேயே அவளை இழுத்துப் பிடித்து எல்லோர் முன்பாக வும் காலால் எட்டி உதைத்தான்.

மன்னனிடம் மிகுந்த செல்வாக்குப் பெற்றிருந்த கீசகனை சபையில் இருந்தவர்கள் கண்டிக்கப் பயந்தார்கள். மன்னன் விராடன்கூட கீசகனிடம், 'கீசகா! உன்னைப்போன்ற வீரர்கள் பெண்களை உதைத்து பெயரைக் கெடுத்துக்கொள்ளலாமா? கோபத்தைவிட்டு இங்கிருந்து செல். எதுவானாலும், பிறகு பார்த்துக்கொள்ளலாம்' என்று அவனிடம் தயவாகச் சொல்லி அனுப்பிவைத்தான்.

இதைக்கேட்ட திரௌபதி, 'மன்னா! சபை நடுவிலே ஒரு அபலைப் பெண்ணை அடித்து உதைப்பவனை கண்டித்து தண்டிக்காமல், அவனிடம் போய் அன்பு காட்டுகிறீர்களே! இதுதானா உங்கள் அரச நீதி? இதுதானா உங்கள் ஆட்சி முறை?' என்று கோபித்தாள்.

அப்போது கங்கனாகிய தரும புத்திரன் அவளிடம், 'சைரந்திரி! கலக்கத்தை விடு. உனது கணவர்கள் கந்தர்வர்கள் என்று கேள்விப்

பட்டேன். யார் நியாயம் வழங்குகிறார்களோ இல்லையோ, ஒரு மனைவிக்கு நேர்ந்த அவமானத்தை எந்தக் கணவனும் பொறுத்துக் கொள்ள மாட்டான். அவர்கள் தக்க சமயத்தில் வந்து, உனக்குத் துன்பம் விளைவித்தவரை கட்டாயம் தண்டிப்பார்கள். போ! பொறுமையைக் கைப்பிடித்து வெற்றிகொள்' என்று சமாதானப் படுத்தினான்.

தரும புத்திரனின் மறைமுகமான இந்த வாக்குறுதியை திரௌபதி புரிந்துகொண்டாள். வழிந்த கண்ணீரைத் துடைத்துக்கொண்டு வெளி யேறினாள்.

ஆனாலும், அவளுக்கு மனம் பொறுக்கவில்லை. அன்று இரவு, பீமனை தனிமையில் சந்தித்து அழுதாள்.

'உங்கள் அண்ணன், பொறுமையின் வடிவமாக எந்தத் துன்பம் ஏற்பட்டாலும் மனம் பாதிக்கப்படாமல் உபதேசிக்கிறார். மற்ற தம்பிகளும் அண்ணன் சொல் தட்டாதவர்களாக இருக்கிறார்கள். எனக்கு ஏற்பட்ட அவமானத்துக்கு நீங்களாவது பரிகாரம் செய்யுங்கள். கீசகனைக் கொன்று யமனுலகுக்கு அனுப்புங்கள்!' என்று குமுறினாள்.

'திரௌபதி! உன்னுடைய துன்பத்தை என்னாலும் சகித்துக் கொள்ள முடியவில்லை. நீ சொல்லாமலேயே கீசகனைக் கொன்றுபோட என் மனம் துடியாகத் துடிக்கிறது. ஆனால், இந்தப் பதின்மூன்றாம் ஆண்டு நாம் மறைந்து வாழும் காலம். நான் கீசகனைக் கொன்றால், அதன்மூலம் நாம் நம்மை வெளிப்படுத்திக்கொண்டதாக ஆகிவிடுமே என்றுதான் அஞ்சுகிறேன்!'

'காரணம் எதுவானாலும், நீங்கள் தயங்கினாலோ தள்ளிப் போட் டாலோ அந்தக் கீசகனால் தொடர்ந்து என் மானத்துக்கு அபாயம் நேர்ந்துகொண்டுதான் இருக்கும். என்ன செய்வீர்களோ எனக்குத் தெரியாது. இனி, அந்தக் கீசகன் உயிரோடு இருக்கக் கூடாது!' - உறுதியாகச் சொன்னாள் திரௌபதி.

பீமன் அவளுக்கு, ஒரு யோசனை சொல்லிக்கொடுத்தான். மறுநாள் திரௌபதி அதைச் செயல்படுத்தினாள்.

அடுத்த நாள் கீசகன் அவளிடம் வந்து, 'நேற்று பார்த்தாயல்லவா? சபையில் அரசன் எதிரேதான் உன்னை உதைத்தேன். ஆனால், உன்னைக் காப்பாற்றவோ என்னைக் கேள்வி கேட்கவோ அங்கு யாருக்கும் தைரியமில்லை. இப்போதாவது என் செல்வாக்கைப் புரிந்துகொள். எல்லோரும் எனக்குப் பயந்தவர்கள்தான்! இப்போதும்

சொல்கிறேன். மரியாதையாக என் ஆசைக்கு இணங்கிப் போய்விடு. என்னுடன் சந்தோஷமாக இரு. உன்னை மகாராணியாக வைத்துக் கொள்கிறேன்!' என்றான்.

திரௌபதி அவனுக்கு அடிபணிந்தவள் போல் நடித்தாள்.

'ஆம்! நீங்கள் சொல்வது சரிதான். இப்போதுதான் உங்கள் பெருமையை உணர்ந்துகொண்டேன். இனி உங்கள் விருப்பப்படியே நடந்துகொள்கிறேன். ஆனால், நம் உறவு யாருக்கும் தெரியக் கூடாது. இன்று இரவு, நீங்கள் மட்டும் தனியே நடனச் சாலைக்கு வாருங்கள். இரவு நேரத்தில் அங்கு யாரும் இருக்க மாட்டார்கள். எந்தத் தொல்லையும் இல்லாமல் நாம் இன்பமாக இருக்கலாம்!' என்றாள்.

கீசகன், தேன் குடித்த நரி போல சந்தோஷத் துள்ளலோடு போனான்.

நள்ளிரவில் மிகுந்த உற்சாகத்துடன் நடனச் சாலைக்குள் நுழைந்தான் கீசகன். அங்கே கட்டிலில் ஓர் உருவம் படுத்திருப்பதைக் கண்டான். அது திரௌபதிதான் என்று எண்ணி அப்படியே அள்ளி அணைத்தான். அவ்வளவுதான்! இடிபோல ஓர் அடி அவன்மீது இறங்கியது. அதை, சமாளிக்க முடியாமல் தரையில் விழுந்தான் கீசகன்.

கட்டிலிலிருந்து இறங்கினான் பீமன். அதிர்ச்சியில் மூழ்கினான் கீசகன்.

கீசகனுக்கு, இருட்டில் பீமனை அடையாளம் தெரியவில்லை. திரௌபதி சொன்ன கந்தர்வர்களில் ஒருவன்தான் தன்னைத் தாக்கு கிறானென்று நினைத்துக்கொண்டான். உடனே அவனும் பதில் தாக்கு தலில் இறங்கினான்.

பீமனுக்கும் கீசகனுக்குமான மல்யுத்தம் கடுமையாக நடந்தது. மாறி மாறி அடித்துக்கொண்டார்கள். கடைசியாக பீமன், கீசகனைக் கொன்று அவனை ஒரு சதைப் பந்துபோல ஆக்கி வீசினான். பின் யாரும் அறியாமல், மடப்பள்ளிக்குச் சென்று படுத்துக் கொண்டான்.

பீமன் போனதும், திரௌபதி கத்திக் கூச்சலிட்டு காவலர்களை அழைத்தாள். தலை எது, கால் எது என்று கண்டு கொள்ளமுடியாமல் சதை மூட்டையாகச் செத்துக்கிடந்த கீசகனை அவர்களிடம் காட்டி, 'உங்கள் வீரத் தளபதி மறுபடியும் என்னைத் துன்புறுத்த வந்தான். இதனால் கோபம் கொண்ட எனது கணவர்களான கந்தர்வர்கள், அவனைக் கொன்று சதைப்பிண்டமாக அடித்துவிட்டார்கள். அடுத்த வன் மனைவிமீது ஆசை கொண்ட உங்கள் அருமைத் தளபதி கீசகன் உயிர்போய் பிணமாகக் கிடப்பதைப் பாருங்கள். இனியாவது யாரும்,

என்னிடம் தகாத முறையில் நடந்துகொள்ளாதீர்கள்!' என்று சொல்லிவிட்டு அங்கிருந்து விலகினாள்.

விராட தேசம் எங்கும், கீசகன் கொடூரமாகக் கொல்லப்பட்டதே பேச்சாக இருந்தது. ஆண்கள், திரௌபதியை கண்ணால் பார்க்கவும் பயந்தார்கள். பேசவும் அஞ்சினார்கள். திரௌபதியைக் காக்கும் கந்தர்வர்கள் தங்களைக் கொன்று விடுவார்கள் என்று நடுங்கினார்கள்.

கீசகன் இறந்ததினால், விராடன் ஒருவிதத்தில் நிம்மதியடைந்தான் என்றுதான் சொல்லவேண்டும். ஆனாலும், திரௌபதியைக் கண்டு மக்கள் அஞ்சுவதினால், அவளை தனது நாட்டை விட்டே அனுப்பிவிடுவதுதான் நல்லது என்று நினைத்தான். அதை, தன் மனைவி சுதேஷ்ணையிடம் சொன்னான்.

சுதேஷ்ணை, திரௌபதியை அழைத்துப் பேசினாள்.

'அம்மா, சைரந்திரி! உனது கணவர்களான கந்தர்வர்களால், தேசத்தில் மற்றவர்களின் உயிருக்கு ஆபத்து வருமோ என்று விராட மன்னர் பயப்படுகிறார். ஆகவே, தயவுசெய்து இந்தத் தேசத்தை விட்டு வேறு உனக்கு விருப்பமான இடத்துக்குச் சென்றுவிடு!' - தயங்கித் தயங்கிச் சொன்னாள்.

திரௌபதியின் நிலைமை தர்ம சங்கடமானது. அஞ்ஞாத வாச காலம் முடிவதற்கு இன்னும் ஒருமாதமே இருந்தது. அதுவரை இங்கிருந்து செல்லமுடியாது. எனவே, அவள் வருத்தத்துடன் சுதேஷ்ணையிடம் கூறினாள்.

'மகாராணி! என் மீது எந்தத் தவறும் இல்லை. குற்றமெல்லாம் உங்கள் சகோதரன் மீதுதான். அவரின் கெட்ட நடத்தையால்தான் இப்படி யொரு முடிவை தேடிக்கொண்டார். தயவுசெய்து என்மீது கோபம் கொள்ளாதீர்கள். இன்னும் முப்பது நாள்கள் மட்டும் இங்கே இருக்க அனுமதி கொடுங்கள். அதன்பிறகு என் கணவர்களான கந்தர்வர்கள் என்னை அழைத்துப் போய் விடுவார்கள். அவர்களால், நிச்சயம் இந்த நாட்டுக்கு எந்தக் கெடுதலும் ஏற்படாது. அவர்கள் உங்களுக்கு நன்மையே செய்வார்கள்!' என்றாள்.

மேலும் வற்புறுத்தினால், திரௌபதிக்குக் கோபம் வந்து அதனால் ஏதாவது தீங்கு ஏற்படுமோ என்றெண்ணி சுதேஷ்ணை இதற்கு ஒப்புக்கொண்டாள்.

•••

அஸ்தினாபுரத்திலோ, துரியோதனன் மிகக் கவலையில் இருந்தான்.

பாண்டவர்களின் தலைமறைவு வாழ்க்கை நிறைவடைய இன்னும் சில தினங்களே இருந்தன. ஆனால், அவர்கள் எங்கிருக்கிறார்கள் என்பதைக் கண்டுபிடிக்க முடியவில்லை. ஆயிரக்கணக்கான ஒற்றர்கள் தேசம் தேசமாகச் சென்று தேடிக் கொண்டிருந்தார்கள். ஆனால், யாரிடமிருந்தும் நல்ல தகவல் இதுவரை வரவில்லை.

இதைத்தவிர, சமீபத்தில் உயிர்த் தோழன் கர்ணனுக்கு ஏற்பட்ட ஓர் இழப்பும் அவன் மனத்தைப் பாதித்திருந்தது. அது ஓர் அபசகுனம் போலவே அவனுக்குத் தோன்றியது!

பாண்டவர்களுடன் ஒரு யுத்தம் வரப்போவது நிச்சயம். அந்தச் சமயத்தில் தன்னைப் பலவீனப்படுத்த தேவர்களும் சேர்ந்து ஏதாவது சதி செய்கிறார்களோ என்று அவன் சந்தேகப்பட்டான்.

ஆமாம்! துரியோதனன் சந்தேகித்தது நூற்றுக்கு நூறு சரிதான்!

24

கர்ணன் இழந்த கவச குண்டலங்கள்

***பா**ண்டவர்களின் பன்னிரண்டு வருட வனவாச காலம் முடிந்து பதின்மூன்றாவது வருட அஞ்ஞாத வாச காலம் ஆரம்பித்தபோதே, அர்ஜுனனின் தந்தையாகிய இந்திரன் அடுத்து நடக்கப்போவதைப்பற்றி யோசிக்கத் தொடங்கிவிட்டான்.*

'பாண்டவர்கள் நிபந்தனையில் வெற்றி பெற்றாலும், துரியோதனன் அவர்களுக்கு ராஜ்ஜியத்தைத் தருவான் என்பது நிச்சயமில்லை. அப்படியொரு நிலைமை வந்தால், யுத்தம் என்பது நிச்சயம்!

யுத்தம் என்று வந்தால், அதர்மம் தோற்று தர்மம்தான் ஜெயித்தாக வேண்டும். அதன்படி பாண்டவர்கள் வெற்றி பெறுவதற்கான சாத்தியங்கள் நிறையவே உள்ளன. அர்ஜுனன் பெற்ற தேவாஸ்திரங்கள் மட்டுமே போதும் எதிரிகளை ஒழிப்பதற்கு. ஆனாலும், எதிரிகளின் பக்கம் அர்ஜுனனுக்கு நிகரானவனாக சூரியகுமாரனான கர்ணன் இருக்கிறான். பிறக்கும்போதே கவச குண்டலங்களுடன் தோன்றியவன். அஸ்திரப் பயிற்சியில் மிகவும் தேர்ந்தவன். 'அர்ஜுனனைக் கொல்வேன்!' என்று சபதம் செய்திருப்பவன். இவனை எப்படிச் சமாளிப்பது?

- இந்திரன் யோசித்தான்.

எப்படியாவது கர்ணனின் கவச குண்டலங்களைப் பறித்து விட்டால் அவன் பலமிழந்தவனாகி விடுவான். அப்போது அர்ஜுனன் அவனை வீழ்த்துவது சுலபமாகி விடும் என்று திட்டமிட்டான். அதற்கான முயற்சியில் இறங்கத் தீர்மானித்தான்.

அர்ஜுனனின் தகப்பன் இப்படியொரு முடிவெடுத்தான் என்றால், கர்ணனின் தகப்பனான சூரியதேவன் சும்மாயிருப்பானா என்ன?

இந்திரனின் திட்டத்தை முறியடித்துவிடவேண்டும் என்கிற எண்ணத்துடன் கர்ணனின் கனவில் சென்றான் சூரியன்.

'கர்ணா! நீ என் பக்தன். தினமும் என்னைப் பூஜிப்பவன். அந்தப் பிரியத்தினாலேயே உன்னை எச்சரிக்க வந்துள்ளேன். சிறந்த கொடையாளியான நீ, யார் எதைக்கேட்டாலும் தரத் தயங்காதவன். உன்னுடைய இந்த விரதத்தைப் பயன்படுத்தி, உன்னைப் பலமற்றவனாகச் செய்ய நினைக்கிறான் இந்திரன்.

விரைவில் அவன் உன்னிடம் மாறுவேடத்தில் வந்து, உனது கவச குண்டலங்களை தானம் கேட்பான். அவனது பேச்சில் மயங்கி நீ, அவற்றைத் தந்து விடாதே! இந்தக் கவச குண்டலங்கள்தான் உனது உயிருக்குப் பாதுகாப்பு. ஜாக்கிரதையாக இருந்து உன்னைக் காத்துக்கொள்' என்று எச்சரித்தான்.

'சூரியதேவா! உங்களின் அன்புக்கு நன்றி. என்னிடம் யார் எதைக் கேட்டாலும், இல்லையென்று சொல்லாமல் தானம் தருவதை நான் விரதமாகக் கொண்டிருக்கிறேன். இதை எப்படி என்னால் கைவிட முடியும்? ஒருவர் யாசிப்பதை மறுக்கும் நிலை வந்தால், அதைவிட மரணமடைவதையே நான் விரும்புவேன். தயவுசெய்து என்னை மன்னித்துவிடுங்கள் தேவா! தாங்கள் கூறியபடி இந்திரன் என்னிடம் வந்து கவச குண்டலங்களை மட்டுமல்ல; என் உயிரையே கேட்டாலும் நான் மறுக்காமல் தந்துவிடுவேன். எந்த நிலையிலும் எதற்காகவும் எனது கொள்கையை விட்டுத் தரமாட்டேன். இது சத்தியம்!' என்றான்.

கர்ணனின் இந்த உறுதியான பதில் சூரியனுக்கு வருத்தம் அளித்தது. என்றாலும், அவனுடைய விடாப்பிடியான மன உறுதி மகிழ்ச்சியையும் தந்தது.

'கர்ணா! கொடை வள்ளலே! உலகம் உள்ளவரை உனது புகழ் நிலைத்து நிற்கட்டும். உனது முடிவை மாற்றமுடியாது என்பது தெரிந்துவிட்டது. ஆகவே, மற்றொரு உபாயம் சொல்கிறேன் கேள். கவச குண்டலங்களைக் கொடுக்கும்போது, அதற்குப் பதிலாக இந்திரனிடமிருந்து சக்தி ஆயுதத்தைக் கேட்டுப் பெற்றுக்கொள். அது, மிக அற்புதமான வல்லமை கொண்டது. எப்படிப்பட்ட எதிரியையும் சாய்த்து வீழ்த்தும் சக்தி பெற்றது. அது உனது வீரத்துக்குப் பலம் சேர்க்கும்' என்று சொல்லிவிட்டு மறைந்தான்.

மறுநாளே, இந்திரன் பிராமணன் வேடத்தில் கர்ணனிடம் வந்து நின்றான்.

கர்ணன் தனது கவச குண்டலங்களை அறுத்து,
இந்திரனுக்கு தானம் தரும் நெகிழ்வான காட்சி.

‘கர்ண மகா பிரபு! எதைக் கேட்டாலும் தானம் தரும் வள்ளல் என்று உன்னைப் புகழ்கிறார்கள். அது உண்மையென்றால், உனது உடலோடு தோன்றிய கவச குண்டலங்களை எனக்குத் தானமாகக் கொடு!’ என்று யாசித்தான்.

கர்ணன் புன்னகைத்தான்.

‘ஐயா, பிராமணரே! நீங்கள் தேவலோகத்தின் அதிபதியான தேவேந்திரன் என்பதை நான் அறிவேன். உங்கள் வருகைக்காகவே நான் காத்திருக்கிறேன். நீங்கள் கேட்டபடி என் கவச குண்டலங்களை இதோ இப்போதே தருகிறேன். ஆனால், உமது தகுதிக்கு இதை யாசகமாகப் பெறுவது இழிவையே தரும். ஆகவே, பதிலுக்கு ஏதாவது தந்து கவச குண்டலங்களை பெற்றுச்செல்லுங்கள்’ என்றான்.

பின், ஒரு கூரிய வாளினால் சிறிதுகூட முகம் சுளிக்காமல், தனது உடலோடு ஒட்டிக்கிடக்கும் கவச குண்டலங்களை சதையோடு அறுத்து ரத்தம் சொட்டச்சொட்ட இந்திரனிடம் தந்தான்.

இந்திரன் மலைத்துப்போனான். ஆச்சரியம் கொண்டான்.

‘கர்ணா! நான் வந்து யாசிக்கப்போவதைப்பற்றி சூரியதேவன் முன்பே உன்னிடம் வந்து சொல்லியிருக்கவேண்டும். அதன்பிறகும் மனப்பூர்வமாக தானம் செய்த உனது வள்ளல்தன்மை மிகவும் போற்றுதலுக்குரியது. யாருமே செய்யத் துணியாததை நீ செய்திருக்கிறாய்!’ என்று பாராட்டினான். அன்புடன் கர்ணனின் தேகத்தை தனது கைகளால் வருடிக் கொடுத்தான். கவச குண்டலங்களை அறுத்ததனால் ஏற்பட்ட காயங்கள் மறைந்து, உடல் முன்போலப் பொலிவடைந்தது.

‘கர்ணா! கவச குண்டலங்களுக்குப் பதிலாக என்னிடம் என்ன எதிர்பார்க்கிறாய்? சொல். நான் சந்தோஷமாகத் தருகிறேன்!’

‘பகைவர்களை நாசம் செய்யும் வலிமை கொண்ட சக்தி ஆயுதத்தை, தாங்கள் எனக்குத் தரவேண்டும்!’

கர்ணனின் வேண்டுகோளின்படி சக்தி ஆயுதத்தைத் தந்த இந்திரன், ‘கர்ணா! இந்த ஆயுதம் உனது சமபலமுள்ள ஒரு எதிரியை மட்டுமே வீழ்த்தப் பயன்படும். அதன்பிறகு மீண்டும் என்னை வந்து சேர்ந்துவிடும்’ என்று சொல்லிவிட்டு மறைந்தான்.

இந்த நிகழ்ச்சியைக் கேள்விப்பட்ட துரியோதனன், மனத்தில் வருத்தம் கொண்டாலும் அதையும் மீறி தனது நண்பனின் உயரிய கொடைத்

தன்மையைக் கண்டு பலமடங்கு சந்தோஷம் அடைந்தான். அவனை கட்டித்தழுவிப் பாராட்டினான்.

'போகட்டும். நடந்ததை நினைத்து வருந்துவதால் பயனில்லை' என்று நினைத்த துரியோதனன், அஞ்ஞாத வாசம் செய்யும் பாண்டவர்களைக் கண்டுபிடிக்க என்ன வழி என்று யோசித்தான். அதற்காக ஆலோசனை செய்ய சபையைக் கூட்டினான்.

'பாண்டவர்களின் அஞ்ஞாத வாசம் முடிவடைய சில தினங்களே உள்ளன. அவர்கள் எங்கிருக்கிறார்கள் என்பதை நாம் அறிந்துகொள்ள வேண்டும். கண்டுபிடித்து மீண்டும் பன்னிரண்டு வருடங்கள் அவர்களை வனவாசம் அனுப்பவேண்டும். சொல்லுங்கள்! அவர்களை எப்படிக் கண்டுபிடிப்பது?' என்று கேட்டான்.

துச்சாதனன் அலட்சியமாகச் சொன்னான்:

'அண்ணா! அவர்கள் எங்குமே காணப்படவில்லை என்று ஒற்றர்கள் சொல்கிறார்கள். பாஞ்சால ராஜகுமாரியான திரௌபதி கஷ்டங்களையே அறியாதவள். இப்போது தான்படும் துன்பத்தைத் தாங்க முடியாமல் பாண்டவர்களை கடும் சொற்களால் தூற்றியிருப்பாள். அதைத் தாங்கமுடியாத குந்தி மைந்தர்கள் அநேகமாகத் தற்கொலை செய்துகொண்டு செத்துப் போயிருப்பார்கள்' என்றான்.

'இல்லை. அப்படியிருக்காது. தர்மநெறி தவறாத பாண்டவர்கள் நிச்சயம் மடிந்திருக்க மாட்டார்கள்!' என்றார் துரோணர்.

அப்போது பீஷ்மர், 'துரியோதனா! இப்போதும் சொல்கிறேன். அவர்கள் ஒளிந்து வாழ்வதைக் கண்டுபிடித்தாலும் சரி; கண்டுபிடிக்க முடியாவிட்டாலும் சரி. பாண்டவர்களுடன் சமாதானம் செய்துகொள். அதுவே நல்லது. பாண்டவர்கள் வீரர்கள். எத்தனை துன்பத்திலும் சத்தியம் தவறாதவர்கள். அவர்கள் இருக்கும் இடத்தில் மழை தவறாது பெய்யும். அந்தத் தேசம் வளமாயிருக்கும். மக்கள் நேர்மையுடையவர்களாக மகிழ்ச்சியுடன் இருப்பார்கள்!' என்று சொல்லிக்கொண்டே போனார்.

அதைக்கேட்டதும் துரியோதனனின் மனத்தில் பொறி தட்டியது.

'ஆம்! நான் கண்டுபிடித்துவிட்டேன்!' என்று மகிழ்ச்சியோடு ஆரவாரம் செய்தான். 'பிதாமகர் பீஷ்மர் சொன்ன அடையாளங்கள் அத்தனையும், விராட தேசத்தோடு பொருந்திப் போகிறது. அந்தத் தேசம்தான் எல்லா நாடுகளைக் காட்டிலும் சுபிட்சமாக இருக்கிறது.

ஆ! நான் ஒரு முட்டாள்! விராட தேசத்தில் கீசகன் வதம் செய்யப் பட்டான் என்ற செய்தி வந்தபோதே, இதை நான் யூகித்திருக்க வேண்டும். வெறும் கைகளினால் கீசகனைக் கொல்லக்கூடியவன் என்றால் அது பீமனாகத்தான் இருக்கவேண்டும். இந்தக் கொலை, திரௌபதியின் பொருட்டே நடந்திருக்கும்!'

துரியோதனன் இப்படிச் சொன்னதுமே கர்ணன், 'அப்படியானால் நாம் இப்போதே விராட தேசத்தின்மீது படையெடுத்துச் செல்வோம்!' என்று உற்சாகமாகச் சொன்னான்.

'ஆம் கர்ணா! விராட மன்னன் நமக்கும் பகைவன்தான். நமது படையுடன் சென்று அவனுடைய பசுக்களைக் கவர்ந்து வருவோம். வயல்களை அழிப்போம். பாண்டவர்கள் அங்கிருந்தால், நிச்சயம் விராட மன்னனுக்கு உதவிசெய்ய நம்மை எதிர்த்துப் போரில் இறங்குவார்கள். அப்போது நாம் அவர்களை அடையாளம் கண்டுபிடித்து மீண்டும் பன்னிரண்டு வருட காலம் கானகத்துக்கு அனுப்பிவைப்போம்!' என்று துரியோதனன் குதூகலித்தான்.

அப்போது திரிகர்த்த நாட்டு மன்னன் சுசர்மன் எழுந்து சொன்னான்.

'மத்ஸ்ய தேசத்து மன்னன் விராடன், எனக்கும் பகையாளிதான். அவனுடைய தளபதி கீசகன் என்னைப் படாதபாடு படுத்தியிருக் கிறான். இப்போது அவன் இறந்துவிட்டதால் விராடன் பலமிழந்தவ னாகிவிட்டான். இந்தச் சமயத்தில் அவனைத் தாக்கினால் வெற்றி நிச்சயம்! நானே அவன்மீது படையெடுத்துச்செல்ல அனுமதி கொடுங்கள்' என்று கேட்டான்.

'சரி! அப்படியானால், சுசர்மன் தனது படையுடன் சென்று மத்ஸ்ய தேசத்தின் தென்பகுதியைத் தாக்கட்டும். அப்போது விராடனின் மொத்தப்படையும் சுசர்மனின் படையைத் தாக்கச் சென்றுவிடும். அதேநேரம் நாம் நமது படைகளுடன் விராட தேசத்தின் வடக்குப் பகுதியைத் தாக்குவோம். ஏதாவது ஒரு இடத்தில் பாண்டவர்கள் வெளிப்பட்டுத்தான் ஆகவேண்டும்!'-எதிர்பார்ப்புடன் சொல்லி முடித்தான் துரியோதனன்.

திட்டமிட்டபடி, சுசர்மன் தனது படையுடன் சென்று விராடனின் பசுக்கூட்டங்களைக் கவர்ந்தான். அப்பகுதியை நாசப்படுத்தத் தொடங்கினான். இதைக்கண்ட இடையர்கள் அலறியடித்துக்கொண்டு மன்னனிடம் சென்று முறையிட்டார்கள்.

விராடன் இதை எதிர்பார்க்கவில்லை. தளபதி கீசகனும் இறந்து போனதால் தகுந்த படைத்தலைமை இல்லையே என்று தவித்தான்.

இதைப் புரிந்துகொண்ட தருமன் 'அரசே! சந்நியாசியாக இருந்தாலும் எனக்குப் போர்ப் பயிற்சி உண்டு. அதுபோலவே சமையற்காரனான வல்லபனும், குதிரைகளைப் பராமரிக்கும் தாமகிரந்தியும், மாடுகளைக் கவனிக்கும் தந்திரிபாலனும்கூட சிறந்த வீரர்கள் என்று கேள்விப் பட்டிருக்கிறேன். அவர்களையும் கூப்பிட்டுக்கொள்ளுங்கள். அனை வருமாகச் சென்று அந்த சுசர்மனை எதிர்ப்போம்!' என்றான்.

இதனால் தைரியம் பெற்ற விராடன், நால்வரையும் ஒவ்வொரு படைப்பிரிவுக்கும் தலைமை தாங்கச்சொல்லி எல்லோருக்கும் முன்பாக தானே தலைமை ஏற்று சுசர்மனை எதிர்க்கப் புறப்பட்டான்.

விராடனுக்கும் சுசர்மனுடைய படைக்கும் கடும் யுத்தம் நடை பெற்றது. தருமனும் பீமனும் நகுல சகாதேவனும் தங்களை வெளிப் படுத்திக்கொள்ளாமல் பின்னணியிலேயே இருந்து போர்புரிந்தனர். ஒரு கட்டத்தில் சுசர்மன், விராடனின் தேரை உடைத்து அவனை தரையில் வீழ்த்தினான். பின் அவனைத் தூக்கி தனது தேரில் போட்டுக்கொண்டு புறப்பட்டான். மன்னன் சிக்கிக்கொண்டதைப் பார்த்த விராடனின் படையினர் பயந்து சிதறினார்கள்.

இதைக்கண்ட தருமன், 'பீமா! மன்னனைக் காக்கவேண்டியது நமது கடமை. நீ போய் சுசர்மனைத் தாக்கி, விராடனை மீட்டுக் கொண்டு வா!' என்றான்.

உடனே பீமன், பக்கத்திலிருந்த மரத்தைப் பிடுங்கப்போனான்.

'மரத்தைப் பிடுங்கி நீ கர்ஜனை செய்தால், உன்னை பீமன் என்று கண்டுகொள்வார்கள். ஆகவே, ரதத்தில் ஏறிச்சென்று யுத்தம் செய்!' என்று அனுப்பிவைத்தான் தருமன்.

பீமன், சிதறியோடிய மத்ஸ்ய நாட்டுப் படையை மீண்டும் திரட்டிக் கொண்டு சென்றான். சுசர்மனை எதிர்த்து விராடனை மீட்டான். சுசர்மனையும் அவனுடைய படைகளையும் அடித்துத் துரத்தினான்.

விராடன், பசுக்கூட்டங்களை மீட்டுக்கொண்டு தனது படையினருடன் வெற்றி கோஷம் முழங்க நகரத்துக்குத் திரும்பினான்.

ஒருபுறம் இது நடந்துகொண்டிருக்கும்போதே, துரியோதனன் தனது படைகளுடன் மத்ஸ்ய நாட்டின் வடக்குப்பகுதியைத் தாக்கினான். அங்கும் பசுக்கூட்டங்களைக் கவர்ந்தும் வயல்வெளிகளைப் பாழ்படுத்தியும் நெருப்பு வைத்தான்.

வடக்குப்பகுதி இடையர்களும் குடிமக்களும் அதிர்ந்து போனார்கள். அலறியடித்துக்கொண்டு அரண்மனைக்குச் சென்று இளவரசனான உத்தரனிடம் முறையிட்டார்கள்.

'இளவரசே! கௌரவர்கள் நமது ராஜ்ஜியத்தின் வடபகுதிக்கு வந்து பசுக்கூட்டங்களைக் கவர்ந்துசெல்கிறார்கள். அத்துடன் வயல்வெளி களைக் கொளுத்தி அட்டூழியம் செய்கிறார்கள். விராட மன்னரோ சுசர்மனை எதிர்க்கச் சென்றுவிட்டார். இப்போது எங்களைக் காக்க யாரும் இல்லை. என்ன செய்வதென்றும் புரியவில்லை. நீங்கள்தான் வழிகாட்ட வேண்டும்!' என்று கதறினார்கள்.

உத்தரன் மிகவும் இளைஞன். இடைச்சேரி தலைவனும் வட பகுதி குடி மக்களும் வந்து முறையிட்டபோது, அவனைச் சுற்றிலும் அந்தப்புரப் பெண்கள் சூழ்ந்திருந்ததால் வீண் ஜம்பத்துடன், 'கவலைப்படாதீர் கள்! இதொன்றும் பெரிய விஷயமில்லை. தந்தையில்லையென் றாலும் நான் ஒருவனாகவே சென்று அந்தக் கௌரவர்களை முறியடிப் பேன். ஆனால், எல்லோருமே தந்தையுடன் சென்றுவிட்டதால் எனக்கு ரதம் செலுத்தக்கூட ஆளில்லை. அதுதான் யோசிக்கிறேன். ரதத்தைச் செலுத்த ஒரு சாரதி மட்டும் கிடைத்தால் போதும். தனியொருவ னாகவே சென்று அந்தக் கௌரவர்களுக்கு சரியான பாடம் கற்பித்து விடுவேன். என் வீரத்தை மட்டும் கௌரவர்கள் கண்டால், இன்னொரு அர்ஜுனனோ என்று மிரண்டு ஓடிப்போவார்கள்!' என்று பெருமை பேசிக்கொண்டான்.

அப்போது அங்கு திரௌபதியும் இருந்தாள். உடனே அவள் உத்தர னின் சகோதரியான உத்திரையிடம், 'இளவரசி! இந்த இக்கட்டான சமயத்தில் கௌரவர்களை எதிர்க்க இளவரசர் உத்தரன் சென்றுதான் ஆக வேண்டும். நமது அந்தப்புரத்திலுள்ள பிருகன்னளை, ஏற் கெனவே அர்ஜுனனுக்குச் சாரதியாக இருந்து ரதம் செலுத்தியிருக் கிறாள். எனவே, அவளையே உத்தரனுக்குச் சாரதியாக இருந்து ரதத்தைச் செலுத்தச் சொல்வோம்!' என்றாள்.

உத்தரனும் அதை ஏற்றுக்கொண்டான். பிருகன்னளையாகிய அர்ஜு னன் ரதத்தைச் செலுத்த, அதில் ஏறி உற்சாகமாக கௌரவர்கள் இருக்குமிடத்துக்குச் சென்றான் உத்தரன்.

வடக்குப்பகுதியை அடைந்தவன் எதிரே கௌரவர் படையைக் கண்டான். மலைத்துப்போனான். ரதத்தைவிட்டு இறங்கி ஓடத் தொடங்கினான்.

25

வெளிப்பட்டான் அர்ஜுனன்!

உத்தரன் சிறுவன். அதுவரை அவன் எந்தப் போரிலும் கலந்து கொண்ட தில்லை. பெண்களிடம் பெருமை பேசிவிட்டு பிருகன்னளையுடன் ரதம் ஏறி வந்தவன், கண்ணெதிரே கடல் போல பரந்து விரிந்த கௌரவப்படையின் எண்ணிக்கையைப் பார்த்ததும் மிரண்டுபோனான். அதுவும் படையின் முன்னணி யில் பீஷ்மர், துரோணர், கிருபர், கர்ணன், அசுவத்தாமன் போன்ற மிகப்பெரிய ஜாம்பவான்களைக் கண்டதும் அவன் உடல் தானாகவே நடுங்கியது.

உத்தரன் அச்சத்துடன், 'பிருகன்னளை! உடனே ரதத்தைத் திருப்பு. கௌரவர்களின் இந்த நால்வகைச் சேனையை எதிர்ப்பது என்பது நம்மால் முடியாத காரியம். அங்கே பார் பீஷ்மர், துரோணர் போன்ற மகா வீரர்கள் நம்மை எதிர்ப்பதற்காகக் காத்திருக்கிறார்கள். சிறுவ னான என்னால், அவர்களை எப்படி எதிர்த்து ஜெயிக்க முடியும்? ஐயோ! எனக்கு மிகவும் பயமாக இருக்கிறது. ரதத்தைத் திருப்பி நகரத் துக்கே ஓட்டு. கோட்டைக்குள் நுழைந்து உயிர் தப்புவோம்!' என்று புலம்பினான்.

பிருகன்னளையாகிய அர்ஜுனன் அவனுக்கு தைரியம் சொன்னான்.

'உத்தர குமாரா! க்ஷத்திரியனான, நீ இப்படி பயம் கொள்ளலாமா? மன்னர் குலத்துக்கு துணிவல்லவா முக்கியம்? அரண்மனைப்பெண் களிடம் 'எதிரிகளின் வஸ்திரங்களைக் கொண்டுவந்து தருவேன்' என்று வீரமாகப் பேசிவிட்டு வந்து இப்படிக் கோழை போல திரும்பிச் சென்றால் அவர்கள் கேலி செய்ய மாட்டார்களா? யோசித்துப் பார்! தைரியமாகப் போர் செய். உன்னுடன் நான் இருக்கிறேன்!' என்றான்.

'அலியே! உனக்கென்ன பைத்தியமா பிடித்திருக்கிறது? நம்எதிரே நிற்கும் கௌரவப்படையைப் பார். இவர்களை ஒற்றை ஆளாக நான்

எதிர்த்து நின்றால், அடுத்த நொடியே எமனுலகம் செல்வது நிச்சயம். என்னை, யார் கேலி செய்தாலும் பரவாயில்லை. இந்தச் சிறுவயதில் உயிரைவிட நான் தயாரில்லை!' என்று சொன்ன உத்தரன், வில்லையும் அம்பையும் எறிந்துவிட்டு ரதத்திலிருந்து இறங்கி ஓடினான்.

பிருகன்னளையாகிய அர்ஜுனன் இதை எதிர்பார்க்கவில்லை. 'உத்தரா, நில்! நான் சொல்வதைக் கேள். ஓடாதே! உனக்கு நான் துணையிருக்கிறேன். கௌரவர்களைத் தோற்கடிக்க நான் வழி சொல்லித் தருகிறேன்!' என்றபடி, உத்தரனைத் துரத்திக்கொண்டு அவன் பின்னால் ஓடினான்.

கௌரவப்படையினருக்கு இந்தக் காட்சி வேடிக்கையாக இருந்தது.

துரோணர்தான் முதலில் சந்தேகத்துடன் பேசினார்.

'உத்தரகுமாரனைத் துரத்திக்கொண்டு செல்லும் அலியைக் கண்டால், எனக்குச் சந்தேகமாக இருக்கிறது. உருவத்தைப் பார்த்தால் அது அர்ஜுனனாக இருக்குமென்று தோன்றுகிறது!' என்றார்.

துரியோதனனோ, 'இவன் மட்டும் அர்ஜுனன் என்பது உறுதியாகி விட்டால், நமது வேலை மிகச் சுலபமாகி விடும். பாண்டவர்கள் மறுபடியும் பன்னிரண்டு வருடம் வனவாசம் செல்ல வேண்டியது தான்!' என்று சந்தோஷமாகச் சொன்னான்.

இவர்கள் இப்படிப் பேசிக்கொண்டிருக்கும்போதே, பிருகன்னளை வேடத்திலிருந்த அர்ஜுனன் உத்தரகுமாரனைத் துரத்திப்பிடித்து அவனை ரதத்தில் ஏற்றினான்.

'ஐயோ! நான் மோசம் போனேன். வாய்க்கொழுப்பால் பெண்களிடம் வீரம் பேசிவிட்டுவந்து, இப்போது அநியாயமாக உயிரை விடப் போகிறேனே!' என்று புலம்பினான் உத்தரன்.

'உத்தரா, பயப்படாதே! கௌரவர்களுடன் நான் யுத்தம் செய்கிறேன். நீ இந்த ரதத்தை மட்டும் செலுத்தினால் போதும். மற்றதை நான் பார்த்துக்கொள்கிறேன்!' என்றான் அர்ஜுனன்.

உத்தரன் அவனை வியப்பாகப் பார்த்தான்.

'இது நடக்கக்கூடிய காரியமா?' என்றான்.

'உத்தரா! பயப்படுவதாலோ ஓடிப்போய் கோட்டைக்குள் ஒளிந்து கொள்வதாலோ யுத்தம் முடிவுக்கு வராது. என்னை நம்பு. நான் உனக்கு வெற்றியைப் பெற்றுத்தருகிறேன். கௌரவப்படையைச் சிதறடித்து

பிருஹன்னளையான அர்ஜுனன்
உத்தரகுமாரனுக்குத் தேரோட்டுகிறான்

பசுக்கூட்டங்களை மீட்டு ஒப்படைக்கிறேன். இப்போது நீ, தைரியமாக மயானக்கரை பக்கம் உள்ள வன்னி மரத்தடிக்கு ரதத்தைச் செலுத்து!'

வேறு வழியில்லாமல் உத்தரன், அர்ஜுனன் சொற்படி ரதத்தை ஓட்டினான்.

ரதம் வன்னி மரத்தை அடைந்ததும், 'உத்தரா! இந்த மரத்தின் மீது ஏறி அதோ உச்சியில் தொங்கும் மூட்டையை இறக்கு. அதற்குள் இருக்கும் ஆயுதங்களை எடுத்து வா! நீ ரதத்தில் கொண்டுவந்திருக்கும் ஆயுதங்கள் எனக்குப் போதுமானவை அல்ல!' என்றான் அர்ஜுனன்.

'அலியே மரத்தில் தொங்குவது, ஏதோ கிழவியின் பிணம் என்றல்லவா சொல்வார்கள்! என்னைப்போய் சவ மூட்டையைப் பிரிக்கச்சொல் கிறாயே' - உத்தரன் சுணங்கினான்.

'இல்லை உத்தரா! மற்ற யாரும் அந்த மூட்டையைத் தொடாமலிருக்க பரப்பப்பட்ட புரளி அது. அதில் இருப்பவை, பாண்டவர்களின் ஆயுதங்கள். தைரியமாக அதை எடுத்து வா!'

உத்தரன் வேண்டா வெறுப்பாக மரத்தில் ஏறி மூட்டையைக் கீழே கொண்டுவந்தான். அதைப் பிரித்ததும் ஆச்சரியப்பட்டான். 'ஆமாம்! பிருகன்னளை சொன்னது சரிதான். இதில் ஆயுதங்கள்தான் இருக் கின்றன. ஆஹா! சூரியப் பிரகாசத்துடன் எப்படி ஜொலிக்கின்றன!' என்று பிரமித்துப்போனான். ஆவல் தாங்காதவனாக அவைகளைத் தொட்டுப்பார்த்தான். கையிலெடுத்து மகிழ்ந்தான். பின், அர்ஜுன னிடம் கேட்டான்.

'பிருகன்னளை! பாண்டவர்கள் எங்கள் மதிப்பிற்குரியவர்கள். எனக்கு மிகவும் பிடித்தமானவர்கள். அவர்கள் காட்டுக்குச் சென்றுவிட்டார்கள் என்றல்லவா கேள்விப்பட்டேன்! இப்போது அவர்கள் எங்கே இருக் கிறார்கள்? அவர்களுடைய ஆயுதங்கள் இங்கே எப்படி வந்தன?'

அர்ஜுனன் புன்னகைத்தான். உத்தரனிடம் தாங்கள் யார் என்கிற உண்மையைக்கூறி தன்னை வெளிப்படுத்திக் கொண்டான். பயம் கொண்டிருந்த உத்தரனுக்கு படிப்படியாக உபதேசித்து அவனுக்குள் வீரத்தை விதைத்தான்.

உத்தரன், அர்ஜுனன்முன் மண்டியிட்டு வணங்கினான்.

'மதிப்பிற்குரிய அர்ஜுனரே! உம்மால் நான் தைரியம் பெற்று வீரனா னேன். இனி, அச்சம் என்கிற உணர்வு எனக்குள் துளியும் இருக்காது. எத்தனை நூறு பீஷ்மர்கள், துரோணர்கள் வந்தாலும் துணிந்து எதிர்ப்

பேன்!' என்று சொல்லி, ரதத்தை கௌரவப் படை நோக்கிச் செலுத்தினான்.

அர்ஜுனன், தனது பெண் உடைகளைக் களைந்து இயல்பான உருவத்தை அடைந்தான். காண்டீபத்தைக் கையில் ஏந்தி நாண் ஏற்றி இழுத்தான். தேவதத்தம் என்கிற தனது சங்கை எடுத்து முழக்கினான்.

வில்லோசையும் சங்கின் ஓசையும் கேட்டு, கௌரவப்படை நடுநடுங்கியது.

'இது நிச்சயம் காண்டீபத்தின் ஒலிதான். இவன் அர்ஜுனன்தான்!' என்றார்கள் கௌரவர்கள்.

'அஞ்ஞாத வாசம் முடியும்முன்னே, அர்ஜுனன் தன்னை வெளிப்படுத்திக்கொண்டான். அவனை நாம் கண்டுபிடித்து விட்டோம். நிபந்தனைப்படி பாண்டவர்கள் தோற்றுப்போய்விட்டார்கள். அவர்கள் மீண்டும் பன்னிரண்டு வருடம் வனவாசம் போக வேண்டியதுதான்!' என்று கர்ணனிடம் சந்தோஷமாகச் சொன்னான் துரியோதனன்.

'சரி. நம்மோடு யுத்தம் செய்யவரும் அர்ஜுனனை முதலில் தோற்கடிப்போம்!' என்றான் கர்ணன்.

அப்போது துரோணர், 'துரியோதனா! நான் சொல்வதுபோல் செய். அர்ஜுனன், முதலில் உன்னைத் தாக்கத்தான் முற்படுவான். ஆகவே, நமது படையில் நாலில் ஒரு பாகத்தை அழைத்துக்கொண்டு பத்திரமாக நீ அஸ்தினாபுரத்துக்கு திரும்பிச்செல். கூடவே, பசுக்கூட்டங்களை வளைத்து அழைத்துப்போ! அப்படிச் செய்யாமல் பசுக்கூட்டங்களை இழந்தால், நாம் தோற்றவர்களாகிவிடுவோம். சீக்கிரம் புறப்படு! மீதி இருக்கும் படையை வைத்துக்கொண்டு நாங்கள் அர்ஜுனனைத் தடுத்து அவனுடன் யுத்தம் செய்வோம்!' என்றார்.

துரோணரின் சொற்படியே துரியோதனன் புறப்பட்டான். ஆனால், அர்ஜுனன் அவனை விடவில்லை.

அவன் உத்திரனுக்குக் கட்டளையிட்டான்.

'உத்தரா, படையில் துரியோதனனின் ரதத்தைக் காணவில்லை. அவன் பசுக்கூட்டங்களை ஓட்டிக்கொண்டு முன்னால் செல்கிறான் என்று நினைக்கிறேன். முதலில், அவனைப் பிடிக்கவேண்டும். ஆகவே, விரைவாக ரதத்தை முன்னோக்கிச் செலுத்து!'

உத்தரன் அப்படியே செய்தான்.

அர்ஜுனனுடன் போர் செய்யக் காத்திருந்த பீஷ்மர், துரோணர் ஆகியோர் திகைத்துப்போனார்கள். அப்போது அர்ஜுனன் மரியாதை செலுத்தும்விதமாக எய்த அஸ்திரங்கள் அவர்களின் காலடியில் வந்துவிழுந்தன.

அர்ஜுனன், துரியோதனனைத் தடுத்து அவனுடன் யுத்தத்தைத் தொடங்கினான். பசுக்கூட்டங்களை வளைத்து நின்றிருந்த கௌரவப் படைகளை தனது அஸ்திரங்களால் தாக்கி சிதறியோடச் செய்தான். பின் இடையர்களை, அழைத்து பசுக் கூட்டங்களை விராட நகருக்குள் ஓட்டிப் போகச் சொன்னான். தொடர்ந்து துரியோதனனை அஸ்திரங் களால் துன்புறுத்தினான்.

துரியோதனனைக் காப்பாற்றுவதற்காக கர்ணன் ஓடோடி வந்தான். அர்ஜுனனை எதிர்த்து, போரிடத் தொடங்கினான். கௌரவப்படை யும் அர்ஜுனனைத் தாக்கியது. அர்ஜுனன் தனது அற்புதத் திறமை யால் அனைவரையும் அடித்துத் துரத்தினான். தோற்றுப்போன துரியோதனன் விலகி ஓட, 'துரியோதனா! ஏன் கோழைபோல் ஓடுகிறாய்? க்ஷத்திரிய வம்சத்துக்குக் களங்கம் ஏற்படுத்தாதே! வா! வந்து என்னுடன் போரிடு!' என்று அறைகூவல் விடுத்தான்.

துரியோதனன் கோபத்துடன் திரும்பிவந்து அர்ஜுனனுடன் போரிட் டான். அவனுக்குப் பாதுகாப்பாக பீஷ்மர், துரோணர், கிருபர், அசுவத் தாமன் என அனைவரும் அர்ஜுனனைச் சுற்றி நின்று ஒரே சமயத்தில் தாக்குதல் நடத்தினார்கள்.

இதைக்கண்ட அர்ஜுனன் மிக உற்சாகமானான். அஸ்திரங்களை சரம் சரமாக விட்டான். பனிமூட்டம்போல அர்ஜுனனின் அஸ்திரங்கள் யுத்த களத்தையே மூடி, எதையும் பார்க்க முடியாமல் செய்தன. யுத்தம் கடுமையாக நடந்தது. அர்ஜுனன் கடைசியாக, மோகனாஸ்திரத்தை அவர்கள்மேல் செலுத்தினான். அந்த அஸ்திரம் அனைவரையும் மயக்கத்தில் ஆழ்த்தி வீழ்த்தியது. அர்ஜுனன், அவர்களுடைய மேலாடைகளைக் கவர்ந்துவரும்படி உத்தரனிடம் சொன்னான். அரண்மனைப் பெண்களிடம் கொடுத்து அவர்களைச் சந்தோஷப் படுத்துவதற்காக அவைகளை எடுத்துக்கொண்டு, இருவரும் வெற்றி யுடன் விராட நகரத்துக்கு விரைந்தனர்.

மயக்கம் தெளிந்து எழுந்த கௌரவர்களும், தோல்வியுடன் அஸ்தினா புரத்துக்குத் திரும்பினார்கள்.

அர்ஜுனன், ரதத்தை வன்னிமரத்துக்கே ஓட்டச்செய்து, தனது ஆயுதங் களை மீண்டும் அங்கேயே வைத்துவிட்டு மறுபடியும் பிருகன்னளை யாக வேடமிட்டுக்கொண்டான்.

'உத்தரா, ரதத்தில் சென்று அமர்ந்துகொள். இனி நான் ரதத்தைச் செலுத்துகிறேன். கௌரவர்களை நீ வென்றதாகவே சொல்லிக்கொள்' என்று சொன்னான். தூதர்களையும் அதுபோலவே சொல்லச்சொல்லி அரண்மனைக்கு அனுப்பி வைத்தான்.

சுசர்மனை வெற்றிகொண்டு திரும்பிய விராடன், வடக்குப் பகுதியை கௌரவர்கள் தாக்கிய செய்தியைக் கேள்விப்பட்டான். அவர்களை எதிர்ப்பதற்காக உத்தரன் தனியொருவனாகச் சென்றிருப்பதைக் கேள்விப்பட்டு திடுக்கிட்டான்.

'என்ன? எனது செல்வ மகன், போயும் போயும் பிருகன்னளையின் துணையோடு கௌரவர்களை எதிர்க்கப் போனானா? இதென்ன மடத்தனம்' ஐயோ! ஆர்வத்தால் அபாயத்தில் தலை கொடுத்து விட்டானே. கடலலை போன்ற கௌரவ சேனையின் முன்பு தனி யொருவனாக இவன் என்ன செய்துவிடமுடியும்? அவ்வளவுதான், என் மகனை நான் இழந்து விட்டேன்! அவர்கள் அவனைக் கொன்றே போட்டிருப்பார்கள்!' என்று கதறினான்.

'மன்னா! கவலைப்படாதீர்கள். பிருகன்னளை சாரதியாகச் சென்றிருக் கிறாள் என்பதால், உத்தரனைப்பற்றி நாம் பயம் கொள்ளத் தேவை யில்லை. நிச்சயம் அவள், உத்தரனை வெற்றியடைய வைப்பாள்' - ஆறுதல் கூறினான் கங்கனான தருமன்.

அப்போது தூதர்கள் வந்து, 'உத்தரன், கௌரவர்களை வென்று பசுக் கூட்டங்களை மீட்டு வருகிறார்!' என்ற வெற்றிச் செய்தியை அறிவித்தார்கள்.

விராடன் மனம் மகிழ்ந்து போனான். வெற்றிச்செய்தியை அறிவித்த தூதர்களுக்கு, பரிசுகளை அள்ளி வழங்கினான். ராஜகுமாரன் உத்தரனை வரவேற்க, பிரமாதமான ஏற்பாடுகளைச் செய்யச் சொன்னான்.

பின், கங்கன் வேடத்தில் இருந்த தருமனிடம் திரும்பி, 'கங்கரே! நான் சந்தோஷமாக இருக்கிறேன். வாரும், பகடையாடலாம்!' என்றழைத் தான்.

பகடை விளையாட்டின்போது விராடன், 'கங்கரே! நாம் சுசர்மனை வெற்றிகொண்டது பெரிய விஷயமல்ல. கௌரவர்களைத் துரத்தி

யடித்த எனது மகன் உத்தரனுடைய வெற்றியே பாராட்டக்கூடியது. இல்லையா?' என்று கேட்டான்.

'ஆம்! உத்தரன் நிச்சயம் அதிர்ஷ்டசாலிதான்! இல்லாவிட்டால், பிருகன்னளை அவனுக்குச் சாரதியாக அமைந்திருப்பாளா? அவள் அருகில் இருக்கும்போது, வெற்றி உத்தரன் பக்கம்தான்!' என்றான் தருமன்.

இதைக்கேட்ட விராடன் கோபமடைந்து, 'ச்சீ! எனது மகனின் வெற்றியை ஒப்புக்கொள்ள மனமில்லாத பொறாமைக்காரரே! நீரும் ஒரு பிராமணரா?' என்றபடி, ஆவேசமாக கையிலிருந்த சொக்கட்டான் காய்களைத் தூக்கி கங்கனாகிய தருமனின் முகத்தின்மீது அடித்தான்.

தருமனின் முகத்தில் காயம் ஏற்பட்டு ரத்தம் வடிந்தது.

சைரந்திரி வேடத்தில் இருந்த திரௌபதி, இதைக் கண்டு பதறிப்போய் ஓடோடி வந்தாள். தருமனின் முகத்தில் வழிந்த ரத்தத்தை தனது ஆடையால் துடைத்து, அதை ஒரு பொற்கிண்ணத்தில் பிழிந்தாள்.

'ஏய், பணிப்பெண்ணே! இதென்ன வினோதம்? எதற்காக இவர் ரத்தத்தைக் கிண்ணத்தில் வடிக்கிறாய்?' என்று சீறினான் விராடன்.

'அரசே! சந்நியாசிகளின் ரத்தம் கீழே சிந்தக் கூடாது. அப்படிச் சிந்தினால், அந்த ரத்தத்தில் எத்தனை அணுக்கள் உள்ளதோ அத்தனை ஆண்டுகள் உமது ராஜ்ஜியத்தில் மழை இல்லாமல் போகும். அதனால்தான், ரத்தத்தைக் கிண்ணத்தில் பிழிந்தேன். இவருடைய சிறப்பும் மகிமையும் உமக்குத் தெரியாது!' - வருத்தத்துடன் சொன்னாள் திரௌபதி.

அதற்குள், காவலர்கள் ஓடிவந்து உத்தரன் வந்துவிட்டதை அறிவித்தனர்.

உத்தரன் வேகமாக உள்ளே நுழைய, விராடன் அன்புடன் அவனைக் கட்டித்தழுவி பாராட்டினான்.

உத்தரன் திரும்பி தருமனை வணங்க முற்பட்டான். அப்போது தருமனின் முகத்தில் தென்பட்ட ரத்தகாயத்தைக் கண்டு திடுக்கிட்டான்.

'ஐயோ! இந்த மகானைத் துன்புறுத்தியது யார்?' என்று பதற்றத்துடன் கேட்டான்.

'மகனே உத்தரா! நான் உனது வெற்றியைப்பற்றி புகழ்ந்து பேசிய போது, இவர் பேடியாகிய பிருகன்னளையைப் பற்றியே சிலாகித்துப்

பேசினார். அதைத் தாங்கமுடியாமல் நான்தான் இவரை சொக்கட்டான் காய்களால் அடித்தேன். இந்தத் தண்டனை இவருக்குத் தேவையானது தான்!' என்றான் விராடன்.

உத்தரன் வேதனையுடன் சொன்னான்.

'தவறு செய்துவிட்டீர்கள் தந்தையே! இவர் யாரென உணராமல், இவருடைய பெருமையை அறிந்துகொள்ளாமல் மதியிழந்து விட்டீர் கள். உண்மையில், கௌரவர்களை வென்றது நானல்ல; பிருகன்னளை தான்!' என்றவன், யுத்த களத்தில் நடந்ததை விவரித்துச் சொன்னான். தங்களிடம் பணியாற்றிக்கொண்டிருப்பவர்கள் பாண்டவர்களே என்பதையும் எடுத்துச்சொன்னான்.

தருமனின் பெருமையை உணராமல் காய்களை வீசிக் காயப்படுத்திய தற்காக, துயரத்துடன் தருமனிடம் மன்னிப்புக் கேட்டான். அவரின் பாதங்கள் பணிந்து தொழுதான். திரும்பத் திரும்ப வருத்தம் தெரிவித்தான்.

தருமன் அவனைத் தேற்றினான். 'விராடரே! இத்தனை நாள்கள் தங்களால் ஆதரிக்கப்பட்ட நாங்கள், உங்களுக்கு மிகுந்த நன்றிக்கடன் பட்டிருக்கிறோம். இந்தச் சிறிய விஷயத்தை எண்ணி, வீணாக மனம் வருந்த வேண்டாம்!' என்று ஆறுதல் கூறினான்.

விராடனோ, 'நீங்கள் என்னை மன்னித்தது உண்மையென்றால், எனது மகள் உத்திரையை அர்ஜுனன் திருமணம் செய்து கொள்ளவேண்டும்!' என்று வேண்டினான்.

'இல்லை விராடரே! அது சரியல்ல. உத்திரைக்கு நான் நடனமும் இசையும் கற்றுக்கொடுத்த குரு. குருவென்பவர் தந்தைக்குச் சமமான வர். எனவே, உத்திரையை எனது மகன் அபிமன்யுவுக்கு திருமணம் செய்துவைத்து அவளை எனது மருமகளாக்கிக் கொள்கிறேன்' என்றான் அர்ஜுனன்.

அதுபோலவே உத்திரைக்கும் அபிமன்யுவுக்கும் திருமணம் மிகச் சிறப்பாக நடந்தது.

இந்தச் சுப தருணத்தில், அஸ்தினாபுரத்திலிருந்து துரியோதனன் அனுப்பிவைத்த தூதர்கள் மத்ஸ்ய தேசத்துக்கு வந்து தருமனைச் சந்தித்தார்கள்.

'குந்தி மைந்தரே, உங்களுக்கு விதித்த நிபந்தனைப்படி, ஒரு வருட அஞ்ஞாத வாசம் முடியும் முன்பாகவே அர்ஜுனன் தன்னை வெளிப்

படுத்திக்கொண்டதால், பாண்டவர்கள் மறுபடியும் பன்னிரண்டு வருடங்கள் வனவாசம் செய்ய வேண்டும் என்று ராஜா துரியோதனன் சொல்லியனுப்பி இருக்கிறார்!' என்றார்கள்.

தருமன், புன்னகையுடன் தூதர்களிடம் சொன்னான்.

'எங்களுக்கு விதித்த நிபந்தனைப்படி பன்னிரண்டு வருடகால வன வாசம் முடிந்து அஞ்ஞாத வாசமும் நிறைவடைந்து விட்டது. அதன் பின்னர்தான், அர்ஜுனன் தன்னை வெளிப்படுத்திக்கொண்டான். இது சரியா இல்லையா என்பதை, கணிதமும் ஜோதிடமும் அறிந்த பிதாமகர் பீஷ்மரிடம் கேட்டுத் தெரிந்துகொள்ளும்படி துரியோதனனிடம் சொல்லுங்கள்!' என்று திருப்பி அனுப்பினான்.

துரியோதனன், பதறி ஓடிப்போய் பீஷ்மரிடம் கேட்டான்.

'ஆம், துரியோதனா! அவர்கள் சொல்வது உண்மைதான். ஜோதிட முறைப்படி, ஐந்து வருடங்களுக்கு ஒருமுறை இரண்டு மாதங்கள் அதிகரிக்கின்றன. அந்த முறைப்படிக் கணக்கிட்டால், பதின்மூன்று வருடங்களுக்கு ஐந்து மாதங்கள், பன்னிரண்டு நாள்கள் கூடுகின்றன. அப்படி இந்த நாள்களைக் கூட்டவில்லை என்றாலும் கூட அர்ஜுனன் தன்னை வெளிப்படுத்திக்கொண்டானே, அன்றைய தினத்துக்கு முன்னாளே அவர்களின் அஞ்ஞாத வாச காலம் முடிந்து போய் விட்டது. அதனால்தான், அர்ஜுனன் தன்னை தைரியமாக வெளிப் படுத்திக்கொண்டான். பாண்டவர்கள், காலமும் கணக்கும் தெரிந்தவர் கள். சத்தியம் தவறாதவர்கள். துரியோதனா! உனது நன்மைக்காகவே இப்போதும் சொல்கிறேன். பாண்டவர்களைப் பகைத்துக் கொள்ளாதே! பாண்டவர்களுடைய ராஜ்ஜியத்தை அவர்களுக்கே கொடுத்து சமாதானம் செய்து கொள்!' என்றார் பீஷ்மர்.

'பிதாமகரே! என்னை மன்னித்துக்கொள்ளுங்கள். பாண்டவர்களுடன் நான் சமாதானம் செய்துகொள்ளவே மாட்டேன். அவர்களுக்கு ராஜ்ஜியத்தை அல்ல ஒரு கிராமத்தைக் கொடுக்கக்கூட என் மனம் ஒப்புக்கொள்ளாது. பாண்டவர்களுடன் யுத்தம் செய்து அவர்களைக் கொல்லுவேன். இல்லையேல், யுத்தத்தில் நான் உயிர் துறப்பேன். இந்த இரண்டில் ஒன்றுதான் நடக்கும்!' - உறுதியாகச் சொன்னான் துரியோதனன்.

26

சமாதான முயற்சிகள்; சண்டைக்கான ஏற்பாடுகள்!

ஓராண்டு தலைமறைவு வாழ்க்கையைப் பூர்த்திசெய்த பாண்டவர்கள், மன்னன் விராடனின் வேண்டுகோளின்படி விராட தேசத்திலேயே தங்கினார்கள்.

விராடன், அவர்களுக்கென விசேஷமாக தனி மாளிகையை நிர்மாணித்துத் தந்தான். சகல வசதிகளும் செய்து தந்து உபசரித்தான். பணியாட்களை நியமித்து, அவர்களுக்கு எந்தக் குறைவும் ஏற்படாமல் பார்த்துக்கொண்டான்.

புரோகிதர்கள் குறித்துத் தந்த ஒரு நல்ல நாளில், அபிமன்யுவுக்கும் உத்திரைக்கும் திருமணம் மிகச்சிறப்பாக நடந்தது. உலகின் பல பாகங்களிலிருந்தும் மன்னர்கள் வந்து பரிசுகள் அளித்து மணமக்களை வாழ்த்தினார்கள்.

திருமணத்துக்கு மறுநாள், பாண்டவர்கள் அரசவையைக் கூட்டினார்கள். திருமணத்துக்கு வந்திருந்த மன்னர்கள் எல்லோரும் வந்து அதில் கலந்து கொண்டனர். கிருஷ்ணன், பலராமன், துருபதன், விராடன், சிகண்டி, திருஷ்டத்யும்னன், காசிராஜன், சாத்யகி போன்ற பாண்டவர்கள் நலனை விரும்பும் அனைவரும் அங்கு அமர்ந்திருந்தனர்.

முதலில், கிருஷ்ணன் சபையோரைப் பார்த்துப் பேசினான்.

‘அரசர்களே! துரியோதனன், வஞ்சனையான சூதாட்டத்தின் மூலமாக பாண்டவர்களின் ராஜ்ஜியத்தைப் பறித்துக்கொண்டான். நிபந்தனை விதித்து பன்னிரண்டு ஆண்டுகள் காட்டுக்கும் ஓராண்டுகள் தலைமறைவு வாழ்க்கைக்கும் அனுப்பினான். தருமநெறி தவறாத பாண்டவர்கள், தங்களுக்கு நேர்ந்த சோதனைகளையெல்லாம் பொறுமையுடன் எதிர்கொண்டு மீண்டு வந்திருக்கிறார்கள். நியாயப்

படி நிபந்தனையை நிறைவேற்றிய அவர்களுக்கு, மீண்டும் ராஜ்ஜியத்தை அளிப்பதே முறையானது. ஆனால், துரியோதனன் எண்ணம் என்னவென்பது தெரியவில்லை.

எனவே, யாராவது ஒருவர் பாண்டவர்கள் சார்பாக துரியோதனிடம் தூது சென்று சமாதானம் பேசுவதே நல்லது என்பது எனது கருத்து. நீங்கள் என்ன சொல்கிறீர்கள்?' என்று கேட்டான்.

'ஆமாம்! கிருஷ்ணன் சொல்வதுதான் சரி' என்றான் பலராமன். மேலும் தொடர்ந்து சொன்னான்: 'தரும புத்திரன் தெரிந்தே சூதாட்டம் ஆடி ராஜ்ஜியத்தை இழந்தான். சகுனி, பகடையாடுவதில் வல்லவன் என்று அறிந்தும் சூதாட்டத்தில் சிக்கிக் கொண்டது அவனது தவறே! எனவே, இழந்த ராஜ்ஜியத்தை திருதராஷ்டிரனிடம் பணிவாகக் கேட்டுத்தான் பெறவேண்டும். அதற்குத் தக்கபடி தூதனை அனுப்புவதே நல்லது. யுத்தத்தை விரும்பாத தூதர் ஒருவர், துரியோதனனிடம் நல்லவிதமாகப் பேசி ராஜ்ஜியத்தை பாண்டவர்களுக்கு அளிக்குமாறு வேண்டலாம்' என்றான்.

இதைக்கேட்டு பொங்கி எழுந்தான் யாதவ வீரனான சாத்யகி.

'பலராமர் இப்படிப் பேசுவது நியாயமே இல்லை. சூதாடத் தயங்கிய தருமனை, வற்புறுத்தி ஆடச்செய்தது கௌரவர்கள்தான்! சகுனியின் வஞ்சனையால்தான் இது நடந்தது. அதுமட்டுமல்ல! நிபந்தனைப்படி வனவாசம் முடித்த பாண்டவர்களிடம், 'அஞ்ஞாத வாசம் முடியும் முன்பே கண்டுபிடித்து விட்டோம்' என்று அதர்மமாகப் பேசுவதும் துரியோதனன்தான்! அவனிடம் போய் நல்ல வார்த்தைகள் சொல்வதும் சமாதானம் பேசுவதும் வீண்தான். யுத்தம் ஒன்றுதான் வழி. யுத்தமில்லாமல், துரியோதனன் ராஜ்ஜியத்தைத் தரப்போவதில்லை. எனவே, காலதாமதம் செய்யாமல் நாம் அனைவரும் போருக்குத் தயாராவோம்' என்று முழங்கினான்.

சாத்யகியின் பேச்சை சந்தோஷமாக ஆதரித்தான் துருபதன்.

'சாத்யகி கூறியதில் ஒரு வார்த்தையும் தவறென்று எனக்குத் தோன்றவில்லை. யுத்தம் ஒன்றுதான் நியாயத்தைப் பெற்றுத் தரும். ஆகவே நம்முடைய நண்பர்களான சல்யன், திருஷ்டகேது, ஜயத்சேனன், கேகயன் போன்றோர்க்கு தூதுவர்களை அனுப்பி, பாண்டவர்கள் பக்கம் படைகளைத் தயார் செய்யச் சொல்வோம். அதுதான் முக்கியம்! அதுதான் முதல் காரியம். நான் இப்படிச் சொல்வதனால் சமாதானம் பேச விருப்பமில்லை என்று எண்ண வேண்டாம். நாம் அதற்கும் முயற்சிப்போம்.

உறங்கும் கண்ணனின். தலைப்பக்கம் துரியோதனன்,
காலருகே அர்ஜுனன்.

என்னுடைய அரண்மனைப் புரோகிதரும், பண்டிதரும், மிகச் சிறந்த அறிவாளியுமான உலூகரை துரியோதனனிடம் தூது அனுப்புவோம். அவர் சென்று திருதராஷ்டிரன், பீஷ்மர், துரோணர் ஆகியோரைச் சந்தித்து அவரவரிடம் எப்படிப் பேச வேண்டுமோ அப்படிப் பேசுவார். தூதின் முடிவு நல்லதாக அமைந்தால் அனைவருக்கும் சந்தோஷம்தான்' என்றான்.

கடைசியாக, கிருஷ்ணன் சொன்னான்.

'துருபத ராஜன் சொன்னபடி உலூகரை தூது அனுப்புவோம். எந்தக் காலத்திலும் சமாதானத்தை அனுசரிப்பதுதான் நல்லோர்க்கு அழகு. எனக்கும் அண்ணன் பலராமருக்கும் கௌரவர்கள், பாண்டவர்கள் என்கிற பேதமில்லை. அனைவரும் ஒன்றுதான்! எல்லோரும் ஒற்றுமையாக இருக்க வேண்டும் என்பதே எங்களது ஆசை. உலூகர் தூதுசென்று திரும்பி வந்ததும் எங்களுக்குத் தகவல் அளியுங்கள். இப்போது திருமணத்துக்கு வந்த நாம், இந்தச் சந்தோஷத்துடனே அவரவர் நகரத்துக்குத் திரும்புவோம்' என்றான்.

பின் அனைவரும், அவரவர் தேசத்துக்குப் புறப்பட்டுப் போனார்கள்.

ஆனாலும் விராடன், துருபதன் போன்றவர்கள் பாண்டவர்களுக்கு ஆதரவாக படைகளை தயார்படுத்தத் தொடங்கினார்கள். பாண்டவர் களும், தங்களுடன் நட்பு கொண்ட அனைத்து தேச மன்னர்களுக்கும் தகவல் அனுப்பி ஆதரவு கேட்டார்கள். ஏராளமான மன்னர்கள் பாண்டவர்களுக்கு உதவி செய்யத் தயாராகி, தங்களது சேனைகளை ஒன்று திரட்டினார்கள்.

கௌரவர்கள் தரப்பும் சும்மா இருக்கவில்லை. துரியோதனன், தன் சார்பாக பல தேசங்களுக்கும் தூதர்களை அனுப்பி ஆதரவு திரட்டி னான்.

இப்படி இரு தரப்பிலும் யுத்தத்துக்கான ஏற்பாடுகள் செய்யப் பட்டுக்கொண்டிருந்த நிலையில், கிருஷ்ணனின் ஆதரவைக் கேட்ப தற்காக அர்ஜுனன் துவாரகைக்கு நேரில் புறப்பட்டான்.

இதைக் கேள்விப்பட்ட துரியோதனன், வேகமாகச் செல்லக்கூடிய ரதத்தில் ஏறி தானும் துவாரகைக்குப் பயணமானான். அர்ஜுனன், துரியோதனன் இருவருமே ஒரே நேரத்தில் அங்கு சென்று சேர்ந்தார் கள். ஒரே சமயத்தில் கிருஷ்ணனுடைய அறைக்குள் நுழைந்தார்கள்.

அப்போது கிருஷ்ணன் தூங்கிக்கொண்டிருந்தான். இருவரும் அவன் எழுந்திருப்பதற்காகக் காத்திருந்தார்கள். முதலில் அறைக்குள்

நுழைந்த துரியோதனன், கிருஷ்ணனின் தலைப்பக்கத்தில் இருந்த ஆசனத்தில் போய் அமர்ந்துகொண்டான்.

அர்ஜுனன், கிருஷ்ணனின் கால்புறம் கைகூப்பி நின்றபடிக் காத்திருந்தான்.

சிறிது நேரத்தில் உறக்கம் கலைந்து எழுந்த கிருஷ்ணன், நேரெதிரே கால்புறம் நின்றிருந்த அர்ஜுனனைப் பார்த்து புன்னகையுடன் வரவேற்றான். பின், திரும்பிப் பார்த்து துரியோதனனைக் கண்டு ஆச்சரியப்பட்டு அவனையும் நலம் விசாரித்தான்.

பின், 'அர்ஜுனா! துரியோதனா! இருவரும் என்ன காரியமாக என்னைப் பார்க்க வந்துள்ளீர்கள்? என்று கேட்டான்.

துரியோதனன் சொன்னான்.

'கிருஷ்ணா! எங்கள் இரு தரப்புக்கும் யுத்தம் வரும் சூழ்நிலை ஏற்பட்டுள்ளது. ஆகவே, யுத்தத்தில் எங்களுக்கு நீங்கள் உதவி செய்ய வேண்டும் என்று கேட்கத்தான் வந்திருக்கிறேன். உங்களைப் பொறுத்தவரை, நானும் அர்ஜுனனும் உறவு முறையில் சம மானவர்கள்தான்! அது தவிர, இங்கு முதலில் வந்தது நான்தான். எனவே, என்னைத்தான் நீங்கள் ஆதரிக்க வேண்டும்' என்று கேட்டான்.

'துரியோதனா! நீ முதலில் வந்தாய் என்பது உண்மைதான். ஆனால், கண் விழித்ததும் நான் பார்த்தது அர்ஜுனனைத்தான்! முதலில் வந்தவன் நீ. முதலில் பார்க்கப்பட்டவன் அர்ஜுனன். எனவே, இருவருக்குமே நான் உதவிசெய்யக் கடமைப் பட்டுள்ளேன். ஆனால், வயதில் சிறியவர்களின் விருப்பத்தையே பெரியவர்கள் முதலில் பூர்த்தி செய்வார்கள். அதன்படி, அர்ஜுனனின் விருப்பத்தை முதலில் கேட்டு விடுகிறேன்' என்ற கிருஷ்ணன், பின் இருவரையும் பார்த்துச் சொன்னான்:

'நாராயணர்கள் எனப்படுகிற எனது குலத்து வீரர்கள் மிகுந்த திறமை சாலிகள். போரில் வல்லவர்கள். அந்த வீரர்களைக் கொண்ட ஓர் அக்குரோணி சேனைகள் ஒருபுறம். இன்னொருபுறம் ஆயுதம் எடுக்காத வனும், போரில் பங்கு கொள்ளாதவனுமாக நான் ஒருவன் மட்டும் இருப்பேன். அர்ஜுனா! நன்றாக யோசித்துக்கொள். போரில் ஈடு படாத, ஆயுதம் ஏந்தாத தனி மனிதனாக நான் வேண்டுமா? அல்லது வீர நாராயணர்களைக் கொண்ட ஓர் அக்குரோணி படைபலம் வேண்டுமா? சிறியவனான நீயே முதலில் கேள்!' என்றான்.

அர்ஜுனன் சிறிதும் யோசிக்காமல், 'கிருஷ்ணா! ஆயுதம் எடுக்காத, போரில் பங்குகொள்ளாத நீங்களே எங்களுக்கு வேண்டும்' என்றான்.

'அர்ஜுனன் ஏமாந்தான்!' என்று மகிழ்ச்சியடைந்த துரியோதனன், ஓர் அக்குரோணி படையைத் தனக்கு அளிக்குமாறு கேட்டுப் பெற்றுக் கொண்டான். பின் கிருஷ்ணனுக்கு நன்றி சொல்லிவிட்டு, பலராமரிடம் சென்று நடந்தது அனைத்தையும் சொன்னான்.

பலராமன், துரியோதனனிடம் தன் வருத்தத்தைப் பகிர்ந்து கொண்டான்.

'துரியோதனா! நீ எப்போதுமே என் அன்புக்கு உரியவன்தான். ஆனால் என்ன செய்வது? இரு தரப்புமே நமக்குச் சமம்தானென்று கிருஷ்ண னிடம் எவ்வளவோ சொல்லிப் பார்த்து விட்டேன். என்றாலும், கிருஷ்ணனின் போக்கு எப்போதுமே எனக்குப் புரிவதில்லை. அவன் சேராத இடத்தில் நானும் சேருவதில்லை. அதனால், கடைசியாக ஒரு முடிவு எடுத்து விட்டேன். நான் பாண்டவர்களுக்கும் உதவப்போவ தில்லை. யுத்தத்திலும் பங்குகொள்ளப் போவதில்லை. எனவே துரியோதனா! க்ஷத்திரிய அரசர்களால் சிறப்பாக மதிக்கப்படும் நீ, தர்மத்துக்குப் புறம்பாக நடக்காமல் யுத்தம் செய்!' என்று சொல்லி அனுப்பிவைத்தான்.

அர்ஜுனன் புறப்படும்போது கிருஷ்ணனிடம், 'பகவானே! யுத்தத்தில் நீங்கள் எனக்கு ரத சாரதியாக இருந்து வழி நடத்தவேண்டும்!' என்று வேண்டிக் கேட்டுக்கொண்டான். கிருஷ்ணன், தனது மாயப்புன்னகை யுடன் அதை அங்கீகரித்து வழியனுப்பினான்.

இரண்டு தரப்பிலும் படை திரட்டும் முயற்சியானது தொடர்ந்து நடந்தது. பாண்டவர்களின்மேல் பிரியம் கொண்ட மத்திர தேசத்து மன்னனான சல்லியன் என்பவன், தனது மாபெரும் சேனையுடன் பாண்டவர்களைச் சந்திப்பதற்காகப் புறப்பட்டான்.

ஒற்றர்கள் மூலம் இதைத் தெரிந்துகொண்ட துரியோதனன், சல்லியன் பாண்டவர்களைச் சந்திப்பதற்கு முன்பாக அவனுடைய ஆதரவை தான் அடைந்துவிட வேண்டும் என்று திட்டமிட்டான்.

சல்லியனின் படைகள் செல்லும் வழியெங்கும், அவர்கள் அங்கங்கே தங்கிச்செல்ல வசதியாக பெரிய பெரிய மண்டபங்கள் அமைத்து மிகச்சிறப்பாக உபசரிக்கச் செய்தான். விதவிதமான உணவு வகைகளும் பானங்களும் அளித்து மகிழ்வித்தான்.

இந்த ஏற்பாடுகள் அனைத்தும் பாண்டவர்களால் செய்யப்பட்ட தென்றே நினைத்தான் சல்லியன். அந்த சந்தோஷத்துடனேயே தனது

பிரும்மாண்டமான படையினருடன் தொடர்ந்து சென்றுகொண்டிருந் தான். இடையில் ஓரிடத்தில் சல்லியனைச் சந்தித்தான் துரியோதனன். சேனைகளை உபசரித்தது தனது ஏற்பாடுதான் என்று சொல்லி வணங்கினான்.

சல்லியன் திடுக்கிட்டான். ஆனாலும், துரியோதனனுக்கு நன்றி சொல்லி பாராட்டினான்.

'திருதராஷ்டிர புத்திரனே! உனது எதிரிகளுக்கு உதவத்தான் போகிறேன் என்பது தெரிந்தும், எங்களுக்கு சிறப்பான ஏற்பாடுகள் செய்து மகிழ்வித்தாய். உனது இந்தப் பெருந்தன்மைக்கும் உபசாரத்துக்கும் நான் என்ன கைம்மாறு செய்வேன்!' என்று மனம் உருகினான்.

இந்த ஒரு சொல்லுக்காகவே காத்திருந்த துரியோதனன் சட்டென்று கூறினான்.

'மத்திர தேசத்து மன்னரே! நீங்களும் உங்களது படைகளும் யுத்தத்தில் எங்கள் பக்கம் இருக்கவேண்டும். இதையே நான் தங்களிடம் கோரு கிறேன்!' என்று கேட்டான்.

சல்லியன், இதைக் கொஞ்சமும் எதிர்பார்க்கவில்லை. அதிர்ந்து போனவன் வேறுவழியின்றித் தலையசைத்தான்.

'துரியோதனா! நான் வாக்குறுதி தவறமாட்டேன். நீ உனது நகரத்துக்குச் செல். நான் சென்று தருமபுத்திரனைச் சந்தித்து, எனது நிலையை விளக்கிவிட்டு படைகளோடு உன்னிடம் வருகிறேன்!' என்றான்.

அதுபோலவே விராட தேசம் சென்று தருமனைச் சந்தித்தான் சல்லியன். துரியோதனனால் தான் வஞ்சிக்கப்பட்ட விதத்தைச் சொல்லி மனம் வருந்தினான். தருமன் அவனைத் தேற்றினான்.

'சல்லியரே! இதெல்லாமே விதியின் செயல்தான். எனவே, துயரத்தை விடுங்கள். கொடுத்த வாக்குறுதியை நிறைவேற்றுவதே தர்மம்! நீங்கள் துரியோதனன் பக்கமே இருங்கள். ஆனால், எனக்காக ஒரு காரியம் செய்யவேண்டும். இது தவறுதான். ஆனாலும் கேட்கிறேன்!' என்று தயங்கினான்.

'தரும புத்திரா! எதுவானாலும் தயங்காமல் கேள். உனக்கு ஏதாவது செய்யவேண்டுமென எனது உள்ளம் தவிக்கிறது' என்றான் சல்லியன்.

'சல்லியரே! தேரோட்டுவதில் நீங்கள் வல்லவர் என்பதால், துரியோதனன் தங்களை கர்ணனுக்கு தேரோட்டச் சொல்வான்

என்பதில் சந்தேகமில்லை. அப்படி நீங்கள் கர்ணனுக்கு தேரோட்டும் வாய்ப்பு அமைந்தால், நீங்கள் கர்ணனின் வீரத்தை அவ்வப்போது குறைத்துப்பேசி அவனுடைய மன திடத்தைச் சிதைக்கவேண்டும். தயவுசெய்து இந்த ஒரு உதவியை மட்டும் எங்களுக்குச் செய்யுங்கள்!' என்று கேட்டான்.

துரியோதனனால் ஏமாற்றப்பட்டு மனம் வெந்துகொண்டிருந்த சல்லியன், ஆத்திரச் சிரிப்புடன் சொன்னான்:

'தரும புத்திரா! இதை நான் நிச்சயம் செய்வேன். நீ சொன்னது போலவே கர்ணனுடைய வீரத்தை இகழ்ந்து பேசி அவன் தன்னம் பிக்கையைக் குலைக்கிறேன். ஏற்கெனவே அகம்பாவம் பிடித்த அவனுடைய கர்வத்தை, நானே தேரோட்டியாக இருந்து அடக்கு கிறேன். அவனுடைய வீரத்தை ஒடுக்கி மனச் சோர்வை உண்டாக்கு கிறேன். கவலைப்படாதே! அர்ஜுனன், கர்ணனை ஜெயிக்கத்தான் போகிறான். நீங்கள் வெற்றி பெறத்தான் போகிறீர்கள்' என்று வாழ்த்திவிட்டு, மீண்டும் துரியோதனின் இடத்துக்குச் சென்று சேர்ந்தான்.

பாண்டவர்கள் பக்கம் சாத்யகி, ஜராசந்தனின் மகன் ஜயத்சேனன், பாண்டிய அரசன், கேகய மன்னன் போன்ற பலரும் வந்து சேர்ந்து கொண்டேயிருந்தார்கள். அதுபோலவே துரியோதனனுக்குத் துணை யாக பகதத்தன், பூரிசிரவஸ், கிருதவர்மன், காம்போஜ மன்னன், அவந்தி தேசத்து அரசர்கள் எனப் பலரும் இணைந்தார்கள்.

இந்தச் சமயத்தில், பாண்டவர்கள் சார்பாக துருபதன் அனுப்பிய உலூகர் தூதராக, திருதராஷ்டிரன் சபைக்கு வந்தார். சபையோரைப் பார்த்து வணங்கிவிட்டு பேசத் தொடங்கினார்:

'சபையோரே! நீங்கள் அனைவரும் தர்மநெறி தெரிந்தவர்கள். நியாயத்துக்குப் புறம்பாகப் பேசாதவர்கள். பாண்டுவும் திருத ராஷ்டிரரும் சகோதரர்கள். அவர்களுடைய தந்தையின் சொத்து, இருவருக்கும் உரிமையானதுதான். அதுபோலவே, கௌரவர்கள் தங்கள் தந்தையின் சொத்தை அடைந்து சுகமாக இருக்கிறார்கள். ஆனால், பாண்டுவின் புத்திரர்களுக்கு அவர்களின் ராஜ்ஜியம் கிட்ட வில்லை. சூதாட்டத்தில் ராஜ்ஜியத்தை இழந்தவர்கள், நிபந்தனைப் படி இப்போது பன்னிரண்டு வருட வனவாசத்தையும் ஓராண்டு அஞ்ஞாத வாசத்தையும் நிறைவேற்றிவிட்டார்கள். இனிமேல், அவர்களுடைய ராஜ்ஜியத்தை அவர்களிடமே ஒப்படைக்கவேண்டும் என்பதே பாண்டவர்களின் கோரிக்கை.

அவர்கள் இப்போதும் சமாதானத்தையே விரும்புகிறார்கள். அதனால் அவர்கள், பலவீனப்பட்டு போய்விட்டார்கள் என்று நினைக்க வேண்டாம். உங்கள் தரப்பில் படைகள் குவிந்து கிடப்பதைப் போலவே, அவர்களும் பெரியதொரு சேனையைக் கொண்டிருக் கிறார்கள். ஆனாலும், யுத்தத்தினால் உலகத்துக்குத் துன்பம்தான். எனவே, யுத்தமில்லாமல் இரு தரப்பும் நன்மையடையும் விதமாக பாண்டவர்களின் ராஜ்ஜியத்தை அவர்களிடமே தந்துவிட வேண்டும்' என்று சொல்லி முடித்தார்.

பீஷ்மர், உலூகர் சொன்னதை ஒப்புக்கொண்டு பேசினார்:

'பாண்டவர்களின், தூதர் மிகச் சரியானதையே பேசினார். அவர் சொன்னது உண்மை. பிதாவின் சொத்தை அடைய, பாண்டவர்களுக் கும் உரிமையிருக்கிறது. பல அரசர்களின் துணையைப் பெற்றும்கூட, அவர்கள் யுத்தத்தை நாடாமல் சமாதானத்தையே நாடுகிறார்கள். அர்ஜுனனை எதிர்ப்பது யாராலும் முடியாத காரியம். பீமனின் வலிமையைப்பற்றி நாமெல்லோரும் அறிவோம். எனவே தர்மத் துக்குக் கட்டுப்பட்டு, முன்பு துரியோதனன் அவர்களுக்கு விதித்த நிபந் தனைப்படி ராஜ்ஜியத்தை அவர்களிடம் திருப்பிக்கொடுப்பதே மிகவும் நல்லது. இனியும் இதில் தாமதிக்க வேண்டாம்!'

பீஷ்மர் இப்படிச் சொல்லிக்கொண்டிருந்தபோதே, கர்ணன் கோபத் துடன் எழுந்து இடைமறித்தான்.

'பாண்டவர்கள் எங்கே நிபந்தனையை நிறைவேற்றினார்கள்? அஞ்ஞாத வாசம் முடியும் முன்பாகவே அர்ஜுனன் வெளிப்பட்டு விட்டான். எனவே, அவர்கள் மீண்டும் பன்னிரெண்டு ஆண்டுகள் வனவாசம் செல்லவேண்டும். அதை முடித்து விட்டு வரட்டும். பிறகு வேண்டுமானால், அவர்களுடைய ராஜ்ஜியத்தைத் தருவது பற்றி யோசிக்கலாம். அப்படியில்லாமல் யுத்தம் செய்ய விரும்பினால், அதற்கும் நாங்கள் தயார்!' என்று கொந்தளித்தான்.

பீஷ்மர் அவனைக் கண்டித்தார்.

'ராதையின் மகனே! வாய்ப்பேச்சில் வல்லமை காட்டாதே! இப்போது இத்தனை வீரம் பேசுகிறாயே! துவைத வனத்தில் கந்தர்வர்கள் துரி யோதனனை, சிறைபிடித்தபோது, அங்கிருந்து ஓட்டம் பிடித்தவன் தானே நீ! அப்போது, அர்ஜுனன்தானே கந்தர்வர்களிடமிருந்து துரியோதனனைக் காப்பாற்றினான்! அதற்குப் பிறகு, விராட நகரத்தில் என்ன நடந்தது? நாம் எல்லோரும் பசுக்களை ஓட்டிச்செல்லும்போது அர்ஜுனன் ஒருவனாகவே அனைவரையும் எதிர்த்து வெற்றி

கண்டான். அப்போதே உன் திறமை தெரிந்துவிட்டது. உன் போன்ற வர்களின் பேச்சைக் கேட்டு துரியோதனன் இந்த சமாதானத் தூதை நிராகரித்தால், இதனால் விபரீதம்தான் விளையும்!' என்று எச்சரித்தார்.

இந்தச் சச்சரவை வளர்த்த விரும்பாத திருதராஷ்டிரன் இடையில் தலையிட்டு, 'நான் இரண்டு தரப்புக்கும் நன்மையே விரும்புகிறேன். அதன் பொருட்டு, எனது சார்பில் சஞ்சயனை பாண்டவர்களிடம் தூது அனுப்ப நிச்சயித்துள்ளேன். தூதரே! இதை நீங்கள் சென்று பாண்டவர் களிடம் சொல்லுங்கள்!' என்று உலூகரை அனுப்பிவைத்தான்.

பின், சஞ்சயனை அழைத்துப் பேசினான்.

'சஞ்சயா! பாண்டவர்கள் இப்போது அநேக அரசர்களின் ஆதரவோடு மிகுந்த பலம் பெற்றிருக்கிறார்கள். அர்ஜுனன் ஒருவனே போதும்! இந்த உலகத்தையே ஜெயித்து விடுவான். ஆகவே, நீ எனது சார்பாக தூது சென்று பாண்டவர்களிடம் சமயோசிதமாகப் பேசு. அவர் களுக்குக் கோபத்தை உண்டாக்காமல் யுத்தத்தைத் தவிர்க்க என்ன செய்யவேண்டுமோ அந்த விதமாகப் பேசி பாண்டவர்களின் மனத்தை மாற்றி விட்டு வா!' என்று அவனை அனுப்பிவைத்தான்.

சஞ்சயன், விராட தேசம் சென்று தருமனைச் சந்தித்தான். திருத ராஷ்டிரன் சொல்லியனுப்பிய விதமாகவே பேசினான். ஆனால், அது விசித்திரமாக இருந்தது!

27

தூதுக்கு மேல் தூது!

விராட தேசத்துக்கு வந்த சஞ்சயனை அன்புடன் வரவேற்றான் தருமன். அஸ்தினாபுரத்தில் உள்ள அனைவரின் நலனையும் விசாரித்தான். நாட்டு நலனையும் கேட்டுத் தெரிந்துகொண்டான். பின், பொதுவான விஷயங்கள் பேசிக்கொண்டிருந்து விட்டு சஞ்சயன் தான் தூது வந்த காரியத்தைப் பேச ஆரம்பித்தான்.

'தரும புத்திரா! யுத்தம் என்கிற வார்த்தையையே வெறுக்கிறார் திருதராஷ்டிரர். அவர் சமாதானத்தையே விரும்புகிறார்!' என்று தொடங்கினான்.

'ஆம், சஞ்சயரே! அதுதான் நல்லது. சமாதானத்தால் மட்டும்தான் திருதராஷ்டிர புத்திரர்கள் உயிர் பிழைக்க முடியும். எங்களுக்கான ராஜ்ஜியத்தை அவர்கள் ஒப்படைத்து விட்டால், பிறகு யுத்தம் எதற்காக?' என்றான் தருமன்.

'தருமா! திருதராஷ்டிர புத்திரர்கள் மூடர்கள். பிடிவாதக்காரர்கள். அவர்கள்மேல் பாசத்தை வைத்துவிட்டு திருதராஷ்டிரர் எத்தனை துன்பப்படுகிறார் என்று எனக்குத்தான் தெரியும். தம்பி பிள்ளைகளான உங்கள்மீதும், அவர் அதிக அன்பு கொண்டிருக்கிறார். பாவம்! கண் பார்வை இல்லாத அந்த வயதானவரை, உங்கள் விரோதம் மேலும் வேதனைப்படுத்துகிறது. எங்கே யுத்தம் வந்துவிடுமோ என்று ஒவ்வொரு நாளும் அஞ்சுகிறார். யுத்தம் என்று வந்தால், யார் பக்கம் வெற்றி தோல்வி என்று நிச்சயிக்க முடியாது. கௌரவர்கள், பாண்டவர்களில் யார் பாதிக்கப்பட்டாலும் திருதராஷ்டிரருக்குத் துயரம்தான்!

நீங்களே யோசித்துப்பாருங்கள். யுத்தத்தின்மூலம் உறவினர்களைக் கொன்றுவிட்டு அடையும் ராஜ்ஜியம், எங்காவது சந்தோஷத்தைத்

தருமா? இப்படிச் சண்டையிட்டு சேர்க்கும் செல்வத்தை எத்தனை நாள்கள்தான் அனுபவித்துவிடமுடியும்? மரணத்தின்போது அவைகளா நம்கூட வரும்? கௌரவர்கள் அறிவில்லாத மூர்க்கர்கள். ஆனால், நீங்கள் தருமவான்கள். அதனால்தான் சொல்கிறேன். எந்தக் காரணத்தைக் கொண்டும், தரும நெறியையும் பொறுமையையும் நீங்கள் கைவிட்டுவிடக் கூடாது. துரியோதனன் உங்கள் ராஜ்ஜியத்தைத் தர மறுத்தாலும், கோபம் கொள்ளாமல் பெருந்தன்மையாக விட்டுக் கொடுத்துவிடுங்கள். கண்ணிழந்த தகப்பனின் மன நிம்மதிக்காக, இதை நீங்கள் செய்யவேண்டும் என்று அஸ்தினாபுர மன்னர் எதிர் பார்க்கிறார். உலக மக்களின் நலனுக்கு விரோதமாக, நீங்கள் யுத்தத்தில் ஈடுபடக் கூடாது என்பதே திருதராஷ்டிரரின் விருப்பம்!'

சஞ்சயன் வார்த்தைகள், தருமனுக்கு வேதனையை ஏற்படுத்தியது.

'சஞ்சயரே! உங்களின் பேச்சு விசித்திரமாக இருக்கிறதே தவிர, அதில் நியாயமே இல்லை! அஸ்தினாபுரத்து மன்னர், தனது மகன்மீது கொண்ட பாசத்தினால் முழுதாக தர்மத்தை கை விட்டுவிட்டார் என்பது தங்களின் பேச்சிலிருந்தே புரிகிறது. துரியோதனன் பொறாமை கொண்டவன். பேராசை பிடித்தவன். அவனைத் திருத்தி நல்வழிக்குக் கொண்டுவர முடியாத திருதராஷ்டிரர், எங்களுக்கு தர்மத்தைப்பற்றி உபதேசிக்கிறார். அப்படியானால், இப்போது நாங்கள் அதர்மத்திலா இறங்கினோம்? நியாயமான முறையில்தானே ராஜ்ஜியத்தைக் கேட்கி றோம். அதைத் தந்துவிட்டால், கௌரவர்கள் எங்களுக்கு இழைத்த கொடுமைகளைக்கூட நாங்கள் மறந்து மன்னிக்கத் தயாராகவே உள்ளோம். ஆனால், துரியோதனன் ராஜ்ஜியத்தைத் தராவிட்டாலும் கூட அமைதி காக்கவேண்டும், யுத்தத்தைத் தவிர்க்கவேண்டும் என்பது எந்தவிதத்தில் நியாயம் சஞ்சயரே?'

'தரும புத்திரா! விட்டுக்கொடுத்துச் செல்பவன் எப்போதும் கெட்டுப் போவதில்லை. அவன் அளவற்ற நிம்மதியைப் பெறுவான். மிகுந்த புகழைச் சம்பாதிப்பான். இவைகள்தான் நிலையானவை. இதை விட்டு, கோபத்தாலும் யுத்தத்தாலும் சாதிப்பது உங்களைப்போன்ற உத்தமர்களுக்கு கீர்த்தியைத் தராது. யுத்தம் என்பது எல்லாப் பக்கத்திலும் துக்கத்தையே தரும். அவர்களும் உனது சகோதரர்கள் தான் என்பதை நினைத்து அமைதி கொள், தருமத்தின் பாதை பொறுமை! அதை, கடைசி வரையிலும் கைவிடாதே!'

சஞ்சயனின் உபதேசத்தை தருமனால் ஏற்றுக்கொள்ளமுடியவில்லை.

'சஞ்சயரே! பிற உயிர்களைக் கொல்வதென்பது பிராமணரைப் பொறுத்தவரை அதர்மமானது. ஆனால் க்ஷத்திரியனுக்கோ, அதுதான்

அவனுடைய தர்மம். இப்படி தர்மமென்பது எல்லோருக்கும் எல்லா நேரங்களிலும் ஒன்றுபோல இருப்பதில்லை. ஆகவே, தர்மத்தின் சூட்சுமம் அறிந்த கிருஷ்ணனே இனி முடிவைச் சொல்லட்டும். அவர் என்ன சொல்கிறாரோ, அதை நான் ஏற்றுக்கொள்கிறேன்' என்றான்.

கிருஷ்ணன், தன் அழகு முகத்தில் புன்னகை மாறாமல் பேசினான்.

'சஞ்சயா! ஒவ்வொரு மனிதருக்கும் அவரவர்க்கு உரிய கடமை வகுக்கப்பட்டிருக்கிறது. க்ஷத்திரியனுக்கு, யுத்தம் செய்வதே அவனது கடமையாக சாஸ்திரத்தில் சொல்லப்பட்டிருக்கிறது. ஆகவே, யுத்தத்தை வெறுப்பதோ கேலி செய்வதோ அவசியமில்லை. யுத்த மில்லாமல் பாண்டவர்களுக்கு ராஜ்ஜியம் கிடைத்தால் நல்லதுதான்! இதனால், பெரிதும் நன்மையடைபவர்கள் கௌரவர்கள்தான். தங்கள் அழிவிலிருந்து அவர்கள் தப்பிப்பார்கள். அப்படியில்லாமல், யுத்தம் ஏற்பட்டு அதில் பாண்டவர்கள் மாண்டாலும் கடமையைச் செய்த வீரர்களாக புகழ்பெறுவார்கள். சொர்க்கத்தை அடைவார்கள்.

ஆனாலும், கௌரவர்களுக்கு அழிவு ஏற்படாமல் பாண்டவர்கள் நன்மையடைய வேண்டும் என்றே நான் விரும்புகிறேன். ஆகவே, நானே அந்த முயற்சிக்காக அஸ்தினாபுரம் வருவதாகத் தீர்மானித்திருக் கிறேன். அங்கு எனது முயற்சி தோல்வியடைந்தால், பிறகு யுத்தத்தைத் தவிர வேறுவழியில்லை. இதை நீ திருதராஷ்டிரரிடம் சொல்லி, அவருடைய மனத்தை மாற்ற முயற்சி செய்!' என்றான்.

கடைசியாக தருமன், 'துரியோதனன் எங்களுக்குச் செய்த அநீதிகளை யெல்லாம் பொறுத்துக்கொண்டோம். இப்போதும் யுத்தத்தால் ஏற்படக்கூடிய பெருத்த அழிவைத் தடுப்பதற்காகவே, கௌரவர்களை சமாதானம் செய்துகொள்ள முன்வந்தோம். அடுத்தவர் சொத்துக்கு ஆசைப்படுவதை விட்டு, துரியோதனனை நியாயமாக நடந்து கொள்ளச் சொல்லுங்கள். அவன் அன்புடன் எங்களுக்கு ஐந்து கிராமங் களைக் கொடுத்தால்கூடப் போதும். அதை நாங்கள் திருப்தியுடன் ஏற்றுக்கொள்வோம். ஆனால், ராஜ்ஜியத்தைக் கேட்க எங்களுக்கு உரிமையே கிடையாது என்கிற வாதத்தை ஒருபோதும் ஏற்றுக்கொள்ள மாட்டோம்' என்று சொல்லிமுடித்தான்.

•••

அஸ்தினாபுரம் திரும்பிய சஞ்சயன், திருதராஷ்டிரனிடம் அனைத்தை யும் சொன்னான். கடைசியாக, தன் மனதுக்கு சரியென்று பட்டதையும் மறைக்காமல் பேசினான்.

‘அரசே! தருமபுத்திரன் தனது உயர்வான குணத்தால் என் மனத்தில் போற்றப்படுபவனாக இருக்கிறான். தாங்களோ துரியோதனன்மீது கொண்ட கண்மூடித்தனமான பாசத்தால், நிலை தாழ்ந்துவிட்டீர்கள். உங்களுடைய மகன்கள் சுகமாக இருக்கவேண்டுமென்ற சுயநலத் தால், நீங்கள் செய்யும் காரியங்கள் குல அழிவுக்குக் காரணமாகி விடுமோ என்று அஞ்சுகிறேன். பாண்டவர்கள் கேட்டபடி அவர் களுடைய ராஜ்ஜியத்தை திருப்பித் தராவிட்டால், மிகப்பெரிய அழிவு ஏற்படுவது மிக நிச்சயம்! தருமத்தின் பாதையிலிருந்து தவறி விட்ட நீங்கள் இனியாவது சுதாரித்துக்கொண்டு நல்ல முடிவுக்கு வாருங்கள்!’ என்று சொல்லிவிட்டுச் சென்றான்.

சஞ்சயன் சொன்ன வார்த்தைகளால் மிரண்டுபோன திருதராஷ்டிரன், இரவில் தூக்கம் வராமல் தவித்தான். பணியாட்களை அனுப்பி, விதுரனை உடனடியாக அழைத்துவரச் சொன்னான். விதுரன் வந்ததும் தனது கவலையைப் பகிர்ந்து கொண்டான்.

‘விதுரா! தூது சென்ற சஞ்சயன் திரும்ப வந்துவிட்டான். அவன் தருமனைப் போற்றிப்பேசி என்னையே குறை சொல்லி விட்டுச் சென்றான். நான் சுயநலவாதி என்றும் தருமத்தின் பாதையிலிருந்து தவறிவிட்டதாகவும் குற்றம் சுமத்தினான். மனத்தில் கொஞ்சமும் நிம்மதியில்லை விதுரா. நீ சொல்! இந்த விவகாரத்தை நல்லபடியாக முடிக்க, நான் என்ன செய்யவேண்டும்?’

‘ஒரு புனிதமான பெண்ணை சபையில் அவமானப்படுத்தி, நல்லவர் களைக் காட்டுக்கு அனுப்பி, விபரீதமான காரியங்கள் நடந்து முடிந்த பிறகு மன நிம்மதி எங்கிருந்து கிடைக்கும்? அரசே! நான் திரும்பத் திரும்பச் சொல்வதெல்லாம் ஒன்றே ஒன்றுதான். தரும புத்திரன் உன்னுடைய நூறு பிள்ளைகளைவிட மிகச்சிறந்தவன். கருணை, பொறுமை போன்ற நற்குணங்கள் கொண்டவன். நீங்கள் அவனுக்கு இழைத்த அநீதிகளைக்கூட பெருந்தன்மையாகப் பொறுத்துக் கொண்டவன். மற்ற யாரையும்விட அரசனாகத் தகுந்தவன் அவன் தான். தாமதிக்காமல் அவனை அழைத்து, ராஜ்ஜியத்தை ஒப்படைத்து விடுங்கள்! என்று அறிவுரை சொன்னான்.

மறுநாள் அரசவையைக் கூட்டிய திருதராஷ்டிரன், சஞ்சயனைக் கூப்பிட்டு பாண்டவர்களிடம் தூது சென்றுவந்த விஷயத்தை எல்லோர் முன்பாகவும் சொல்லச் சொன்னான்.

சஞ்சயன் சொல்லத் தொடங்கினான்:

'நான் முதலில், அர்ஜுனன் சொன்னதைத் தெரிவிக்கிறேன். 'தரும புத்திரருக்குத் தரவேண்டிய ராஜ்ஜியத்தை துரியோதனன் தர வேண்டும். அப்படியில்லையென்றால், நாங்கள் யுத்தம் செய்வதற்குத் தயாராகவே உள்ளோம். ஆனால் யுத்தம் என்று வந்தால், கௌரவர்கள் அனைவரையும் அழித்த பிறகுதான் நான் மனநிம்மதி அடைவேன் என்பதை உறுதியாகச் சொல்கிறேன். எனது காண்டீபம் அதற்காகவே துடித்துக் கொண்டிருக்கிறது. தரும புத்திரரின் உத்தரவுக்காகவே அது காத்திருக்கிறது. பொறுமை காத்துவரும் நல்லவரான தருமர், அதைக் கைவிட்டு கொஞ்சம் கோபம் கொண்டாலும்கூட கௌரவர்களுக்கு நரகம் நிச்சயம்! யுத்தம் நேராமல் அவர்களை தடுத்துக் கொள்ளச் சொல்லுங்கள். அப்போதுதான் அவர்கள் நீண்ட நாள்கள் உயிர் வாழ்வார்கள்' என்று கோபமாகச் சொன்னான். இதோ அதை நான் தெரிவித்துவிட்டேன்!' என்றான்.

சஞ்சயன் சொல்லிமுடித்ததும், பீஷ்மர் துரியோதனனிடம் திரும்பினார்.

'துரியோதனா! இப்போதும் காலம் கடந்து விடவில்லை. நரனும் நாராயணனுமாகிய தேவர்களே இன்று நம் கண்ணெதிரே அர்ஜுனனும் கிருஷ்ணனுமாக அவதரித்திருக்கிறார்கள். அவர்கள் ஒன்று சேர்ந்து யுத்தகளத்துக்கு வந்தால், குலநாசமே ஏற்படும். ஆகவே, யுத்தத்தைத் தவிர்த்துவிட்டு பாண்டவர்களுக்குரிய ராஜ்ஜியத்தை திருப்பிக் கொடுத்து விடு. அவர்களோடு சமாதானம் செய்துகொள்' என்றார்.

துரோணரும் பீஷ்மரின் பேச்சை ஆதரித்து, பாண்டவர்களுக்கு ராஜ்ஜியத்தை அளித்துவிடுமாறு வற்புறுத்தினார்.

எல்லாவற்றையும் கேட்டு திருதராஷ்டிரன் புலம்பினான்.

'நீங்கள் சொல்வது எனக்குப் புரிகிறது. ஏற்றுக்கொள்ளத்தான் தோன்றுகிறது. ஆனால், நான் என்ன செய்வேன்? எனது மகன்களாகிய மூர்க்கர்கள் பிடிவாதத்தை விடமாட்டேன் என்கிறார்களே! நானல்லவா இருதலைக் கொள்ளி எறும்பாகத் தவிக்கிறேன்!' என்றான்.

துரியோதனன், கோபத்துடன் எழுந்தான்.

'தந்தையே! நீங்களும் மற்ற பெரியோர்களும் எங்களுக்காகவும் எங்களது உயிருக்காகவும் பயப்பட வேண்டாம். பதினொரு அக்குரோணி படைபலத்தை நான் திரட்டிவிட்டேன். யுத்தம் என்று வருமானால், வெற்றி நம் பக்கம்தான்! இதனால்தான் பாண்டவர்கள்

பயந்துபோய் இந்திரப் பிரஸ்த ராஜ்ஜியத்தைப் பற்றிப் பேசாமல், ஐந்து கிராமங்களைக் கொடுத்தால் போதும் என்று யாசிக்கிறார்கள். இப்போது உறுதியாகவும் இறுதியாகவும் சொல்கிறேன். பாண்டவர் களுக்கு, ஊசி முனையளவு பூமியையும் விட்டுத் தரமாட்டேன்!'

வீராப்பாகச் சொன்னவன், எழுந்து விறுவிறுவென்று வெளி யேறினான்.

சபை குழப்பத்துடன் கலைய முற்பட்டபோது சஞ்சயன் கூறினான்.

'யுத்தத்தைத் தவிர்ப்பதற்கு இன்னொரு கடைசி முயற்சியும் நடக்க விருக்கிறது. பகவான் கிருஷ்ணன், பாண்டவர்களின் தூதனாக இங்கு வரப்போகிறார். நல்லது நடக்கவேண்டுமென்று அனைவரும் பிரார்த் தித்துக் கொள்வோம்!' என்றான்.

இதனால் சற்று மனநிம்மதி கொண்ட சபையினர், கிருஷ்ணன் வரப் போகும் நாளை எதிர்பார்த்துக் கலைந்து சென்றனர்.

•••

கிருஷ்ணன், அஸ்தினாபுரத்துக்கு தூதனாகப் புறப்பட தயாரானான். ஆனால் திரௌபதிக்கு அதில், கொஞ்சமும் சம்மதமில்லை.

'கண்ணா! சமாதானத் தூது செல்கிறேன் என்கிறாயே! என் நிலையை நினைத்துப்பார்த்தாயா?' என்று கண்கள் கலங்கக் கேட்டாள் திரௌபதி.

'நான் அவிழ்த்துவிட்ட இந்தக் கூந்தல் இப்படியே கிடக்கட்டும் என்பதுதான் எனது கணவர்களின் எண்ணம் போலிருக்கிறது. என் மனத்துக்குள் கொழுந்துவிட்டு எரியும் நெருப்பை, பதின்மூன்று வருடங்களாக மூடிவைத்திருந்தேன். இனியும் அது பொறுத்திருக் காது. என் கணவர்கள் என்னைக் கை விட்டாலும் சரி. வயதான எனது தந்தை துருபதனும், சகோதரர்களும், எனது ஐந்து பிள்ளைகளும் கௌரவர்களை எதிர்ப்பார்கள். அதற்கும் மேலாக என்மீது அன்பு கொண்ட சுபத்ராவின் மகன் அபிமன்யுவே இவர்களுக்குத் தலைமை தாங்கி, கௌரவர்களை அழித்து எனக்கு வெற்றியைத் தேடித் தருவான்!' என்று சொல்லி அழுதாள்.

கண்ணன் அவளுடைய மனநிலைளை உணர்ந்தவனாகப் பேசினான்:

'திரௌபதி! இனி நீ அழவேண்டிய அவசியமே இல்லை. ஆணவம் கொண்ட கௌரவர்கள், எப்படியும் எனது சமாதானத் தூதை ஏற்றுக் கொள்ளப் போவதில்லை. யுத்த பூமியில் அவர்கள் அனைவரும் ரத்தம்

சிந்தி செத்துக் கிடப்பதை நீ காணத்தான் போகிறாய்! உனது சபதம் நிறைவேறத்தான் போகிறது. பழி தீர்க்கும் நாள் நெருங்கி விட்டதென்று சந்தோஷமாகக் காத்திரு!' என்றான்.

ரதம் ஏறி அஸ்தினாபுரம் புறப்பட்டான்.

•••

அஸ்தினாபுரத்தில் கிருஷ்ணனை வரவேற்க விமரிசையாக ஏற்பாடு கள் செய்துகொண்டிருந்தான் திருதராஷ்டிரன்.

இதைப் பார்த்துக்கொண்டிருந்த விதுரன், 'அரசே! கிருஷ்ணன் இந்த ஏற்பாடுகளினால் எல்லாம் மனம் மகிழ்ந்துவிடமாட்டான். அவனுக்கு நீங்கள் உண்மையான மரியாதை செலுத்த விரும்பினால், கிருஷ்ணன் வரும் தூது சமாதானத்தில் முடியுமாறு பார்த்துக்கொள்ளுங்கள். அது ஒன்று மட்டும்தான் கிருஷ்ணனை திருப்திப்படுத்தும்!' என்று கூறினான்.

அதுபோலத்தான் நடந்தது. அஸ்தினாபுரம் அரண்மனைக்கு வந்த கிருஷ்ணன் எந்த உபசரிப்பையும் ஏற்றுக் கொள்ளவில்லை. அவனுக்கு ஒதுக்கப்பட்டிருந்த மாளிகையில்கூட தங்கவில்லை.

அரண்மனைக்கு வந்து திருதராஷ்டிரனைச் சந்தித்து நலம் விசாரித் தவன், பின் அங்கிருந்து புறப்பட்டு விதுரனின் வீட்டுக்குச் சென்று விட்டான்.

விதுரனின் வீட்டில் இருந்த குந்தி, கண்ணனைப் பார்த்ததுமே, தனது பிள்ளைகளின் நிலையை நினைத்து மனம் வருந்தி அழுதாள். கண்ணன் அவளைத் தேற்றி ஆறுதல் சொன்னான்.

அப்போது துரியோதனன் அங்கு வந்தான். கிருஷ்ணனை வணங்கி, அரண்மனைக்கு சாப்பிட அழைத்தான்.

'துரியோதனா! தூதுவன் எப்போதும் தூது வந்த இடத்தில் சாப்பிடக் கூடாது. நான் வந்த நோக்கம் வெற்றியாக முடியட்டும். பிறகு, உன் இல்லத்தில் சாப்பிட வருகிறேன்' என்று சொல்லி அவனைத் திருப்பி யனுப்பிவிட்டு விதுரனின் வீட்டிலேயே உணவருந்தினான் கிருஷ்ணன்.

அப்போது விதுரரிடம், 'கௌரவர்களின் மனநிலை எப்படி இருக் கிறது?' என்று விசாரித்தான்.

'நீங்கள் வந்த காரியம் வெற்றியடையாது!' என்றான் விதுரன்.

'அப்படியா?'

‘ஆமாம், கண்ணா! துரியோதனன் யுத்தத்துக்குத் தயாராகி பதினொரு அக்குரோணி சேனைகளைத் திரட்டிவிட்டான். பீஷ்மர், துரோணர், கிருபர், கர்ணன், அசுவத்தாமன் போன்ற மாவீரர்கள் அவனுக்காகப் போரிடத் தயாராக இருக்கிறார்கள். இதனால் தனது பலத்தின்மேல் மிகுந்த தைரியம் கொண்ட துரியோதனன், பாண்டவர்களை பலமற்றவர்களாகக் கருதுகிறான். கர்ணன் ஒருவனே அவர்களை ஜெயித்துவிடுவான் என்பது அவனுடைய அசைக்கமுடியாத நம்பிக்கை. எனவே, அவன் நிச்சயம் சமாதானத்தை ஏற்க மாட்டான்!’ - அழுத்தம் திருத்தமாகச் சொன்னான் விதுரன்.

அவன் சொன்னது மிகச்சரியாகவே நடந்தது!

மறுநாள் அரசவையில், கிருஷ்ணன் சொன்ன அறிவுரைகளையோ சமாதானப் பேச்சுவார்த்தைகளையோ துரியோதனன் கொஞ்சமும் மதிக்கவில்லை. பாண்டவர்கள்மேல் அன்புகொண்டு கிருஷ்ணன் தன்னை வீணாகக் குறை கூறுகிறான் என்றே கோபம் கொண்டான். அதையே கிருஷ்ணனிடமும் கூறினான்:

‘கண்ணா! உனது சாமர்த்தியப் பேச்சால் சபையிலுள்ள மற்றவர்களை நீ வசப்படுத்திவிடலாம். ஆனால், உன்னைப் பற்றி நான் நன்றாக அறிவேன்! எப்போதுமே உனக்கு, பாண்டவர்கள் மீதுதான் பிரியம் அதிகம். அதனால்தான், அவர்களை ஆதரித்து என்னைக் குறை சொல்லிக் குற்றம் கண்டுபிடிக்கிறாய். நான் சிறியவனாக இருந்தபோது எனது விருப்பதைக் கேட்காமலே, பாண்டவர்களுக்குப் பாதி ராஜ்ஜியத்தைப் பிரித்துக் கொடுத்துவிட்டார் என் தந்தை. அதையும் சூதாடித் தோற்றுவிட்டார்கள் பாண்டவர்கள். இப்போது அதைத் திருப்பிக்கேட்க அவர்களுக்கு எந்த உரிமையும் இல்லை. நானும் அதைத் தருவதாக இல்லை. மொத்தத்தில் என்மீது எந்தத் தவறும் இல்லை!’ என்றான்.

‘அப்படியா! நீ எந்தத் தவறும் செய்யவில்லை என்றா சொல்கிறாய்? அரக்கு மாளிகையில் பாண்டவர்களைக் கொல்லச் சதி செய்தாயே! அது தவறு இல்லையா? சகுனியோடு சேர்ந்து, திட்டமிட்டு வஞ்சனையாக சூதாட்டத்தின் மூலமாக பாண்டவர்களின் ராஜ்ஜியத்தைப் பறித்துக்கொண்டாயே! அது தவறு இல்லையா? சபை நடுவே திரௌபதியின் ஆடையைப் பறித்து மானபங்கப்படுத்தினாயே! அது தவறு இல்லையா? கருணையே இல்லாமல் பன்னிரண்டு வருடம் பாண்டவர்களைக் காட்டுக்கு அனுப்பிக் கஷ்டப்பட வைத்தாயே! அது தவறு இல்லையா?’

கிருஷ்ணன் கௌரவர்கள் செய்த அநீதிகளையெல்லாம் பட்டியலிட, கொதித்தெழுந்தான் துரியோதனன்.

'கிருஷ்ணா! பகைவெறி கொண்டு அலையும் பாண்டவர்களைத் தூண்டிவிடுவதற்காகவே நீ இப்படியெல்லாம் பேசுகிறாய்! இனி, உன்னை மதித்துப் பேசுவது எனக்குத்தான் அவமானம்' என்ற துரியோதனன், தனது சகோதரர்கள், சகுனி, கர்ணனோடு சபையைவிட்டு வெளியேறினான்.

அவனுக்குள் கோபம் எரிமலையாகக் கொதித்தது. கண்ணனைப் பழிவாங்கத் துடித்தவன், விபரீதமான செயலில் இறங்கினான். பாண்டவர்களுக்கு பெரும்பலமாக இருக்கும் கண்ணனைக் கைது செய்து சிறையில் அடைத்துவிட்டால் பாண்டவர்களின் கொட்டத்தை அடக்கிவிடலாம் என்று முடிவெடுத்தான். கண்ணனைக் கட்டி இழுத்துப்போக காவலர்களை அழைத்துக்கொண்டு சபைக்குச் சென்றான்.

அங்கே ஓர் அற்புதம் நடந்தது!

துரியோதனன் காவலர்களுடன் நுழைந்ததுமே, அவனுடைய நோக்கத்தைப் புரிந்துகொண்ட கிருஷ்ணன் ஆசனத்திலிருந்து எழுந்தான். 'என்னைக் கட்டிக்கொண்டுபோக உன்னால் முடியுமா துரியோதனா?' என்று சிரித்தவன், 'முயற்சித்துப் பார்!' என்றபடி, வானத்தையே தொட்டுவிடும்விதமாக விஸ்வரூபம் எடுத்தான். குருடனான திருதராஷ்டிரன் அந்தச் சமயம் கண்பார்வை பெற்றான். பரமாத்வாவின் விஸ்வரூப தரிசனத்தைக் கண்டுமகிழ்ந்தான்.

பகவான் விஸ்வரூபம் எடுத்தபோது; பூமி நடுங்கியது; கடல் கொந்தளித்தது. தேவர்கள் வானிலிருந்து பூமாரி பொழிந்தனர்.

சபையில் இருந்தவர்களில் பீஷ்மர், துரோணர், விதுரன், சஞ்சயன், திருதராஷ்டிரன் மற்றும் சில முனிவர்கள் தவிர மற்றவர்களால் கிருஷ்ண பரமாத்வாவின் விஸ்வரூப தரிசனத்தைக் காணமுடியவில்லை. ஒளிவெள்ளமாகப் பிரகாசித்த பகவானைக் காணமுடியாமல் கண்கள் கூசி மூடிக் கொண்டனர். துரியோதனனும் பார்க்கவில்லை.

திருதராஷ்டிரன் பரவசம் கொண்டான். 'உலகை ஆளும் பெருமானே, நாராயணா! புண்ணியனானேன் பிரபு! தங்களுடைய விஸ்வரூபம் கண்ட கண்களால், இனி எதையும் பார்க்க எனக்கு விருப்பமில்லை. நீங்கள் அளித்த பார்வையை மீண்டும் பெற்றுக்கொள்ளுங்கள் சுவாமி!' என்று வேண்டிக் கொண்டு மறுபடியும் குருடனானான்.

விஸ்வரூப நிலையிலிருந்து சுயரூபத்துக்கு வந்த கிருஷ்ணன், சபையோரைப் பார்த்துச் சொன்னான்:

'சமாதானத் தூதுக்காக வந்த என்னை, துரியோதனன் என்ன செய்ய முயற்சித்தான் என்பதை நீங்களே பார்த்தீர்கள்! இனி நான் செய்யக் கூடியது ஒன்றுமில்லை. எனக்கு இங்கு, இனி வேலையில்லை!' என்று புறப்பட்டான்.

பின், விதுரரின் வீட்டுக்குச் சென்று குந்தியிடம் நடந்ததைத் தெரிவித்தான்.

'கண்ணா! வெற்றியோ தோல்வியோ க்ஷத்திரியனுக்கு யுத்தம் என்பதே விதிக்கப்பட்ட கடமை. எனது வீரப்புதல்வர்களை அவர்களுடைய கடமையைச் செய்யச் சொல். அவர்களுக்கு எனது ஆசிகள்!' என்று சொல்லி, கிருஷ்ணனை வழியனுப்பி வைத்தாள் குந்தி.

ஒரு வீரத்தாயாக சொல்லிவிட்டாளே தவிர, குந்திக்கு அதன் பிறகு தூக்கமேயில்லை.

28

கர்ணனிடம், குந்தி பெற்ற வரங்கள்...

குந்தியின் மனத்தில் அளவில்லாத துயரம் சூழ்ந்தது.

கிருஷ்ணன் சமாதானத் தூது வந்தபோது, தனது மகன்களுக்கு சிறிதளவாவது நன்மை ஏற்படும் என்று நம்பிக்கொண்டிருந்தாள். ஆனால், அப்படி நடக்கவில்லை. அவளுடைய நம்பிக்கை சிதைந்துபோய், இனி யுத்தம்தான் என்று முடிவாகி விட்டது. யுத்தம் என்றாலே நாசம்தான்!

குந்தி, குழம்பித் தவித்தாள். எத்தனைதான் மனத்தைத் தேற்றிக் கொள்ள முயன்றாலும், பயம் பரவி இம்சை செய்தது.

'யுத்தத்தில் யாருக்கு வெற்றி தோல்வியென்று எவராலும் சொல்ல முடியாது. துரியோதனனுக்கு, அநேக அரசர்கள் உதவிக்கு வருவார்கள். படைபலமும் அதிகம். அத்துடன் துரியோதனனுக்குத் துணையாக பீஷ்மர், துரோணர், கர்ணன் போன்ற மகாவீரர்கள் இருக்கிறார்கள். அவர்களையெல்லாம், எனது பிள்ளைகள் எப்படி எதிர்கொள்ளப்போகிறார்கள்?

துரோணர், தனது சீடர்கள் என்பதால் பாண்டவர்களின்மேல் பிரியம் வைத்து அவர்களைக் கொல்லாமல் விடலாம். பீஷ்மர், பாண்டவர்கள்மேல் மிகுந்த பாசம் கொண்டவர். அவர்கள் மேல் தன் உயிரையே வைத்திருப்பவர். நிச்சயம் அவராலும், எனது மகன்களின் உயிருக்கு ஆபத்து வராது. ஆனால், கர்ணன்? துரியோதனனுக்கும் மேலாக அவனல்லவா பாண்டவர்கள்மேல் தீவிர வெறுப்பு கொண்டிருக்கிறான்? அர்ஜுனனைக் கொன்றே தீருவேன் என்று சபதம் செய்திருப்பதாகவும் சொல்கிறார்கள். மகாசூரனான கர்ணனும் என் மகன்தான். பாண்டவர்களும் எனது மக்கள்தான். தாய் மனது பரிதவிக்கிறதே! நான் என்ன செய்வேன்? இதைத்தடுக்க என்னதான் வழி?' என்று யோசித்தாள்.

கிருஷ்ணன் புறப்படும்போது, தனிமையில் அவளிடம் சொல்லி விட்டுச் சென்றது ஞாபகம் வந்தது.

‘அத்தை குந்தியாரே! சூரியபுத்திரனான கர்ணன் உங்களின் மகன்தான் என்பதை நான் அறிவேன். நீங்கள் இந்த உண்மையை கர்ணனிடம் சென்று சொல்ல, இதுவே சரியான தருணம். உனது பிள்ளைகளான பாண்டவர்களுக்கு இப்போது முக்கிய எதிரியே கர்ணன்தான்! பாண்டவர்கள் தனது தம்பிகள் என்று அவனுக்குத் தெரிந்தால், பகை தொலைந்து பாசம் வரலாம் இல்லையா? எனவே, தயங்காமல் சென்று அவனிடம் உண்மையைச் சொல்லிவிடு! அவனையும் பாண்டவர் களோடு வந்து சேரச்சொல்லி கூப்பிடு. மனம் மாறி அவன் வந்து விட்டால், நமக்கு மிகவும் நல்லது. அப்படி அவன் வரமறுத்தால், கர்ணனிடம் இரண்டு வரங்களைக் கேள். ‘அவனிடம் இருக்கும் நாகாஸ்திரத்தை அர்ஜுனன் மேல் ஒருமுறை மட்டுமே பிரயோகிக்க வேண்டும்; மறுமுறை விடக்கூடாது’. இது முதல் வரம். இரண்டாவது வரம்,. ‘அர்ஜுனனைத் தவிர, மற்ற நால்வரையும் கொல்லக்கூடாது!’ என்பது. இதை நீ பெற்றுவிட்டாயானால், மற்றதை நான் பார்த்துக் கொள்கிறேன்!’ என்று தைரியம் அளித்துவிட்டுச் சென்றான்.

குந்தி, கிருஷ்ணன் கூறியபடியே நடந்துகொள்ளத் தீர்மானித்தாள். அந்த நள்ளிரவிலேயே எழுந்துசென்று கர்ணனின் மாளிகையை அடைந்தாள்.

குந்தியின் வருகை கர்ணனை ஆச்சரியப்படுத்தியது. பரபரப்படைந் தவன், அவளை அன்புடனும் மரியாதையுடனும் வரவேற்றான்.

‘வாருங்கள் அம்மா! உள்ளே வாருங்கள்! ஒரு சாதாரணத் தேரோட்டி யின் மகனான எனது வீட்டுக்குத் தாங்கள் வந்ததில் மிகவும் பெருமைப் படுகிறேன் தாயே! வந்து அமருங்கள்!’ என்று உபசரித்தான்.

அதைக்கேட்டதும், குந்தியால் தாங்க முடியவில்லை. மனம் உடைந்தவளாக வெடித்துக் கதறி ரகசியத்தை வெளிப்படுத்தினாள்.

‘இல்லை கர்ணா, இல்லை! நீ தேரோட்டியின் மகனல்ல! எனது மகன்! நான் சூரியனை வேண்டிப்பெற்ற மகன். மகா பாவியான இந்தக் குந்தி பெற்றெடுத்த தேவமகன்!’ என்று சொல்லி, குலுங்கிக்குலுங்கி அழுதாள்.

அவளுடைய சிறுவயதில் துர்வாசர் அளித்த மந்திர உபதேசத்தி லிருந்து, கர்ணனைப் பெற்றெடுத்து ஆற்றில் விட்டது வரை நடந்தது அனைத்தையும் ஒளிக்காமல் சொன்னாள்.

கர்ணன், அதிர்ந்துபோனான். குந்தியை தேற்றக்கூட முடியாதவனாக நின்றான்.

குந்தி, கண்ணீரைத் துடைத்துக்கொண்டு பேசினாள்.

‘கர்ணா! எல்லாமே என் தவறுதான். அந்தச் சமயத்தில் எனக்கு வேறுவழி தெரியவில்லை. உலகம் பழிக்குமே என்றெண்ணி, அந்தப் பாவத்தைச் செய்துவிட்டேன்.

போனது போகட்டும்! இனி நடப்பவை நல்லதாக அமையட்டும். கர்ணா! நான் சொல்வதைக் கேள். கவச குண்டலங்களுடன் தேவ குமாரனாகப் பிறந்தவன் நீ! பாண்டவர்கள் உனது சகோதரர்கள் என்று தெரியாமலே, துரியோதனன் கூட்டத்தாருடன் சேர்ந்து அவர்களை எதிரிகளாக நினைத்தாய். இனி, அதை விட்டுவிடு. கொடியவர்களான திருதராஷ்டிர புத்திரர்களை விட்டு விலகி, பாண்டவர்களான உனது தம்பிகளை ஆதரித்து அரவணைத்துக்கொள். பாண்டவர்கள் அடையப்போகும் ராஜ்ஜியம், இனி உனக்கே உரிமையானது. எல்லோருக்கும் மூத்தவனான நீயே, அந்த ராஜ்ஜியத்தை அரசாண்டு வா! தம்பிகள் ஐவரும் உனக்குக் கீழ்ப்படிந்து நடப்பார்கள்!’ என்றாள்.

கர்ணன், அதிர்ச்சியிலிருந்து மீளாதவனாக விரக்தியுடன் பேசினான்:

‘தாயே! குழந்தையாக இருந்தபோது பழிக்குப் பயந்து என்னை ஆற்றோடு போகவிட்டு, இப்போது வந்து என்னை உனது மகன் என்றும் க்ஷத்திரிய வம்சம் என்றும் சொல்கிறாய். ஒரு தாய்க்கு உரிய கடமைகள் எதையும் எனக்குச் செய்யாத நீ, இப்போது உனது மகன்களின் நலனுக்காக வந்து ரகசியத்தை வெளிப்படுத்தினாய். இது வேடிக்கையாகவும் இருக்கிறது, வேதனையாகவும் இருக்கிறது.

எல்லோரும் என்னை இழிவாகப் பேசிய காலத்தில், எனக்கு ஒரு நாட்டையே தந்து மன்னனாக்கி ஆதரித்தவன் துரியோதனன்! இத்தனை காலம் அவனுடைய உப்பைச் சாப்பிட்டு விட்டு, ஒரு இக்கட்டான தருணத்தில் அவனைக் கைவிட்டு பாண்டவர்களுடன் சேர்ந்தால் இந்த உலகம் என்னைக் கேவலமாகப் பேசாதா? மற்றவர்கள் பேசுவது இருக்கட்டும். என் மனசாட்சியே, முதலில் இதற்கு ஒப்புக்கொள்ளாது. அப்படியொரு துரோகத்தை ஒருபோதும் நான் துரியோதனனுக்குச் செய்யமாட்டேன்.

இந்த யுத்தத்தில், துரியோதனன் என்னைத்தான் பெரிதும் நம்பி இருக்கிறான். இது நான் அவனுக்கு நன்றிக்கடன் செலுத்த வேண்டிய நேரம். அவனுக்கு உதவி செய்யவேண்டிய இந்த முக்கியமான

தருணத்தில், கண்டிப்பாக நான் அவனைக் கைவிட மாட்டேன். துரியோதனனுக்கான செஞ்சோற்றுக் கடனை, இந்த யுத்தத்தில் கழித்தே தீருவேன். இது சத்தியம்! தங்கள் விருப்பத்தைப் பூர்த்தி செய்யமுடியாத என்னை மன்னித்துவிடுங்கள் தாயே! பாண்டவர்களுடன் சேருவதைத் தவிர, நீங்கள் வேறு எதைச் சொன்னாலும் அதை நான் செய்கிறேன்!' - உறுதியான குரலில் சொன்னான் கர்ணன்.

கர்ணனின் மனத்தை மாற்ற முடியாது என்று உணர்ந்துகொண்ட குந்தி, தனது கண்களைத் துடைத்துக்கொண்டு, 'கர்ணா! நீ எனக்கு இரண்டு வரங்கள் தருவாயா?' என்று கேட்டாள்.

'தாயே! எவர் கேட்டாலும் இல்லையெனச் சொல்லாமல் தரும் விருப்பம் கொண்டவன் நான். என் அன்னைக்கு மறுப்பேனா என்ன? தாராளமாகக் கேளுங்கள்!' என்றான் கர்ணன்.

'மகனே கர்ணா! யுத்தத்தில் நீ உனது நாகாஸ்திரத்தை ஒருமுறைக்கு மேல் அர்ஜுனன்மீது பயன்படுத்தக் கூடாது. அர்ஜுனனைத் தவிர, உன் மற்ற நான்கு தம்பிகளையும் கொல்லக் கூடாது! - இதுவே உன்னிடம் நான் கேட்கும் வரங்கள்!'

'அம்மா! ஒருமுறை நான் செலுத்திய பாணம் எதுவும் இதுவரை குறி தவறியதில்லை. அப்படித் தவறியதென்றால் அந்தப் பாணத்தை நான் மீண்டும் செலுத்துவதுமில்லை. எனவே, நீங்கள் கேட்டபடியே நாகாஸ்திரத்தை ஒருமுறைக்கு மேல் பிரயோகிக்க மாட்டேன். அதுபோல, யுத்தத்தில் மற்ற நால்வரையும் நிச்சயம் நான் கொல்லமாட்டேன். அர்ஜுனனுடன் போர் செய்வதே எனது முக்கியக் குறிக்கோள்! ஒன்று, என்னால் அர்ஜுனன் மடியவேண்டும். இல்லையென்றால் அர்ஜுனனால் கொல்லப்பட்டு, நான் வீர சொர்க்கம் பெறவேண்டும். ஆகவே அர்ஜுனன் இறந்தால், என்னோடு சேர்த்து உனக்கு ஐந்து மகன்கள் இருப்பார்கள். நான் இறந்தால், அப்போதும் அர்ஜுனனுடன் ஐந்து மகன்கள் உனக்கு உண்டு. கவலை கொள்ளாதே!' என்று வரம் அளித்தான் கர்ணன்.

குந்தி தழுதழுத்த குரலுடன் கேட்டாள்.

'கர்ணா! ஒரு நல்ல தாயாக உனக்குச் செய்யவேண்டிய கடமைகள் எதையும் நான் செய்யவில்லை. இந்தக் குற்ற உணர்வு நான் சாகும்வரையிலும் என்னுடன் இருக்கும். போகட்டும்! இந்தத் தாயிடம் உனக்கு என்ன வரம் வேண்டும்? கேளடா கண்ணே!' என்று தேம்பினாள்.

'அம்மா! நான் யுத்தபூமியில் மரணம் அடையும்வரை என்னை உன் மகன் என்று வெளிப்படுத்தாதே! அப்படி இறந்தேன் என்றால், என்னை உன் மடியில் தூக்கிப் போட்டுக்கொண்டு 'மகனே!' என்று அழுது கண்ணீர் விடு. அப்போது இந்த உலகம், என்னை உனது மகன் என்று அறிந்துகொள்ளட்டும்!' என்று கேட்டு அவளை வழியனுப்பி வைத்தான்.

•••

பாரதபூமி ஒரு மிகப்பெரிய யுத்தத்தைச் சந்திக்க தயாராகிக் கொண்டிருந்தது. ஒவ்வொரு தேசமுமே பரபரப்பாக தங்களுடைய சேனைகளை தயார்ப்படுத்திக்கொண்டு குருக்ஷேத்திர களத்துக்கு விரைந்து கொண்டிருந்தன. எல்லாச் சாலைகளுமே, குதிரைகளாலும் ரதங்களாலும் நிரம்பி வழிந்தன.

விராட தேசத்தில், பாண்டவர்களின் ஆலோசனை சபை கூடியது. பாண்டவர்களிடம் இப்போது ஏழு அக்குரோணி படைகள் சேர்ந்திருந்தன.

அக்குரோணி என்பது படைகளின் எண்ணிக்கையைக் குறிக்கும் வார்த்தை.

ஒரு தேர், ஒரு யானை, மூன்று குதிரைகள், ஐந்து காலாட்கள் கொண்ட பிரிவுக்கு 'பத்தி' என்று பெயர். கிட்டத்தட்ட 22,000 பத்தி கொண்டது தான் ஓர் அக்குரோணி.

அதாவது பாண்டவர்களின் படை, 1,53,090 ரதங்கள், 1,53,090 யானைகள், 4,59,270 குதிரைகள், 7,65,450 காலாட்படை வீரர்கள் கொண்டதாக இருந்தது.

தரும புத்திரன் பேச்சைத் தொடங்கினான்:

'விதிவசத்தால், நாம் யுத்தத்தை சந்திக்க வேண்டியவர்களாகி விட்டோம். இனி, எது பற்றியும் விவாதித்துப் பயனில்லை. ஆகவே, யுத்தத்தை எதிர்கொள்வதைப்பற்றிப் பேசுவோம். நமது படை ஏழு அக்குரோணிகளைக் கொண்டது. துருபதன், விராடன், திருஷ்டத்யும்னன், சிகண்டி, சாத்யகி, சேகிதானன், திருஷ்டகேது ஆகியோர் தலைமையில் நமது ஏழு அக்குரோணி படைகளும் செயல்படும். இனி இந்த ஏழு பேரில் ஒருவரை, நமது மொத்தப்படைகளுக்கும் படைத் தளபதியாக்க வேண்டும். பீஷ்மர், துரோணர், போன்ற மிகப் பெரிய வீரர்களை எதிர்த்துத் தாக்கக்கூடியவராகவும், சேனைகளை

சந்தர்ப்பத்துக்குத் தக்கபடி நடத்த வல்லவராகவும் அவர் இருக்க வேண்டும். சகாதேவா, நீ சொல்! யாரை நியமிக்கலாம் என்று நீ நினைக்கிறாய்?' என்று கேட்டான்.

'அஞ்ஞாத வாச காலத்தில் நமக்கு ஆதரவளித்து அரவணைத்த விராட மன்னரையே சேனாதிபதியாக்கலாம்' என்றான் சகாதேவன்.

நகுலனைக் கேட்டபோது, 'துரோணரைப் பழி தீர்ப்பதற்காகவே காத் திருக்கும் துருபதராஜாவை படைத்தளபதியாக்கலாம்' என்றான்.

'துரோணரைக் கொல்வதற்காகவே பிறந்துள்ள திருஷ்டத்யும்னனை நியமிக்கலாம்' என்றான் அர்ஜுனன்.

பீமனோ, 'பீஷ்மரை வீழ்த்துவதற்காகவே பலவிதத் துன்பங்களை அடைந்த சிகண்டியை நியமிக்கலாம்' என்றான்.

கடைசியாக எல்லோரும் கிருஷ்ணனுடைய கருத்தைக் கேட்டனர்.

'தரும புத்திரா! இவர்கள் சொன்ன எல்லோருமே தளபதியாகத் தகுந்தவர்கள்தான். எதிரிகளை நடுங்கவைக்க வல்லவர்கள்தான்! ஆனால் அர்ஜுனன் சொன்னபடி, திருஷ்டத்யும்னனை நியமிக்கலாம் என்பதே எனது எண்ணமும்' என்றான் கிருஷ்ணன்.

அதன்படி, பாண்டவர் படைக்கு திருஷ்டத்யும்னன் படைத்தளபதியாக நியமிக்கப்பட்டான். வீரர்கள் ஜெயகோஷம் எழுப்ப, வாத்தியங்கள் முழங்க, பாண்டவர் படை திருஷ்டத்யும்னன் தலைமையில் குருக்ஷேத் திரக் களத்தில் இறங்கியது.

இதே சமயத்தில் துரியோதனனும் படைகளை அணிவகுத்துப் பிரித்து சேனாதிபதிகளை நியமித்திருந்தான். துரியோதனன் தரப்பில் பதினொரு அக்குரோணி படைகள் குவிந்திருந்தன.

அதாவது - 2,40,570 ரதங்கள், 2,40, 570 யானைகள், 7,21,710 குதிரைகள், 12,02,850 காலாட்படை வீரர்கள் கொண்டதாக துரியோதனன் படை வலிமையுடன் காணப்பட்டது.

பதினொரு அக்குரோணி படைகளுக்கும், பீஷ்மர், கிருபர், துரோணர், சல்லியன், ஜயத்ரதன், சுதக்ஷிணன், கிருதவர்மா, அஸ்வத்தாமா, கர்ணன், சகுனி, பாகலீகன் ஆகியோரை சேனாதிபதிகளாக்கிய துரியோ தனன், பின் பீஷ்மரிடம் சொன்னான்

'பிதாமகரே! எத்தனை பெரிய படைபலம் இருந்தாலும் சரியான படைத்தலைமை இல்லாவிட்டால், அவிழ்த்துவிட்ட நெல்லிக்கனி

மூட்டைபோல படைகள் சிதறிவிடும். எனவே, தேவர்களுக்கு முருகப்பெருமான் படைச் சேனாதிபதியாக இருப்பது போல, தாங்களே கௌரவர் படை சேனாதிபதியாக இருந்து பதினெட்டு அக்குரோணி படைகளையும் வழிநடத்தவேண்டும். உங்களைப் பின், தொடர்ந்துவர நாங்கள் சித்தமாக இருக்கிறோம். நீங்கள்தான் எங்களுக்கு, வெற்றியையும் புகழையும் தேடித் தரவேண்டும்!' என்றான்.

பீஷ்மரும், 'துரியோதனா! உன் விருப்பப்படி நடக்க நான் கடமைப் பட்டுள்ளேன். ஏனென்றால், எல்லாக் காலத்திலும் அஸ்தினாபுரத்து ராஜ்ஜியத்தைக் காக்க துணையிருப்பதாக சபதம் செய்திருக்கிறேன். அதன்படி இப்போது உன் பக்கம் நின்று போர் செய்வேன். ஆனால், பாண்டவர்களை என்னால் கொல்ல முடியாது. அப்படிச் செய்தால், நமது குலத்தில் பாதியை நானே அழித்தவனாவேன். அதை நான் செய்யமாட்டேன்.

அதேபோல், இப்போது ஆண் தன்மை கொண்டிருந்தாலும் பிறப்பில் பெண்ணாகப் பிறந்தவன் சிகண்டி. ஒரு பெண்ணை எதிர்ப்பது எனது வீரத்துக்கு இழுக்கு. எனவே, சிகண்டியையும் எதிர்க்க மாட்டேன். மற்றபடி யுத்தம் நடக்கும் ஒவ்வொரு நாளும் எதிர்த்தரப்பில் பதினாயிரக்கணக்கான போர்வீரர்கள் எனது பாணத்துக்குப் பலியாவது நிச்சயம். இப்படி நான் சொல்வது உனது நண்பனான தேரோட்டி மகனுக்குப் பிடிக்காமல் போகலாம். அதனால், எப்போதும் உன்னைத் தவறான வழிக்கு அழைத்துச்செல்லும் அவனையேகூட படைத் தளபதியாக்கி, நீ படை நடத்த நினைத்தாலும் எனக்கு ஆட்சேபணை யில்லை!' என்றார்.

இதைக்கேட்ட கர்ணன் வெகுண்டெழுந்தான்.

'பிதாமகரே! ஏனோ தங்களுக்கு, ஆரம்பம் முதலே என்னைப் பிடிக்காமல் போய்விட்டது. அப்படி நான் என்ன தவறு செய்து விட்டேன் என்று எனக்கே புரியவில்லை. வேறு என்ன கெட்ட நடத்தையை என்னிடம் கண்டீர்கள் என்றும் தெரியவில்லை. வயதானவராக இருந்தாலும், அதற்கேற்ற பெருந்தன்மையான குணம் உங்களிடமில்லை. இனியாவது மாற்றிக் கொள்ள முயற்சியுங்கள்!' என்றவன் துரியோதனனிடம் திரும்பிச்சொன்னான்.

'துரியோதனா! கிழடுதட்டிப் போனதால், பீஷ்மருக்கு மூளை மழுங்கிப் போய்விட்டது. அகம்பாவம் பிடித்த பீஷ்மர் உயிரோடு இருக்கும் வரை, நான் இந்த யுத்தத்தில் பங்கு கொள்ள மாட்டேன். பீஷ்மர்

வீழ்ந்தபிறகே யுத்தகளம் வருவேன்! இது சத்தியம்!' என்று சொல்லி விட்டு வெளியேறினான்.

துரியோதனன் வேறுவழியின்றி பீஷ்மரின் நிபந்தனைக்கு ஒப்புக் கொண்டு அவரை படைத்தளபதியாக நியமித்தான்.

பீஷ்மரின் தலைமையில், கௌரவர் படையும் கடலலை போல குருக்ஷேத்திர பூமியில் புகுந்தது.

இரு தரப்புப் படைகளும் யுத்தகளத்தில் எதிரெதிராக பாசறைகள் அமைத்துத் தங்கின. யானைகளின் பிளிறல்களும், குதிரைகளின் கனைப்புச் சத்தமும், ஆயுதங்களைத் தயாரிக்கும் உலைக் களத்து ஓசையும், வீரர்களின் ஆரவாரமும் ஆட்டமும் பாட்டும் வாத்திய கோஷங்களுமாக குருக்ஷேத்திரக் களம் யுத்தத்திருவிழாவாகக் காணப்பட்டது.

புகழ்பெற்ற வீரனும் கிருஷ்ணனின் அண்ணனுமான பலராமன் பாண்டவர்களின் பாசறைக்கு வந்தான்.

தருமனும் மற்றவர்களும் அவனை வணங்கி வரவேற்றனர்.

ஆசனத்தில் அமர்ந்த பலராமன் துயரத்துடன் பேசினான்:

'பகையும் பேராசையும் பழி தீர்க்கும் வெறியும் எல்லாமுமாகச் சேர்ந்து, க்ஷத்திரிய குலத்தவர்களை யுத்தபூமிக்கு இழுத்து வந்து விட்டது. இனி, இந்தக் குருக்ஷேத்திரம் ரத்தத்தால் நனையப் போகிறது. க்ஷத்திரிய குலத்தின் நாசம் இப்போதே என் கண்களில் தெரிகிறது. பீமனும் துரியோதனனும் இருவருமே என் சீடர்கள்தான்! பாண்டவர்கள், கௌரவர்கள் இருவருமே எனக்கு ஒன்றுதான். அதனால்தான் எந்தப் பக்கமும் நாம் சேரவேண்டாம் என்று கிருஷ்ணனிடம் சொன்னேன். ஆனால் அவன், அர்ஜுனன்மீது கொண்ட பிரியத்தினால் உங்கள் பக்கம் வந்து நின்றுவிட்டான். கிருஷ்ணனுக்கு எதிராக நான் எப்போதும் செல்லமாட்டேன். ஆகவே, நான் இந்த யுத்தத்திலேயே பங்குகொள்ளப் போவதில்லை. இப்போதே புறப்பட்டுத் தீர்த்தயாத்திரை செல்லப்போகிறேன்!' என்று கூறி துயரத்துடன் புறப்பட்டுப் போனான்.

பலராமனைப் போலவே விதுரனும் போரில் கலந்து கொள்ள மறுத்து விட்டான்.

மாலைப்பொழுது கழிந்து இருள் சூழ்ந்தது. விடிந்தால் தொடங்கப் போகிற யுத்தத்துக்காக, இரு தரப்பு பாசறைகளிலும் தீப்பந்தங்கள்

கொளுத்தப்பட்டு வியூகங்கள், குறித்த ஆலோசனைகள் வகுக்கப்பட்டுக்கொண்டிருந்தன.

•••

அஸ்தினாபுரத்து அரண்மனையிலோ, திருதராஷ்டிரன், துக்கத்தில் மூழ்கியவனாக உட்கார்ந்திருந்தான். நாளைய யுத்தத்தில் என்னவெல்லாம் நடக்கப்போகிறதோ என்றெண்ணி, திகிலில் ஆழ்ந்திருந்தான். பக்கத்தில் சஞ்சயன் அமர்ந்திருந்தான்.

அப்போது வியாசர் அங்கு வந்தார்.

'திருதராஷ்டிரா! பரத குலத்தின் அழிவானது நாளை தொடங்கப்போகிறது. பாண்டவர்களும் உனது மகன்களும் யுத்தத்தில் கொடூரமாக மோதிக்கொள்ளப் போகிறார்கள். அந்த யுத்தத்தைப் பார்க்க வேண்டும் என்று ஆசைப்படுகிறாயா? அப்படியானால் சொல். உனக்குப்பார்வை கிடைக்குமாறு செய்கிறேன்' என்று கேட்டார்.

'வேண்டாம் மகரிஷி! வேண்டவே வேண்டாம்! என் மகன்களும் தம்பியின் பிள்ளைகளும் மற்ற உறவினர்களும் ஒருவரையொருவர் தாக்கிக்கொண்டு கொல்லப்படுவதைப் பார்க்க எனக்கு விருப்பமில்லை. ஆனாலும், யுத்தத்தில் என்ன நடைபெறுகிறது என்பதை அறியமட்டும் ஆவலாக இருக்கிறேன். இதை வேறு யாராவது எனக்கு அவ்வப்போது சொல்லிக்கொண்டிருந்தால் போதும்!' என்றான் திருதராஷ்டிரன்.

ஒரு நொடி யோசித்த வியாசர், 'சரி. யுத்தகளத்தில் நடப்பதை இங்கிருந்தே பார்த்துச் சொல்லும்படியாக உனது அமைச்சனான சஞ்சயனுக்கு விசேஷ சக்தியை அளிக்கிறேன். குருக்ஷேத்திரக் களத்தில் நடக்கும் யுத்தம் மட்டுமல்ல! இருதரப்பிலும் நடக்கும் ரகசிய ஆலோசனைகள், திட்டங்கள் உள்பட எதுவுமே இவனுடைய பார்வைக்குத் தப்பாது. சஞ்சயன் மூலமாக நீ அதை அறிந்துகொள். ஆனால் திருதராஷ்டிரா! எது நடந்தாலும் மனக் கலக்கம் கொள்ளாதே! துக்கப்படாதே! நடப்பது எல்லாமே தெய்வத்தின் செயல் என்று உணர்ந்து மனத்தைத் தேற்றிக்கொள்!' என்று சொல்லி விட்டுப் போனார்.

29

குருக்ஷேத்திர பூமியில் கீதோபதேசம் !

இதோ குருக்ஷேத்திர பூமி இன்னும் கொஞ்ச நேரத்தில் கொலைக்களமாகப் போகிறது!

இருபுறமும் வீரர்கள் கூட்டம் ஜெயகோஷமிட்டு ஆரவாரிக்கிறது. போர்ப்பறைகள் அதிருகின்றன. யானைகள் ஆக்ரோஷத்துடன் துதிக்கை களைச் சுழற்றுகின்றன. குதிரைகள் முன் கால்களை உயர்த்தி, கனைத்து ஆர்ப்பரிக்கின்றன. தேர்களின் சக்கரங்கள், பாய்வதற்குத் தயாராக தட தடத்துக்கொண்டிருக்கின்றன.

அஸ்தினாபுரத்தில் வியாசரின் அருளால் விசேஷ பார்வையைப் பெற்ற சஞ்சயன், அங்கிருந்தபடியே போர்க்களத்து நிகழ்வுகளை திருத ராஷ்டிரனுக்கு விவரித்துக்கொண்டிருக்கிறான்.

'அரசே! இரு பக்கமும் படை வீரர்கள் அணிவகுத்து நின்று சங்கின் முழக்கத்துக்காகக் காத்திருக்கிறார்கள். அர்ஜுனனுடைய ரதத்தின் சாரதியாக கிருஷ்ணன் அமர்ந்திருக்கிறான். அர்ஜுனன் அவனிடம், 'கிருஷ்ணா! நமது தேரை இரண்டு படைப்பிரிவுகளுக்கும் மத்தியில் கொண்டு நிறுத்து! சமாதானத்தை வெறுத்து யுத்தத்தை நேசித்த கௌரவர்களை நான் கடைசியாகப் பார்த்துக்கொள்கிறேன்!' என்று கேட்கிறான். கிருஷ்ணனும் அவனுடைய விருப்பப்படி, ரதத்தைக் கொண்டு நிறுத்துகிறான்' என்று சஞ்சயன், குருக்ஷேத்திர நிகழ்வுகள் ஒவ்வொன்றையும் சொல்லத் தொடங்கினான்.

அர்ஜுனன் எதிரணிப் படையைப் பார்த்தான். ஒவ்வொருவரையும் பார்க்கப் பார்க்க, அவன் மனத்தில் பரிதவிப்பே மேலோங்கியது. கோபம் வரவில்லை; ஆத்திரம் பொங்கவில்லை; பழிவெறி தோன்றவில்லை; துயரமே சூழ்ந்தது!

போர்க்களத்தில் மனம் சோர்ந்த அர்ஜுனனுக்கு,
கீதோபதேசம் செய்கிறான் கண்ணன்.

'இதோ, என் எதிரே நின்றிருப்பவர்கள் எல்லோரும் எனது உறவினர் கள். நண்பர்கள். நான் பெரிதும் மதிப்பவர்கள். போற்றப்பட வேண்டியவர்கள். இவர்களையா நான் எதிர்க்க வேண்டும்? இவர் களையா நான் அஸ்திரங்களால் வதைக்க வேண்டும்? இவர்களையா நான் கொல்லவேண்டும்?' - நினைத்தபோதே அவன் நெஞ்சு பதறி யது. கையிலிருந்த காண்டீபம் நடுங்கியது. கண்களிலிருந்து கண்ணீர் பெருகி வழிந்தது.

அர்ஜுனின் நிலைமையைக் கண்டுகொண்ட கிருஷ்ணன், 'அர்ஜுனா! ஏன், என்னாயிற்று உனக்கு? கலக்கமும் கண்ணீரும் எதற்காக?' என்று கேட்டான்.

'கிருஷ்ணா! இதென்ன கொடுமை? விதிக்கு இரக்கமே கிடையாதா? என்னை வளர்த்தவர்கள், சீராட்டியவர்கள், தோழர்கள், உறவினர்கள், பெரியோர்கள் இவர்களல்லவா என் முன்னே நிற்கிறார்கள். இவர் களை நான் எப்படிக் கொல்வேன் கண்ணா? இத்தனை பேரின் உயிர் களையும் கொன்று அடையப்போகும் ராஜ்ஜியத்தால், என்ன பயன் கிடைக்கப் போகிறது சொல்? அதனால் கொஞ்சமாவது மகிழ்ச்சி கிடைக்குமா? இந்திரப் பிரஸ்த ராஜ்ஜியம் மட்டுமல்ல! அந்த மூவுலகையுமே என் காலடியில் வைப்பதாக இருந்தாலும், என்னால் இதைச் செய்ய முடியாது!'

கை கால்கள் துவண்டு, வாய் உலர்ந்து, மயக்கநிலை அடைந்தவன் போல தனது வில்லையும் அம்புகளையும் கீழே வீசிவிட்டு, ரதத் திலேயே அமர்ந்துவிட்டான் அர்ஜுனன்.

இதைக்கண்ட கிருஷ்ணன், புன்னகையுடன் அர்ஜுனனுக்கு உப தேசிக்க ஆரம்பித்தான்.

தெய்வம் மனிதனுக்கு நேரிடையாக உபதேசித்த கரும யோகமாகிய கீதா உபதேசம், அந்தக் கொலைக்களத்தில்தான் பிறந்தது.

கொலை நூல் என்றும், யோக நூல் என்றும், பக்தி நூல் என்றும் பலவித மாகப் போற்றப்படுகிற வேதசாரமான கீதை, கண்ணனின் வாய் மொழியாக அங்கே அரங்கேறியது.

அடுக்கடுக்காக - மனிதனின் வாழ்க்கைக்கான கர்மத்தை, தர்மத்தை, நெறியைப் பலவிதமாக விளக்கிய கிருஷ்ணன், அனைத்தும் தன்னுள் அடக்கம் என்பதை அர்ஜுனனுக்கு உணர்த்துவதற்காக தன்னுடைய விசுவரூப தரிசனத்தைக் காட்டினான்.

அர்ஜுனனைத் தவிர, வியாசரின் அருளால் விசேஷ பார்வையைப் பெற்ற சஞ்சயனும் அந்த விஸ்வரூப தரிசனத்தைக்கண்டு மகிழ்ந்தான்.

பின் கிருஷ்ணன் முடிவாக, 'அர்ஜுனா! என்னை நம்பு. என்னிடம் பக்தி செலுத்து. மனத்தால் என்னைச் சரணடைந்து விடு. உனது செயல்கள் எல்லாவற்றையும் என்னிடம் சமர்ப்பித்து விடு. அப்போது, பாவம் உன்னைச் சேராது! உனக்கு விதிக்கப்பட்ட கடமையை மட்டும் தவறாமல் செய். அதைச் செய்வதால் உனக்கு மரணமே நேர்ந்தாலும் சரி. அதை செய்யத் தவறாதே அதனால் விளையக்கூடிய பலன்! எதுவானாலும், அதை என்னிடம் அர்ப்பணித்து விடு. அதுவே உன் தர்மம்!' என்று சொல்லிமுடித்தான்.

அர்ஜுனன், மனத்தெளிவு பெற்றான். காண்டீபத்தை மீண்டும் கையில் ஏந்தினான். தன்னுடைய தேவதத்தம் என்கிற சங்கை எடுத்து ஊதினான். கூடவே கிருஷ்ணனும் தன்னுடைய பாஞ்சசன்யத்தை முழக்கினான்.

அவ்வளவுதான்! இனி, போரைத் தொடங்கவேண்டியதுதான்.

'ஆனால்...ஆனால்..இதென்ன! தருமன் தன் ஆயுதங்களைத் தேர்த் தட்டில் வைத்துவிட்டு எதற்காக கௌரவ சேனையை நோக்கிச் செல்கிறான்? என்ன ஆனது அவனுக்கு?'

எல்லோரும் திகைத்தார்கள்!

'எதிரே உறவினர்களைக் கண்டு தருமனும் மனம் கலங்கி விட்டானோ? கருணையினால் பாதிக்கப்பட்டு, யுத்தமே வேண்டாம் என்று தீர் மானித்துவிட்டானோ?' - அர்ஜுனனும் பீமனும் நகுல சகாதேவனும் குழம்பினார்கள்.

தருமனின் மனப்போக்கை உணர்ந்தவனாக கிருஷ்ணன் கூறினான்:

'யாரும் குழப்பமடையத் தேவையில்லை. யுத்தம் தொடங்குவதற்கு முன் பெரியவர்களிடத்தில் ஆசி பெறுவதற்காகவே தரும புத்திரன் செல்கிறான். மூத்தோர்களைப் பணிந்து வணங்கி ஒரு காரியத்தைத் தொடங்கினால், அதில் வெற்றி நிச்சயம்! தரும புத்திரனின் இந்தச் செயல் வரவேற்கத்தகுந்ததே!' என்றான்.

இதைப் புரிந்துகொள்ளாத கௌரவ சேனையோ தருமனைக் கேலி செய்தது.

'அங்கே பாருங்கள்! நமது கடல் போன்ற சேனையைக் கண்டு தருமன் கதிகலங்கிப் போய்விட்டான். பீஷ்மரிடம் சமாதானம் பேசுவதற் காகவே வருகிறான் அந்தக் கோழை!' என்று தூற்றினார்கள்.

தருமன், எதையும் காதில் வாங்காமல் பீஷ்மரிடம் சென்று அவரின் பாதங்களைத் தொட்டு வணங்கினான்.

'பிதாமகரே! தேவர்களாலும் வெல்ல முடியாத வீரர் நீங்கள். துதிக்கப் பட வேண்டியவரான உங்களுக்கு எதிராக, காலம் என்னைக் கொண்டு வந்து நிறுத்திவிட்டது. யுத்தம் என்மீது திணிக்கப்பட்டு விட்டது. ஆகவே, இந்தப் போரைத் தொடங்க தாங்கள் அனுமதியும் ஆசியும் அளிக்கவேண்டும்!' என்று உருக்கத்துடன் கேட்டுக்கொண்டான்.

பீஷ்மரின் மனம் பெருமிதத்தால் விம்மியது.

'தரும புத்திரா! இந்தப் பணிவும் பிரியமும், எப்போதும் உன்னைக் காக்கும். பெரியவர்களின் அனுமதியும் ஆசியும் இல்லாமல், எந்தக் காரியத்தையும் தொடங்கக் கூடாது என்கிறது சாஸ்திரம். பெரியோர் களின்மீது மதிப்பும் சாஸ்திர சம்பிரதாயங்களில் பற்றும் கொண்டுள்ள உனக்கு, தோல்வி என்பதே இல்லை. என் ஆசிகள் எப்போதும் உனக்கு உண்டு. போய் வா! உன் கடமையைச் செய்!' என்று வாழ்த்தினார்.

தரும புத்திரன் அடுத்து ஆச்சாரியார் துரோணரிடமும், கிருபரிடமும், மாமன் சல்லியனிடமும் சென்று அவர்களையும் பணிந்தான். மூவரும், அவனை வாழ்த்தி ஆசீர்வதித்தனர்.

அடுத்தகணம் கொம்புகள் ஊதப்பட்டன. பறைகள் அதிர்ந்தன. சங்குகள் முழங்கின. வீரர்கள் ஜெயகோஷத்துடன் பாய்ந்தனர்.

ஆக்ரோஷமாக ஆரம்பித்தது முதல்நாள் யுத்தம்!

இரு தரப்புப் படைகளும் உக்கிரமாக நேருக்கு நேர் மோதிக் கொண்ட போது, புழுதி பறந்து வானம் இருண்டது.

அர்ஜுனன், பீஷ்மரை எதிர்த்தான். தருமன், சல்லியனைத் தாக்கினான். துரோணருடன் போரிட்டான் திருஷ்டத்யும்னன். துரோணரின் மகனா கிய அசுவத்தாமனுடன் சண்டையிட்டான் சிகண்டி. பீமன் துரியோதன னுடன் மோத, அதுபோலவே மற்ற வீரர்கள் அவரவருக்குரிய சம வலிமை பொருந்திய வீரர்களுடன் யுத்தம் செய்தனர்.

போர் தொடங்கிய சில மணி நேரத்துக்குள்ளாகவே குருக்ஷேத்திர பூமி, ரத்தமும் சதையுமாக கோரமாகிப் போனது. கணக்கில்லாத யானை குதிரைகளும் காலாட்படை வீரர்களும் கொல்லப்பட்டு மண்ணில் வீழ்ந்தார்கள். கூச்சலும் கர்ஜனையுமாக போர்க்களம் அமளிப்பட்டது. எதிரிகளால் வீழ்த்தப்பட்டவர்களின் ஓலக்குரல்கள் மனத்தைக் கிழிப்பதாக இருந்தது.

போர்க்களத்தில் பீஷ்மரின் வீரம் பிரமிக்கவைத்தது. அவர் செல்லும் பாதையெல்லாம் பாண்டவர் படையில் வீரர்களின் தலைகள் உருண்டுகொண்டே இருந்தன. இதைக்கண்டு ஆத்திரமடைந்தான் அபிமன்யு. தனது ரதத்தை பீஷ்மரின்முன் கொண்டுபோய் நிறுத்தி அவரைத் தடுத்துபோரிட்டான். பீஷ்மரைத் தாக்கிய அவனுடைய அஸ்திரத் திறமை அபாரமாக இருந்தது. 'ஆஹா! தகப்பனுக்குத் தப்பாத பிள்ளை!' என்று மனத்துக்குள் பாராட்டினார் பீஷ்மர்.

தனது தேர்க்கொடியை அறுத்து வீழ்த்திய அபிமன்யுவை, முழு வேகத்துடன் எதிர்த்தார். சரமாரியான அஸ்திரங்களை அவன்மீது எய்தார். அப்போது, அபிமன்யுவுக்குத் துணையாக விராடனும் அவனுடைய மகன் உத்திரனும் விரைந்து வந்தனர். பீமனும் திருஷ்டத்யும்னனும்கூட அங்கே வந்து, பீஷ்மரைத் தாக்கினார்கள். அபிமன்யுவைவிட்டு அவர்களுடன் போரிடத் தொடங்கினார் பீஷ்மர்.

அப்போது கௌரவர்கள் தரப்பில் போரிட்டுக்கொண்டிருந்த சல்லியன், விராடனின் மகனான உத்திரனைக் கொன்றான். சகோதரன் இறந்ததினால் கோபம் கொண்டு போரிட்ட விராடனின் இன்னொரு மகனான சுவேதன் என்பவனை பீஷ்மர் கொன்றார்.

பீஷ்மரின் உக்கிரமான தாக்குதலை யாராலும் எதிர்கொள்ளமுடியவில்லை. மகாவீரனான சுவேதன் இறந்ததைத் தொடர்ந்து, மேலும் தங்கள் தரப்பில் இழப்புகள் அதிகமாவதைக் கண்டு பாண்டவர்கள் மனம் கலங்கினார்கள்.

இந்தச் சூழ்நிலையில் சூரியன் அஸ்தமிக்க, முதல்நாள் போர் முடிவுக்கு வந்தது. கௌரவர்கள் வெற்றிக்களிப்புடன் தங்களின் பாசறைகளுக்குச் செல்ல, பாண்டவர்கள் தோல்வியில் துவண்டவர்களாகத் திரும்பினார்கள்.

அன்றிரவு, தருமபுத்திரனின் பாசறையில் எல்லோருமே கவலையுடன் காணப்பட்டனர்.

தருமன், கிருஷ்ணனிடம் புலம்பினான்.

'கிருஷ்ணா! யுத்தத்தில் வெற்றிபெறுவோம் என்கிற நம்பிக்கை, இன்று என்னிடமிருந்து போய்விட்டது. பீஷ்மரின் ஆற்றலை யாரால் எதிர்கொள்ள முடியும்? அவர் ஒருவரே நமது மொத்தப்படைகளையும் அழித்துவிடுவார் போலிருக்கிறதே! இதற்கு என்னதான் வழி?' என்று வருந்தினான்.

‘தரும புத்திரா, கவலைப்படாதே! வீரர்களான தம்பிகள் உன்னோடு இருக்கிறார்கள். இன்னும் துருபதன், விராடன், திருஷ்டத்யும்னன், சாத்யகி போன்ற கணக்கில்லாத வீரர்கள் பக்கபலமாக இருக்கும்போது, எதற்காக பயம் கொள்கிறாய்? துணிவோடு இரு! தருமமே வெல்லும்!’ என்றான் கிருஷ்ணன்.

மறுநாள் யுத்தம் அதை நிரூபித்தது.

•••

சூரியன் இருளைக்கிழித்து வெளிப்பட்டபோது, இரண்டாம் நாள் யுத்தம் ஆரம்பித்தது.

திருஷ்டத்யும்னன் அன்று ஒரு பறவையின் வடிவாகக் காணப்படும் கிரௌஞ்ச வியூகத்தை அமைத்திருந்தான்.

பறவையின் தலையாக துருபதராஜன் நிற்க, குந்தி போஜனும் சைத்ய னும் அதன் கண்களாக அமைந்தனர். மொத்தப் படையும் உடலாகத் திரண்டு நிற்க, தருமன் நிஷாதர்களுடன் வால்புறத்தில் இருந்தான். திருஷ்டத்யும்னனும் பீமனும் சிறகுகளாக வீரர்களுடன் நிற்க, பாண்டியனும் சோழனும் வலதுபுற சிறகில் இடம்பெற்றிருந்தனர்.

திருஷ்டத்யும்னனின் வலிமை வாய்ந்த வியூகத்தை, பீஷ்மர் மிகுந்த போராட்டத்துக்குப்பின் உடைத்தெறிந்தார்.

முதல்நாளைப் போலவே பீஷ்மரின் கணைகள் வீரியத்துடன் பாண்டவர் படையைச் சிதறடிக்க, அதைக்கண்டு கோபம் கொண்டான் அர்ஜுனன்.

அனுமன் கொடி கொண்ட அர்ஜுனனின் ரதம் பீஷ்மரை நோக்கி விரைந்தது.

வேகத்தோடு வந்த அர்ஜுனனை, தனது அஸ்திரங்களால் வரவேற்றார் பீஷ்மர். இருவரும் ஒருவரையொருவர் மிஞ்சும்படியாக போர் புரிந்தனர். ‘பிதாமகர் பீஷ்மர் நமது பொக்கிஷம். அவரை ஜாக்கிரதை யாகப் பாதுகாக்க வேண்டும். எல்லோரும் அவருக்குத் துணையாகச் செல்லுங்கள்!’ என்று சொல்லி, பீஷ்மரைக் காக்க அநேக வீரர்களை அனுப்பி வைத்தான் துரியோதனன். ஆனால் அர்ஜுனனின் அஸ்திரத்தி லிருந்து வெளிப்பட்ட அம்புகளோ மளமளவென்று அனைவரையும் எமலோகம் அனுப்பி வைத்தது. அங்கும் இங்குமாக கிருஷ்ணன் செலுத்திய ரதம், போர்க்களத்தையே துவம்சம் செய்தது. துரியோதனன் அதைக் கண்டு நடுங்கினான்.

‘பிதாமகரே! நீங்களும் துரோணரும் இருக்கும்போதே அர்ஜுனன் இப்படி வதம் செய்கிறானே! அங்கே பாருங்கள்! அவனால் அடுக்கடுக்காக நமது படைவீரர்களின் உயிர்கள் விண்ணில் பறக்கின்றன. நான் என்ன செய்வேன்? இப்போது அவனை எதிர்க்கக்கூடிய கர்ணனும் இங்கில்லையே! உங்களை நம்பியல்லவா கெட்டேன்? ஏதாவது செய்து, அவனைத் தடுத்து நிறுத்துங்கள்!’ என்று பீஷ்மரைத் தூண்டினான்.

பீஷ்மர், அர்ஜுனனை முன்னிலும் கடுமையாகத் தாக்க முற்பட்டார். அர்ஜுனன் அதை மிக லாகவமாகத் தடுத்து அவரைத் தாக்கினான். இருவருடைய சண்டையையும் காண்பதற்காக, வானத்தில் தேவர்களும் வந்து கூடினார்கள்.

மற்றொரு புறத்தில் துரோணரைக் கொல்வதற்காகவே பிறந்த திருஷ்டத்யும்னன் அவரை அம்புகளால் துளைத்தான். துரோணர் அவனுடைய வில்லின் நாணை அறுத்து, ரதத்தின் சாரதியையும் வீழ்த்தினார். திருஷ்டத்யும்னன் கோபத்துடன் கதாயுதத்தை எடுத்துக் கொண்டு கீழே குதித்தான். துரோணரை நோக்கிச் சென்றான். துரோணர், பாணங்களால் அவன் கதாயுதத்தையும் உடைத்தார். ஆத்திரமடைந்தவன், தன் வாளை எடுத்துக்கொண்டு விரைய, துரோணர் அவனை நகர முடியாமல் தொடர்ச்சியான அம்புகளால் தடுத்தார்.

இதைக்கண்டு ஓடோடிவந்த பீமன், துரோணரை தனது பாணங்களால் தாக்கியபடியே திருஷ்டத்யும்னனை தன்னுடைய தேரில் ஏற்றிக்கொண்டு அங்கிருந்து விரைந்தான். இதனால் கோபம் கொண்ட துரியோதனன்! ‘விடாதீர்கள், பீமனைக் கொல்லுங்கள்!’ என்று கலிங்கர் சேனைக்குக் கட்டளையிட்டான்.

பீமன் அரக்கச் சிரிப்புடன், தன்னைத் தாக்கவந்த கலிங்கர்களின் படையை வெட்டி வீழ்த்திக்கொண்டே போனான். உடல் முழுவதும் ரத்தமும் சதைத் துணுக்குகளுமாக எமனைப் போலக் காணப்பட்ட பீமனைக் கண்டு, கௌரவர் சேனை கதி கலங்கி ஓடியது.

சேனைகளின் பயத்தைக் கண்ட பீஷ்மர், பீமனிடமிருந்து கலிங்கர்களைக் காப்பாற்ற விரைந்து வந்தார். அவரை, அபிமன்யுவும் சாத்யகியும் எதிர்த்துத் தடுத்தனர். பீஷ்மருடைய சாரதியைக் குறி வைத்துக் கொன்றான் சாத்யகி. மிரண்டுபோன குதிரைகள் தறிகெட்ட வேகத்தில் பாய்ந்து பீஷ்மரின் தேரை இழுத்துக்கொண்டு யுத்த

களத்தைவிட்டு விலகி ஓடின. இதைப்பார்த்து மகிழ்ந்த பாண்டவர் சேனை, மேலும் உற்சாகமாக கௌரவர் படையை பலமாகத் தாக்கி அவர்களைச் சூறையாடியது.

இந்த இரண்டாவது நாள் போர், பாண்டவர்களுக்கு மகிழ்ச்சியையும் கௌரவர்களுக்கு பின்னடைவையும் தந்து முடிந்தது.

30

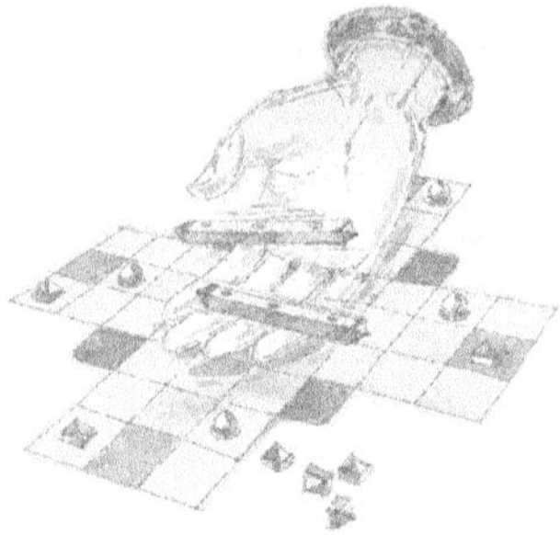

கிருஷ்ணனுக்கு வந்த கோபம்!

மறுதினம் தொடங்கிய மூன்றாவது நாள் யுத்தத்திலும், ஆரம்பத்தில் பாண்டவர்களுக்கே வெற்றிகள் குவிந்தன. பீமனும் அர்ஜுனனும், அசகாய சூரத்தனத்துடன் அற்புதமாகப் போரிட்டார்கள்.

பீஷ்மர் தனது படையை கருட வியூகமாக அமைத்து, தாமே அதன் முன்னணியில் நின்றார். துரியோதனன், வியூகத்தின் பின்புறத்தில் பலத்த படையுடன் பாதுகாத்தான்.

பாண்டவர்கள் அந்த கருட வியூகத்தை வளைத்துத் தாக்கும் விதமாக, தங்களுடைய சேனையை இரு கொம்பு போன்ற சந்திர வடிவமாக வகுத்தார்கள். அதன் ஒரு கொம்பில் பீமனும், மறு கொம்பில் அர்ஜுனனுமாக நின்று தாக்கினார்கள்.

இரு படைகளும் ஆவேசத்துடன் மோதிக்கொண்டன. மிகக் கடுமையாக யுத்தம் நடத்தியும், அர்ஜுனனால் வியூகத்தை உடைக்க முடியவில்லை. அதேபோல் பாண்டவர்களின் வியூகத்தையும் கௌரவர்களால் சிதைக்கமுடியவில்லை. போர் மேலும் உக்கிரமானது. அர்ஜுனனின் ஒவ்வொரு அஸ்திரமும் நூற்றுக்கணக்கான வீரர்களைக் கொன்றது.

சாத்யகியும் அபிமன்யுவும் சகுனியைத் தாக்கி துவம்சம் செய்தார்கள். தருமனது படையை துரோணரும் பீஷ்மரும் தாக்க, நகுல சகாதேவர்கள் தருமனுக்கு உதவியாக விரைந்தார்கள். துரியோதனனை, பீமனும் பீமனின் மகனுமான கடோத்கஜனும் சேர்ந்து பாணங்களால் வதைத்தார்கள். துரியோதனன் பீமனுடைய பாணத்தால் தாக்கப்பட்டு மயங்கி விழ, அதைக்கண்டு கௌரவ சேனை பின்வாங்கி ஓட்டம் பிடித்தது. பீமனும் கடோத்கஜனும் அவர்களைத் துரத்திச் சென்று

துன்புறுத்தினார்கள். அவர்களின் பாணங்களால் வதைபட்டு கௌரவசேனை கதறியது.

மூர்ச்சை தெளிந்த துரியோதனன், அலறியடித்துக்கொண்டு பீஷ்மரிடம் ஓடி வந்தான்.

'பிதாமகரே! உங்களையும் துரோணரையும் கிருபரையும் யாராலுமே வீழ்த்த முடியாது என்பது என் எண்ணம். அப்படியிருக்க, நமது படை பாண்டவர்களால் வதைக்கப்படுவதற்கு என்ன காரணம்? பாண்டவர்கள்மீது கொண்ட பாசத்தால் நீங்கள் மூவரும் தயங்குகிறீர்கள் என்று கருதுகிறேன். யுத்தம் தொடங்கும் முன்பாகவே இதை நீங்கள் ஒளிக்காமல் சொல்லியிருக்கலாமே! கர்ணனுடன் சேர்ந்து, நான் வேறு ஏதாவது ஏற்பாடுகள் செய்திருப்பேனே! பிதாமகரே! தயவுசெய்து என்மீதும் கொஞ்சம் கருணை காட்டுங்கள். போரை உக்கிரமாக நடத்தி வெற்றியைத் தாருங்கள்!' என்றான்.

துரியோதனனின் குதர்க்கமான வார்த்தைகள் பீஷ்மரின் மனத்தைக் காயப்படுத்தின.

'துரியோதனா, நான் வயதானவன் என்றாலும் மனசாட்சிக்கு விரோதமில்லாமல்தான் போரிடுகிறேன். கிருஷ்ண, அர்ஜுனர்களை வெல்லக்கூடியவர்கள் யாருமில்லை என்று நான் எத்தனையோ முறை உனக்குச் சொல்லிவிட்டேன். நீதான் கேட்காமல் யுத்தத்தைத் தொடங்கினாய். ஆனாலும், என் கடமையை நான் உறுதியாகச் செய்வேன். போ! போய் என் முழுபலத்தையும் பார்' என்றார்.

துரியோதனனிடம் சொன்னதுபோலவே சீறி எழுந்தார் பீஷ்மர். யுத்தகளத்தில் அவருடைய தேர் எல்லா இடங்களிலும் தென்பட்டது. ஒரே சமயத்தில் நூறு பீஷ்மர்கள் வந்துவிட்டார்களோ என்று எண்ணும்படியாக எங்கு பார்த்தாலும் தென்பட்டார். சுற்றிச் சுற்றிவந்து பாண்டவர் படையை வெட்டி வீழ்த்தினார். அஸ்திரங்களால் பொசுக்கினார். கதாயுதத்தால் அடித்துக் கொன்றார். எதிர்த்த அனைவரையும் எமனுலகுக்கு அனுப்பிக்கொண்டேயிருந்தார்.

பாண்டவர் படை தைரியம் இழந்து துவண்டது.

இதைக்கண்ட கிருஷ்ணன், 'அர்ஜுனா! போரில் பீஷ்மர், துரோணர் முதலானவர்களை வீழ்த்துவேன் என்று நீ சபதம் செய்திருப்பதை நினைவில் கொண்டு யுத்தம் செய். இப்போது உன் பலமான தாக்குதல்தான், நமது படைக்கு துணிவை உண்டாக்கும். மதிமயக்கம்

கொள்ளாமல் பீஷ்மரை எதிர்த்து நில். அவரைத் தடுத்து நிறுத்தி உன் திறமையைக் காட்டு' என்று தூண்டினான்.

அர்ஜுனன், பீஷ்மருக்குள் கடும் யுத்தம் தொடங்கியது. ஆனாலும், பீஷ்மரின் உக்கிரமான தாக்குதல் கிருஷ்ணனுக்கு அச்சத்தைத் தந்தது. மொத்த பாண்டவர் படையையும் பீஷ்மர் ஒருவரே அழித்துவிடு வாரோ என்று தோன்றியது. பீஷ்மரின் மேல் கொண்ட மதிப்பின் காரணமாக, அர்ஜுனன் மெத்தனமாகப் போரிடுகிறானோ என்று எண்ணினான் கிருஷ்ணன்.

பீஷ்மரின் தொடர் தாக்குதல்களாலும் பலம் பொருந்திய கணை களாலும், அர்ஜுனனும் கிருஷ்ணனும் பலமாக அடிபட்டனர். இரு வரின் உடலிலும் காயம்பட்டு ரத்தம் கசிந்தது. இதனால் ஆவேச மடைந்த கிருஷ்ணன், 'இனியும், நான் பொறுக்கப்போவதில்லை. பீஷ்மரை நானே கொல்வேன்!' என்று கர்ஜித்தபடி ரதத்தை விட்டு இறங்கினான். கையில் சக்ராயுதத்துடன் பீஷ்மரை நோக்கி ஓடினான்.

'யுத்தத்தில் ஆயுதம் ஏந்த மாட்டேன்!' என்று சொன்னவன், தன் பொருட்டு சக்ராயுதம் ஏந்தி வருவதைக் கண்டு பீஷ்மர் மகிழ்ந்து போனார். கொஞ்சமும் பயம் கொள்ளாமல், மலர்ந்த புன்னகையுடன் கிருஷ்ணனை வரவேற்றார்.

வா! கிருஷ்ணா, விரைந்து வா! நான் உன்னைப் பணிகிறேன். எனக்காக, நீ ரதத்தைவிட்டு இறங்கி வருகிறாய் என்பதே எனக்குப் பெருமைதான்! வா! வந்து என்னைக் கொல்! உன் கையால் இறந்தால், நான் நிச்சயம் மோட்சம் பெறுவேன்' என்றார்.

கிருஷ்ணனின் இந்த திடீர் செயலைக் கண்டு அதிர்ந்துபோன அர்ஜுனன், ஓடோடிவந்து கிருஷ்ணனின் கால்களைப் பற்றிக் கொண்டான். 'கிருஷ்ணா! போரில் ஆயுதம் ஏந்தாதவனாக இருப்பேன் என்று வாக்களித்திருக்கிறாய். எங்கள் பொருட்டு நீ வார்த்தை தவற வேண்டாம். என் தாயின்மீது ஆணையிட்டுச் சொல்கிறேன். நிச்சயமாக என் சபதத்தை நிறைவேற்றுவேன். துரியோதனன் படையை நிர்மூலம் செய்வேன். எனவே, நீ யுத்தத்தில் இறங்கவேண்டாம். கோபத்தை விட்டுவிடு!' என்று வேண்டினான்.

கிருஷ்ணன், அர்ஜுனனுடைய வேண்டுகோளை ஏற்று மீண்டும் ரதத்தின் சாரதியாக வந்து அமர்ந்தான்.

இதைத் தொடர்ந்து, அதுவரை யாரும் பார்த்திராதபடி அர்ஜுனன் கொடுமையாக யுத்தம் நடத்தினான். அவனுடைய அஸ்திரங்களால்

ஏராளமானோர் கொத்துக் கொத்தாக பலியாகி செத்து மடிந்தார்கள். அர்ஜுனனுடைய சாகசத்தை எதிரணியிலிருந்த மன்னர்களும்கூட புகழ்ந்தார்கள். கௌரவர் படை, பலத்த சேதத்தைச் சந்தித்தது.

இப்படியாக, துரியோதனன் மனத்தில் வேதனையை ஏற்படுத்தி மூன்றாவது நாள் போர் முடிந்தது.

•••

நான்காவது நாள் யுத்தமோ, துரியோதன - பீம யுத்தமாகவே மாறிப் போனது.

போர்க்களத்தில் எல்லோரும் பரவலாக ஆங்காங்கே யுத்தம் செய்துகொண்டிருக்க, அசுவத்தாமனும், பூரிசிரவசும், சல்லியனும், சலன் என்பவனின் மகனும் மற்றும் சித்திரசேனன் ஆகிய ஐவரும் சூழ்ந்துகொண்டு அபிமன்யுவைத் தாக்கினார்கள். பலபேருக்கு நடுவே தனது மகன் தனியே போரிட்டுக்கொண்டிருப்பதைப் பார்த்து, அர்ஜுனன் அங்கு வந்து சேர்ந்தான். அனைவரையும் அஸ்திரங்களால் தாக்கினான்.

அப்போது திருஷ்டத்யும்னன் அங்கு வந்து சலனின் மகனைக் கொன்றான். இதைக்கண்டு கோபமடைந்த சலனும் சல்லியனும், திருஷ்டத்யும்னனை பலமாகத் தாக்கினார்கள். அதை அபிமன்யு வந்து தடுக்க, அபிமன்யுவைக் கொல்வதற்காக துரியோதனனின் தம்பிகள் பலர் வந்து அவனைச் சூழ்ந்து கொண்டார்கள்.

அவ்வளவுதான்! ஓடோடி வந்தான் பீமன். கதாயுதத்தைத் தூக்கிக் கொண்டு இறங்கியவன், அதனாலேயே துரியோதனின் தம்பிகளை துரத்தித் துரத்தி அடித்தான். இதைத் தடுப்பதற்காக துரியோதனன், பீமனின்மேல் யானைப்படையை ஏவினான். யானைகள் பிளிறியபடி ஓடி வர, பீமன் மிகுந்த துணிவுடன் அவைகளை எதிர்கொண்டு, கதாயுதத்தால் யானைகளின் மண்டையைப் பிளந்தும் வாளால் வெட்டியும் கொன்று போட்டான். அதற்கும் மேலாக, அன்றைய தினத்தில் துரியோதனனின் தம்பிகள் எட்டுபேரைக் கொன்று ஆனந்தக் கூத்தாடினான் பீமன்.

இதனால், துரியோதனன் வெறிகொண்டவனாக மாறிப் போனான். மிகுந்த கோபத்துடன் சரமாரியான அம்புகளால் பீமனை கடுமையாகத் தாக்கினான். அவனுடைய பாணங்களில் ஒன்று, பீமனை நடுமார்பில் தாக்கி வீழ்த்தியது. பீமன் மூர்ச்சையடைந்தான்.

அதைக்கண்டு கொதித்துப்போன பீமனின் மகனான கடோத்கஜன், தனது சுபாவப்படி அரக்கத்தனமாக போர் புரிந்தான். அவனுடைய ராட்சதத் தாக்குதலை, சமாளிக்க முடியாமல், கௌரவப்படை பின்வாங்கி ஓடியது.

சூரியன் அஸ்தமிக்கும் நேரம் வந்தது. இருள் சூழ்ந்தால் ராட்சதனுக்கு மேலும் பலம் கூடும் என்பதால், யுத்தத்தை அத்துடன் நிறுத்திக் கொள்ளலாம் என்று பீஷ்மர் சொல்ல, துரோணரும் அதை ஏற்றுக் கொண்டார்.

பாண்டவப் படை வெற்றி கோஷத்துடன் செல்ல, தனது தம்பிகள் பலரை இழந்துவிட்ட துரியோதனன், யுத்தம் போகும் போக்கை நினைத்து துக்கத்தில் மூழ்கினான்.

அஸ்தினாபுரத்தில் சஞ்சயன் சொல்லச் சொல்ல, யுத்த நிகழ்வுகளைக் கேட்டுக்கொண்டிருந்த திருதராஷ்டிரன் வேதனையுடன் கேட்டான்.

‘மகா வீரரான பீஷ்மர் தலைவராக இருந்தும், ஆச்சாரிய துரோணர், கிருபர் போன்றோர் போரிட்டும்கூட நமது படைகள் ஏன், இப்படிப் பாண்டவர்களிடம் தோற்றுப்போகின்றன? பாண்டவர்கள் எப்படி ஜெயிக்கமுடியாதவர்களாகவே இருக்கிறார்கள்?’ என்று கேட்டான். அவனுடைய குரலில் ஆதங்கம் தெரிந்தது. சஞ்சயன் ஒரே வரியில் பதில் சொன்னான்.

‘எங்கு தர்மம் இருக்கிறதோ, அங்குதான் வெற்றியும் இருக்கும்!’

இரவு, கௌரவர் பாசறையில் பீஷ்மரும் அதையேதான் சொன்னார்.

‘தம்பிகளை இழந்ததற்காக, வேதனைப்படுவதில் பயனில்லை! துரியோதனா. க்ஷத்திரியர்கள் பெறக்கூடிய வீர சொர்க்கத்தையே அவர்கள் பெற்றிருக்கிறார்கள். நீ இப்போது, என்மீதும் துரோணர் மற்றும் கிருபர்மீதும் வருத்தம் கொண்டிருக்கிறாய் என்பது எனக்குப் புரிகிறது. மீண்டும் சொல்கிறேன். தர்மம், பாண்டவர்களிடத்தில்தான் இருக்கிறது. எனவேதான், அவர்கள் வெற்றி பெறுகிறார்கள். இப்போதும்கூட யுத்தத்தைக் கைவிட்டு, பாண்டவர்களுடன் சமாதானப் போய் விடு. மேலும், இழப்புகள் நேராமல் தவிர்க்கலாம்’ என்றார்.

சமாதானத்தையே விரும்பாத துரியோதனன், பதிலே சொல்லாமல் விலகிப்போனான்.

•••

ஐந்தாம் நாள் யுத்தம் முந்தைய நாள்களைவிட உக்கிரமாகவே நடந்தது.

பீஷ்மர், துரோணர் போன்றோர் தங்களது முழுத்திறமையையும் காட்டி போர் செய்ய, அவர்களை அர்ஜுனன் அதிவேகமாக எதிர்த்தான். மற்றொரு புறத்தில் பீமன் யுத்தகளத்தையே நடுநடுங்கச் செய்து கொண்டிருந்தான். பாண்டவர் தரப்பினரும் கௌரவப் படை வீரர் களும் ஆங்காங்கே நேருக்கு நேர் மூர்க்கமாகச் சண்டையிட்டார்கள்.

துரியோதனன் சார்பாக போரிட்டுக்கொண்டிருந்த பூரிசிரவசு, அன்றைய தினத்தில் சாத்யகி என்கிற மன்னனின் பத்துப் பிள்ளைகளையும் அடுத்தடுத்துக் கொன்று தீர்த்தான். தன் மகன்கள் கொல்லப்பட்டதில் சோகமும் கோபமும் கொண்ட சாத்யகி, பூரிசிரவசை எதிர்த்துச் சண்டையிட்டான். இருவருடைய ரதங்களும் உடைந்து வீழ்ந்தன. அதற்குமேல் இருவரும், நேர் எதிரே வாள் சண்டையில் இறங்கினார்கள். அப்போது பீமன் வந்து சாத்யகியை தனது ரதத்தில் ஏற்றிக் கொண்டு அங்கிருந்து விலகினான். ‘பூரிசிரவசை, வாள் சண்டையில் யாராலும் வெல்லமுடியாது. அவனை மற்றொரு சமயத்தில் பார்த்துக்கொள்வோம்’ என்று சாத்யகிக்கு ஆறுதல் கூறினான்.

மாலைப்பொழுது சூழ்ந்து யுத்தம் நிறுத்தப்பட்டபோது யுத்தகளத்தில் எங்கு பார்த்தாலும் அர்ஜுனனால் கொல்லப்பட்ட வீரர்களின் உடல்களே நிறைந்து கிடந்தது. பாண்டவர் படையினர் அர்ஜுனனுக்கு ஜெயகோஷம் சொல்லி, மகிழ்ச்சியுடன் தங்களின் பாசறைக்குச் சென்றனர்.

•••

விட்டில் பூச்சிகள் விளக்கைத் தேடிவருவதுபோல, ஆறாம் நாள் யுத்தத்தில் துரியோதனனின் தம்பிகள் பீமனிடம் தாங்களாகவே வந்து சிக்கிக்கொண்டார்கள்.

துச்சாதனன், துஷ்கர்ணன், துர்மதன், துர்விஷகன், ஜயன், ஜப்த சேனன், சித்திரசேனன், சுதர்சனன், சாருசித்திரன், சுவர்மன், விகர்ணன் ஆகியோர் ஒரே சமயத்தில் பீமனைச் சூழ்ந்துநின்று தாக்குதல் நடத்தினார்கள்.

பீமனை உயிரோடு கட்டியிழுத்துப்போய் துரியோதனன் காலடியில் போடவேண்டும் என்பது அவர்களின் ஆசை. அவர்கள் மொத்தப் பேரையும் அன்றே கொன்று தீர்க்கவேண்டும் என்பது பீமனின் ஆசை.

ரதத்தில் நின்று போரிட்டுக்கொண்டிருந்த பீமன், விரைவாகவே அவர்களைக் கொன்று முடித்துவிடவேண்டும் என்று கதாயுதத்தை எடுத்துக் கொண்டு தேரிலிருந்து இறங்கி அவர்களை நோக்கி ஓடினான். தடுக்கவந்தவர்களை எல்லாம் யமனுக்கு விருந்தாக்கிக் கொண்டே சென்று, கூட்டத்தினுள் புகுந்தான்.

திருஷ்டத்யும்னன் இதைக்கண்டு பயந்து போனான். துரியோதனனின் தம்பிகளால் பீமனுக்கு ஏதாவது ஆபத்து வந்துவிடுமோ என்றெண்ணி தனது ரதத்தைக் கொண்டு போய், பீமனை கெஞ்சிக் கூத்தாடி ரதத்தில் ஏற்றிக்கொண்டான். அப்போது துரோணர் தனது பாணங்களால் பீமனை எதிர்த்துத் தாக்க, பீமன் கோபம் கொண்டு துரோணரின் சாரதியைக் கொன்று வீழ்த்தினான். அதனால் ஆத்திரமடைந்த துரோணர், தானே ரதத்தைச் செலுத்தியபடி பாணங்கள் தொடுத்து பாண்டவர் படைக்கு பலத்த சேதத்தை ஏற்படுத்தினார். அதுபோல, அர்ஜுனன் மற்றொரு புறத்தில் கௌரவர் சேனையை துவம்சம் செய்தான். இந்த நிலையில் ஆறாம் நாள் யுத்தம் முடிவுக்கு வந்தது.

•••

ஏழாம் நாள் யுத்தத்திலோ தருமன் தனது சுபாவமான பொறுமையைக் கைவிட்டு கோபத்தின் உச்சத்துக்குப் போனான். பீஷ்மரும் துரோணரும் ஆரம்பம் முதலே விளைவித்த நாசம், அவனை அப்படி நிதானம் இழக்கச் செய்தது. பதிலுக்கு அவனும், கௌரவர் சேனையை பயங்கரமாகத் தாக்கினான். அத்துடன் சிகண்டியைப் பார்த்து, 'பீஷ்மரைக் கொல்ல நீ செய்த சபதத்தை, எப்போது நிறை வேற்றப் போகிறாய்? போ! பீஷ்மரை எதிர்த்துத் தாக்கு!' என்று கட்டளையிட்டான்.

அதுபோலவே சிகண்டி பீஷ்மரின் முன்சென்று அவரைத் தாக்க முயல, பீஷ்மர் அவனுடன் போரிடாமல் விலகிப் போனார். ஆனால், அசுவத்தாமன் வந்து சிகண்டியைத் தாக்கினான். சிகண்டியின் கத்தி, கேடயத்தைத் தூள் தூளாக்கினான். அவனுடைய சாரதியைக் கொன்று ரதத்தை உடைத்தெறிந்தான். அசுவத்தாமனை எதிர்கொள்ள முடியாத சிகண்டி, சாத்யகியின் தேரில் ஏறித் தப்பித்தான்.

•••

எட்டாம் நாள் யுத்தம் பீஷ்மரின் கூர்ம வியூகத்தைக் கொண்டிருந்தது. அதைத் தகர்க்கும்படியாக, திருஷ்டத்யும்னன் தனது படையை மூன்று சிகரங்களைக் கொண்ட வியூகமாக வகுத்தான்.

அன்றைய யுத்தம் தொடங்கிய சிறிது நேரத்திலேயே பீமன், துரியோதனனின் தம்பிகளில் பலபேரைக் கொன்றான்.

'சூதாட்ட மண்டபத்தில் சபதம் செய்ததுபோல நமது குலத்தையே பீமன் அழித்துவிடுவானோ?' என்று அஞ்சினான் துரியோதனன். துக்கம் அவன் மனத்தைச் சூழ்ந்தது.

அர்ச்சுனனுக்கும் அது ஒரு துக்கதினமாகவே அமைந்தது.

அர்ஜுனனுக்கும் நாக கன்னிகை உலூபிக்கும் பிறந்த மகனான அரவான், அதி அற்புதமாக யுத்தம் நடத்தி சகுனியின் சகோதரர்களை யமனுலகுக்கு அனுப்பினான். அதைக் கண்டு கொதித்துப் போன துரியோதனன் தனது நண்பனான அரக்கன் அலம்புசனை அழைத்து அரவானைத் தாக்கச் சொன்னான். மாயப்போர் புரிவதில் வல்லவனான அலம்புசன் தன்னுடன் கடுமையாகப் போரிட்ட அரவானை வஞ்சகமாகத் தாக்கி இறுதியில் கொன்று தீர்த்தான்.

இதனால், கடோத்கஜன் ஆவேசமானான். அரக்கன் அலம்புசனை தீவிரமாகத் தாக்கி எதிர்த்தான். கடோத்கஜனை எதிர் கொள்ள, துரியோதனனும் கிருபரும் துரோணரும் அசுவத்தாமனும் எல்லோரும் வந்து சுற்றிநின்று தாக்கினார்கள். ஆனாலும், கடோத்கஜனை எதிர்கொள்ள முடியாமல் தோற்றுத் திரும்பினார்கள். அசுவத்தாமன் மட்டும் விடாப்பிடியாக சண்டையிட, கடோத்கஜன் அவனை தனது மாயத்தால் மயங்க வைத்துவிட்டு கௌரவப் படையைப் பெரிதும் நாசப்படுத்தினான்.

துரியோதனன் படை வீரர்கள் பயந்து அலறி பாசறைக்குத் திரும்பி ஓட, கடோத்கஜனின் கர்ஜனைக்குப் பயந்து சூரியனும் மறைந்தான். அன்றைய யுத்தமும் நின்றது.

•••

யுத்தத்தின் ஒன்பதாம் நாள் கிருஷ்ணன் மீண்டும் பொறுமை இழந்தான்.

சிகண்டியை முன்னிறுத்தி அர்ஜுனன் பீஷ்மரைத் தாக்க முற்பட, துரோணர் இதைச் செய்யவிடாமல் அர்ஜுனனைத் தடுத்துத் தாக்கினார். குரு, சிஷ்யனுக்கு இடையே வியக்கும்படியான யுத்தம் நடந்தது. இன்னொருபுறம் பீமனும் கடுமையாகப் போரிட்டுக்கொண்டிருந்தான்.

பீஷ்மரோ தன்மீது அம்புகளைச் செலுத்தும் சிகண்டியை எதிர்க்காமல், அவன் தனது உடலில் ஏற்படுத்தும் காயங்களையும் பொருட்

படுத்தாமல், அந்த ஒட்டுமொத்தக் கோபத்தையும் பாண்டவர் சேனையின்மீது காட்டினார். பாண்டவர் படை, அவருடைய ஆக்ரோஷத் தாக்குதலை எதிர்கொள்ள முடியாமல் திக்குமுக்காடியது.

இதைப்பார்த்த அர்ஜுனன், பீஷ்மரை செயலிழக்கச் செய்வதற்காக அவரின்மேல் தொடர்ந்து பாணங்களைத் தொடுத்தான். ஒருவருக் கொருவர் சளைக்காமல், மாறி மாறி அஸ்திரங்களைத் தொடுத்து தாக்கிக்கொண்டார்கள். போரிட்டுக்கொண்டிருந்த இரு தரப்பு வீரர்களும்கூட தங்கள் சண்டையை நிறுத்திவிட்டு பீஷ்ம அர்ஜுன போரை வியப்புடன் வேடிக்கை பார்த்தார்கள்.

ஆனாலும் கிருஷ்ணனுக்கு, அர்ஜுனனின் போர் நிறைவைத் தர வில்லை. பீஷ்மரைத் தாக்குவதில், அர்ஜுனன் தயக்கம் காட்டுவதாக நினைத்தான்.

'பாசத்தால் வசப்பட்டு அர்ஜுனன் மதிமயங்கிப் போய்விட்டான். இவனிடம் சொல்வதைவிட நானே பீஷ்மரைக் கொன்றுவிடுகிறேன்!' என்று ரதத்தைவிட்டு இறங்கி மீண்டும் கையில் சக்ராயுதம் ஏந்திக் கோபத்துடன் பீஷ்மரை நோக்கிச் சென்றான்.

அர்ஜுனன் அவன் பின்னே ஓடோடிச் சென்று, 'கிருஷ்ணா! என்னை நம்பு. நீ இப்படிசெய்யக் கூடாது. நான் என் சபதத்தை நிறைவேற்று கிறேன். நிச்சயம், பீஷ்மரை வீழ்த்திக் காட்டுகிறேன். தயவுசெய்து திரும்பி வா!' என்று கெஞ்சிக் கூப்பிட்டு அழைத்துவந்தான்.

அதற்குமேலும் பீஷ்மர், பாண்டவர் படையின் பெரும்பகுதியைத் தாக்கி நாசப்படுத்த, ஒன்பதாவது நாள் போர் முடிந்தது.

இரவு பாசறையில் விரக்தியுடன் பேசினான் தருமன்.

'கிருஷ்ணா பிதாமகர் பீஷ்மரின் வீரம் எனக்குக் கவலையளிப்பதாக இருக்கிறது. பெரும் சூறாவளிபோல நமது படையைத் தொடர்ந்து நாசப்படுத்தி வருகிறார். நம்மில் யாராலும் அவரை தடுக்க முடிய வில்லை; வெல்லவும் முடியவில்லை. அவரை ஜெயிக்க முடியாது என்கிறபோது, இனியும் எதற்காக இந்தப் போர்? போதும், நிறுத்தி விடலாம் கண்ணா!' என்றான்.

தருமனை கூர்ந்து நோக்கிய கண்ணன், 'தருமா! பீஷ்மரின் இறுதிக் காலம் நெருங்கிக் கொண்டிருக்கிறது. தேவர்களையும் வெல்லக் கூடிய அர்ஜுனன், பீஷ்மரை வெல்வான் என்பதில் எந்த மாற்றமு மில்லை. அதில் உனக்குச் சந்தேகமிருந்தால் சொல். நானே போரில் இறங்கி, பீஷ்மரை எதிர்த்துக் கொன்று விடுகிறேன்' என்றான்.

திகைத்துப்போன தருமன் மறுத்துப் பேசினான்:

'வேண்டாம் கிருஷ்ணா! யுத்தத்தில் இறங்கமாட்டேன் என்று வாக்களித்த நீ, அந்த வார்த்தையை மீறுவது தர்மம் இல்லை. இப்போது எனக்கு, ஒரு யோசனை தோன்றுகிறது. நாம் எல்லோரும் பீஷ்மரைச் சென்று சந்திப்போம். அவரை வீழ்த்துவது எப்படி என்பதை அவரிடமே கேட்போம்!' என்று சொன்னவன், தலை குனிந்தபடி மேலும் பேசினான். 'இதைச் சொல்ல எனக்கே மனம் கூசுகிறது. இப்படியொரு நிலைமை ஏற்பட்டதற்காக மிகவும் வெட்கப்படுகிறேன். இதுதான் க்ஷத்திரிய தர்மம் என்றால், இது எத்தனை கேவலமானது கண்ணா!' என்று விசும்பினான்.

கிருஷ்ணன், அவனைத் தேற்றி அழைத்துக்கொண்டு பீஷ்மரிடம் சென்றான்.

பாண்டவர்கள் ஐவரும், கிருஷ்ணனுமாக பீஷ்மரின் பாசறைக்குச் சென்று அவரை வணங்கினார்கள்.

பீஷ்மர் அவர்களை ஆசீர்வதித்து வரவேற்றார்.

'தருமா! என்னிடம் எதையோ எதிர்பார்த்து வந்திருக்கிறீர்கள் என்பது எனக்குப் புரிகிறது. அஸ்தினாபுரத்தின் அரியணைக்கு பாதுகாப்பாகப் போரிடவேண்டியது என் கடமை. அதைத்தவிர வேறு எதை வேண்டுமானாலும் நீங்கள் கேட்கலாம்' என்றார்.

'பிதாமகரே! தர்மம் நிலைக்கவேண்டும் என்று நீங்கள் நினைத்தால் போரில், நாங்கள் வெற்றிபெற வேண்டும். நீங்கள் தோல்வியடைந் தால்தான் அது நடக்கும் என்பது உங்களுக்கே தெரியும். ஆனால், யாராலும் வெல்ல முடியாதவர் நீங்கள். எனவே, உங்களைப் போரில் வெல்ல என்ன வழி என்று நீங்கள்தான் சொல்லவேண்டும்!' என்று கேட்டான் தருமன்.

'ஆம் தருமா! ஆயுதம் ஏந்தி நான் போரில் இருக்கும்வரை, என்னை யாராலும் ஜெயிக்க முடியாது. ஆனால் நான் ஆயுதத்தைத் துறந்து விட்டால், என்னை வீழ்த்திவிடலாம்' என்றவர், தொடர்ந்து சொன்னார்.

'பயந்து பின்வாங்கி ஓடுபவர்கள், பெண்ணால் வெல்லப்பட்டவர், பெண்தன்மை கொண்டவர், அலி போன்றவர்களுக்கு எதிராக நான் ஆயுதம் ஏந்த மாட்டேன். எனவே அர்ஜுனா! நாளைய போரில், சிகண்டியை முன்நிறுத்தி என்னோடு போர் நடத்து. அவன்

பெண்ணாகப் பிறந்து ஆணாக மாறியவன் என்பதால், அவனை எதிர்த்து நான் போரிட மாட்டேன். அப்போது நீ, சிகண்டியின் பின்னாலிருந்து என்னை வீழ்த்தலாம்!' என்று வழிவகுத்துக் கொடுத்தார்.

அனைவரும் அவரை மீண்டும் வணங்கிவிட்டு வேதனையுடன் பாசறைக்குத் திரும்பினார்கள்.

31

வீழ்ந்தார் பீஷ்மர்!

பீஷ்மரை வீழ்த்தியே தீருவது என்று பாண்டவர்களும், பீஷ்மரை பாதுகாத்தே தீருவது என்று கௌரவர்களும் களம் இறங்கிய நாளாக பத்தாம் நாள் யுத்தம் சூடு பிடித்தது.

அன்றும், முழுமூச்சாக பாண்டவர் படையை வதம் செய்து கொண்டிருந்தார் பீஷ்மர். ஒரு காட்டுத் தீயைப்போல, போகும் வழியெல்லாம் எதிரிகளைப் பொசுக்கிக்கொண்டே போனார். எங்கு பார்த்தாலும் மரணக்கூச்சல் எதிரொலித்தது.

அர்ஜுனன், சிகண்டியைத் தூண்டினான்.

'சிகண்டி! நீ முன்னேறிச்சென்று பீஷ்மரைத் தாக்கு. உனக்குப் பாதுகாப்பாக நான் நிற்கிறேன்' என்று அவனை அனுப்பி வைத்தான்.

சிகண்டி அது போலவே செயல்பட, துச்சாதனன் அவர்களுடைய நோக்கத்தைப் புரிந்துகொண்டான். சிகண்டிக்கு முன்னே வந்து அவனைத் தடுத்துத் தாக்கினான். துச்சாதனனை எதிர்த்து அர்ஜுனன் அடுக்கடுக்காக அம்புகளைச் செலுத்தினான். துச்சாதனனின் வில்லையும் கவசத்தையும் உடைத்து அவனுடைய தேரையும் முறித்தான். வேறுவழியில்லாமல் துச்சாதனன் பின்வாங்கி ஓடினான்.

அதைத் தொடர்ந்து ஏராளமான கௌரவ வீரர்கள் துரியோதனனின் கட்டளைப்படி பீஷ்மருக்குப் பாதுகாப்பாக வந்து நின்று அர்ஜுனனையும் சிகண்டியையும் தாக்கினார்கள்.

அர்ஜுனன், ஆக்ரோஷமான தனது அஸ்திரங்களால் அவர்களைக் கொன்றுகுவித்தான். பின் சிகண்டியை முன்னிறுத்தி, பீஷ்மரின்மேல் தாக்குதல் நடத்தினான்.

அம்புப் படுக்கையில் பீஷ்மர்.

பீஷ்மர், அச்சமயம் மனம் விரக்தியடைந்தார்.

'அஸ்தினாபுரத்து அரியணைக்குக் கட்டுப்படுவேன். அதை எப்போதும் காத்து நிற்பேன்' என்று தான் அளித்த உறுதிமொழி, அந்த வம்சத்தின் வாரிசுகளையே எதிர்க்கும் சூழ்நிலைக்குக் கொண்டுவந்து விட்டதே!' என்று வெறுப்படைந்தார். அந்த நொடி, அவருக்கு உயிரின் மீதிருந்த ஆசை விலகிப்போனது.

'நான் விரும்பும்போது தவிர, வேறு எப்போதும் எனக்கு மரணம் நேராது!' என்று எனது தந்தை எனக்கு வரமளித்தார். அந்தத் தருணம் நெருங்கிவிட்டது தந்தையே! நான் மரணத்தை ஏற்றுக்கொள்ளக்கூடிய காலம் வந்துவிட்டது!' என்று நினைத்தார்.

அந்தச் சமயம் சிகண்டி தொடர்ச்சியாக பல அம்புகளை அவர் மீது செலுத்தினான். சிகண்டியை முன்வைத்து அர்ஜுனனும் பல பாணங்களை அவர்மீது தொடுத்தான். சரமாரியான அம்புகள் அவருடைய உடலில் குத்திட்டு நின்றன.

சிகண்டியைத் தாக்கமாட்டேன் என்கிற கொள்கையுடன், பீஷ்மர் தன்னுடைய ஆயுதங்களைக் கீழே போட்டுவிட்டு அப்படியே நின்றார். ஊசி புகக்கூட இடமில்லாமல், உடலெல்லாம் அம்புகள் பாய்ந்து தைத்தன. உடலெங்கும் ரத்தம் பீய்ச்சியடிக்க, ரதத்தின் மீதிருந்து கீழே விழுந்தார்.

குருக்ஷேத்திர பூமியில், பீஷ்மரின் உடல் தரையில் படவில்லை. அர்ஜுனனின் அம்புகள் அவரைத் தாங்கி நின்றன.

சூரியன் அஸ்தமனமானான். போர் நின்றது. பீஷ்மரின் வீழ்ச்சியை யாராலுமே நம்பமுடியவில்லை. துரோணர், இதைக் கேள்விப்பட்டு மயங்கி விழுந்தார். இரு தரப்பு போர் வீரர்களும் யுத்தத்தை நிறுத்திவிட்டு வந்து பீஷ்மரைச் சூழ்ந்து நின்றார்கள். கண்ணீர் வடித்தார்கள்.

அம்புப் படுக்கையில் இருந்த பீஷ்மரின் தலை மட்டும் கீழே தொங்கியது. 'என் தலை தொங்காமல் இருக்க வழி செய்யுங்கள்' என்றார் பீஷ்மர்.

துரியோதனன் தலையணைகளை எடுத்துவரச் சொன்னான். அவனைத் தடுத்த பீஷ்மர், 'அர்ஜுனா, நீ சரி செய்!' என்றார்.

அவன் மூன்று அம்புகளை தலையின் கீழே செலுத்தி, அதன் மேல் தலையைத் தூக்கி நிறுத்தினான்.

‘ஆம்! இதுதான் அம்புப் படுக்கைக்கான சரியான தலையணை!’ என்று பாராட்டினார் பீஷ்மர்.

அவர் தனக்கு சிகிச்சையளிக்க வந்த வைத்தியர்களையும் மறுத்தார். ‘துரியோதனா! என் உயிர் பிரியும் நேரம் வந்து விட்டது. இந்த வைத்தியர்களால் என்னைக் காப்பாற்ற முடியாது. அவர்களைத் திருப்பி அனுப்பி விடு. நான் இப்போது வீழ்ந்திருப்பது தட்சிணாயன காலம் என்பதால், உயிரை விடாமல் பிடித்து வைத்திருக்கிறேன். உத்தராயண காலத்தில் என் இறுதிமூச்சை விடுவதற்காக, காத்திருப்பேன். அப்போது, என் உடலில் உள்ள அம்புகளுடனே என்னை எரித்து விடு’ என்றார்.

பின்னர், ‘தாகமாயிருக்கிறது. தண்ணீர் கொடுங்கள்!’ என்று கேட்டார்.

எல்லோரும் ஓடிப்போய் பலவிதமான பழரச பானங்களைக் கொண்டு வந்தார்கள்.

பீஷ்மர் அவைகளை மறுத்துவிட்டு அர்ஜுனனைப் பார்த்தார்.

அர்ஜுனன், தனது காண்டீபத்தை எடுத்தான். இழுத்து நாணேற்றினான். பீஷ்மருக்கு அருகில் பூமிக்குள் அம்பைச் செலுத்தினான். உடனே, பூமிக்குள்ளிருந்து நீருற்று பீறிட்டுக் கொண்டு வந்தது. பீஷ்மர் அதைக் குடித்து தாகம் தீர்த்துக் கொண்டார். பின், துரியோதனனை தன் அருகில் அழைத்தார். பக்கத்தில் அமரச்சொல்லி விட்டு பேசினார்.

‘துரியோதனா! இனியாவது, பகையையும் பழி உணர்ச்சியையும் விட்டு விடு. யுத்தத்தில் ஏற்கெனவே ஆயிரக்கணக்கானவர்கள் மாண்டு போய்விட்டார்கள். இனி, மற்றவர்களாவது உயிருடன் சந்தோஷமாக வாழட்டும். என்னுடைய வீழ்ச்சியோடு இந்த யுத்தம் முடியட்டும். பாண்டவர்களோடு சமாதானம் செய்து கொள்!’ என்றார்.

துரியோதனன் அமைதியாக இருந்தான். தனது வார்த்தைகள் அவனுக்குப் பிடிக்கவில்லை என்பதைப் புரிந்துகொண்ட பீஷ்மர், அவனை நல்வழிப்படுத்த முடியாது என்றெண்ணி தானும் மௌனமானார்.

எல்லோரும் அவரவர் பாசறைக்குத் திரும்பினார்கள்.

இரவு சூழ்ந்த நேரத்தில், பீஷ்மரின் அருகில் கண்ணீருடன் வந்து நின்று வணங்கினான் கர்ணன்.

‘பிதாமகரே! எந்தத் தவறும் செய்யாமலே உங்களால் வெறுக்கப்பட்ட தேரோட்டி மகன் வந்திருக்கிறேன்’ என்று கை கூப்பினான்.

பீஷ்மர் தனது காலடியில் நின்றிருந்த கர்ணனைப் பார்த்து, 'அருகில் வா கர்ணா!' என்று அன்புடன் அழைத்தார். கருணையுடன் அவன் தலையைக் கோதி பாசத்துடன் அணைத்துக் கொண்டார்.

'பரிதாபத்துக்குரிய கர்ணா!, நீ ராதைக்கும் அதிரதனுக்கும் பிறந்தவ னல்ல. குந்தியின் மைந்தன் என்று, வியாசரும் நாரதரும் முன்பே என்னிடம் சொல்லிவிட்டார்கள். உண்மையில் எனக்கு உன்மீது எந்த வெறுப்புமில்லை. துரியோதனன் மீது கொண்ட பாசத்தால் பாண்டவர் களை வெறுக்கிறாயே என்றுதான் உன்னைக் கண்டித்தேன். நீ உன் னுடைய சகோதரர்களுக்கு எதிராக போரில் கலந்துகொள்ளக் கூடாது என்றுதான் கொடூரமாகப் பேசி விலக்கினேன். கர்ணா! அர்ஜுனன், கிருஷ்ணனுக்கு நிகரான மாபெரும் வீரன் நீ. கருணையிலும் தானத் திலும் உனக்கு இணையானவர்கள் இவ்வுலகில் யாருமே இல்லை. இத்தனை பெருமை பெற்ற உன் உள்ளத்தில் நச்சுக் கலந்தது, துரியோதனன் நட்பினால்தான். என்னிடம் நீ சிறிதளவாவது மரியாதை காட்ட விரும்பினால், பாண்டவர்களோடு சேர்ந்து விடு. அப்போது தானாகவே இந்த யுத்தம் நின்றுவிடும்' என்றார்.

கர்ணன் தயக்கத்துடன் பேசினான்: 'பிதாமகரே! துரதிஷ்டசாலியான நான், குந்தியின் மகன் என்பதை சிறிது காலத்துக்கு முன்புதான் தெரிந்து கொண்டேன். ஆனால் பிறந்ததுமே அன்னையால் தூக்கியெறியப் பட்டு தேரோட்டியால் அரவணைக்கப்பட்டதை, நான் எப்படி மறக்கமுடியும்? தவிர, துரியோதனனின் அன்பையும்தான் நான் எப்படி துறக்கமுடியும்? ஒரு சாதாரணத் தேரோட்டியின் மகனை, மன்னனாக்கி அழகு பார்த்தவன் அவன். நேசத்துக்குரிய நட்பால் என் உயிரோடு கலந்தவன். என் இறுதி மூச்சுவரை அவனை விட்டுப் பிரியமாட்டேன். அவன் விரோதிகளோடு நிச்சயம் சேரமாட்டேன். அவன் ஆசையை நிறைவேற்றுவதற்காக யுத்தத்தில் இறங்கி, அவனுக்காகவே உயிர் துறப்பேன். இதையே எனது நன்றிக்கடனாக நினைக்கிறேன். இதற்கு தாங்கள், தயவுசெய்து அனுமதி கொடுங்கள். இதற்குமுன் தங்களைப் பேசிய தகாத வார்த்தைகளுக்கு, என்னை மன்னியுங்கள்' என்று வேண்டினான்.

கர்ணனின் தூய உள்ளத்தையும் அவனுடைய நியாயமான நல் லெண்ணத்தையும் உணர்ந்துகொண்ட பீஷ்மர், 'நட்பைப் புனிதமாகப் போற்றுபவனே! உனது விருப்பம் போலவே செய். கௌரவப் படையைக் காப்பாற்றி, துரியோதனனுக்கு வெற்றியைக் கொண்டுவர முயற்சி செய்!' என்று ஆசீர்வதித்து அனுப்பினார்.

●●●

பீஷ்மரை இழந்த துரியோதனன் படை, பதினோராம் நாள் யுத்தத்தை ஆச்சாரிய துரோணர் தலைமையில் தொடங்கியது.

கர்ணனின் ஆலோசனையின் பேரிலேயே துரோணரை படைத் தளபதியாக நியமித்திருந்தான் துரியோதனன். இதனால் மனம் நெகிழ்ச்சியடைந்த துரோணர், 'துரியோதனா! பீஷ்மருக்குப் பின் என்னை படைத்தளபதியாக்கி கௌரவப்படுத்திய உனக்கு, ஏதாவது நான் செய்யவிரும்புகிறேன். என்ன வேண்டும் கேள்!' என்றார்.

'ஆசாரியரே! பாண்டவர்களில் மூத்தவனான தரும புத்திரனை உயிருடன் பிடித்து என்னிடம் தரவேண்டும். இதை நீங்கள் செய்துமுடித்தால் மிகவும் மனம் மகிழ்வேன்' என்றான் துரியோதனன்.

துரியோதனன் இப்படிக் கேட்டது துரோணருக்கு வியப்பை ஏற்படுத்தியது.

'தருமனைக் கொல்லவேண்டும் என்று விரும்பாமல், அவனை உயிருடன் பிடித்துத் தருமாறு கேட்டாயே! இதுவே எனக்கு, மிகுந்த திருப்தியைத் தருகிறது. தருமன் உயிருடன் இருக்கவேண்டும் என்று நீ விரும்புவது, பாதி ராஜ்ஜியத்தை அவனிடமே திருப்பித்தந்து சமாதானம் செய்து கொள்ளத்தானே?' - ஆவலுடன் கேட்டார் துரோணர்.

துரியோதனன் வஞ்சகச் சிரிப்புடன் பதில் சொன்னான்:

'ஆசாரியரே! தருமனைக் கொன்றுவிடுவதால் மட்டும் யுத்தம் நின்று விடப் போவதில்லை. அப்படி நடந்தால் முன்பைவிட கோபத்துடன் மற்ற பாண்டவர்கள் நம்மைக் கொல்லவே முயற்சிப்பார்கள். எனவே தரும புத்திரனை உயிருடன் பிடித்து, அவனை மீண்டும் சூதாட்டத்தில் ஈடுபடுத்துவேன். சகுனியின் மூலம் அவனைத் தோற்கடித்து அனைவரையும் காட்டுக்குத் துரத்துவேன். இதற்காகவே தருமனை உயிருடன் கேட்டேன்' என்றான்.

துரோணர் இந்தப் பதிலால் ஏமாற்றமடைந்தாலும், தருமனை கொல்லத் தேவையில்லை என்பதாலேயே மனம் ஆறுதல் கொண் டார். துரியோதனன் கேட்டபடி, தருமனை உயிருடன் பிடித்துத் தருவதாக வாக்களித்து போரில் இறங்கினார்.

துரோணர், துரியோதனனுக்கு அளித்த வாக்குறுதி பாண்டவர்களை எட்டியிருந்தது. ஆகவே, அன்று முழுவதும் தருமனுக்குப் பாது காப்பாக அர்ஜுனன் கூடவே இருப்பதென்று முடிவானது.

துரோணர், தரும புத்திரனை நெருங்கமுடியாமல் சிகண்டி, சகாதேவன், சாத்யகி, விராடன் போன்றோர் தடுத்து நிறுத்தி ஒருவர் மாற்றி ஒருவர் அவருடன் போரிட்டார்கள். அவர்கள் சோர்வடைந்த நிலையில், அர்ஜுனன் அங்கு வந்து துரோணரை எதிர்க்கத் தொடங்கினான். மாலைப்பொழுது முடியும்வரை இருவரும் அலுப்புச் சலிப்பில்லாமல் கடும்போர் நிகழ்த்தினார்கள். எனவே, துரோணர் தரும புத்திரனை சிறைப்பிடிக்க முடியாமலே அன்றைய போர் முடிந்தது.

•••

பன்னிரெண்டாவது நாள் போர் தொடங்கியபோது, துரோணர் துரியோதனனிடம் கூறினார்:

'துரியோதனா! நான் உனக்குத் தந்த வாக்குப்படி நேற்றே தருமனைப் பிடிக்க முடியாமல் போனது வெட்கத்துக்கு உரியதுதான். அர்ஜுனனால்தான் அது முடியாமல் போய் விட்டது. இன்றும் அர்ஜுனன் அருகில் இருந்தால், தருமனைப் பிடிப்பது சாத்தியமில்லை. எனவே, அவனை எப்படியாவது தரும புத்திரனை விட்டு விலக்கி வெகுதூரம் கொண்டுபோய் விட்டால், தருமனை நான் பிடித்துவிடுவேன்!' என்றார்.

அதுபோலவே அர்ஜுனனை திசை திருப்புவதற்காக திரிகர்த்த தேசத்து மன்னனான சுசர்மனையும், அவனுடைய சகோதரர்களையும் ஏற்பாடு செய்தான் துரியோதனன்.

ஸம்சப்தர்கள் என்றழைக்கப்பட்ட அந்தச் சகோதரர்கள் அர்ஜுனன் முன் சென்று, 'அர்ஜுனா வா! வந்து எங்களுடன் போரிடு!' என்று அறைகூவல் விடுத்தார்கள்.

ஒருவர் போரிட அழைக்கும்போது அதை மறுப்பது வீரத்துக்கே அவமானம் என்பதாலும், அது க்ஷத்திரிய தர்மம் அல்ல என்கிற காரணத்தாலும் அர்ஜுனன் அவர்களுடன் போரிடச்சென்றான்.

போகும்முன் தரும புத்திரனுக்குப் பாதுகாப்பாக பாஞ்சால அரசகுமாரன் சத்யஜித்தை நியமித்துவிட்டுப் போனான்.

அர்ஜுனன் விலகிப்போனதைக் கண்ட துரோணர், தருமபுத்திரனைப் பிடிப்பதற்காக அவனை நோக்கிச் சென்றார். ஆனால், அவரை முன்னேறவிடாமல் திருஷ்டத்யும்னன் இடைமறித்துத் தாக்கினான். என்றாலும், துரோணர் அவனைத் தவிர்த்துவிட்டு தருமனை நோக்கி முன்னேறிச் சென்று அவனைத் தாக்கினார்.

தருமன் உள்ளுக்குள் பயந்தாலும், அதை வெளியே காட்டிக் கொள்ளா மல் துரோணரை எதிர்த்துப் போரிட்டான். அப்போது தருமனைக் காப்பதற்காக அர்ஜுனன் நிறுத்தியிருந்த சத்யஜித்தும், துரோணரை தனது பாணங்களால் தாக்கினான். துரோணர் இருவரையும் ஒருசேர எதிர்த்துப் போரிட்டார்.

ஸம்சப்தர்களுடன் கடும் யுத்தம் நிகழ்த்தினான் அர்ஜுனன். அவர்களோ அர்ஜுனனால் மிகவும் துன்புறுத்தப்பட்டு காயங்களிலிருந்து ரத்தம் பீறிட்டு பூமியை நனைத்தபோதும், உறுதியாக நின்று போராடினார்கள்.

அப்போது பாண்டவர் சேனையின் வீரர்கள் பலரும் தருமனுக்குத் துணையாக துரோணரை சுற்றி வளைத்துக் கொண்டு நாலாபுறத்திலிருந்தும் தாக்கினார்கள். இதைக் கண்ட துரியோதனன், தனது தம்பிகள் பலரையும் அழைத்துக் கொண்டு துரோணரைப் பாது காப்பதற்காக விரைந்தான். அவனை, தடுத்து நிறுத்தித் தாக்கினான் பீமன்.

துரியோதனனுக்கும் பீமனுக்கும் மிக உக்கிரமான போர் நடந்தது. துரியோதனனின் துணைக்கு யானையின்மீது ஏறி வந்தான் மன்னன் பகதத்தன். அவனுடைய 'சுப்ரதீகம்' என்கிற யானை, இந்திரனின் ஐராவதத்துக்கு நிகரானது. பகதத்தன் பீமனையும் அவனுடைய வீரர்களையும் வளைத்துப்பிடித்து அற்புதமான அஸ்திரங்களால் அவர்களைக் காயப்படுத்தினான்.

பகதத்தனின் யானையோ வெறியுடன் பிளிறியது. அதனால், பீமனின் குதிரைகள் மிரண்டுபோய் ரதத்தை இழுத்துக் கொண்டு யுத்தகளத்தை விட்டு ஓடின.

ஸம்சப்தர்களுடன் போரிட்டுக்கொண்டிருந்த அர்ஜுனன், யானையின் பிளிறல் சத்தத்தைக் கேட்டதும் பதறிப்போனான்.

'கிருஷ்ணா! இது பகதத்தனின் யானையான சுப்ரதீகத்தின் பிளிறல்தான்! பகதத்தன் மகாவீரன். அவன் ஒருவனே நமது படையை அழித்துவிடும் ஆற்றல் பெற்றவன். அவனால் தரும புத்திரருக்கு ஆபத்து நேர்ந்திருக்குமோ என்று அச்சமாக இருக்கிறது. நாம் உடனே அங்கே செல்ல வேண்டும்' என்று சொல்லி, மிகுந்த வேகத்துடன் ஸம்சப்தர்களுடன் போரிட்டு அவர்களை வீழ்த்திவிட்டுப் புறப்பட்டான்.

பகதத்தன் வயோதிகன் என்றாலும், இளைஞன் போலவே உற்சாகமாகப் போரிட்டுக்கொண்டிருந்தான். பாண்டவர்படை அவனுடைய

தாக்குதலைச் சமாளிக்கமுடியாமல் திணறியது. அவனுடைய யானையோ, வீரர்களைக் காலால் மிதித்தும் துதிக்கையால் தூக்கி சுழற்றிவீசியும் கோரதாண்டவம் ஆடியது.

அர்ஜுனன் மிகுந்த கோபத்துடன் வந்து பகதத்தனைத் தாக்கினான். தொடக்கத்திலேயே அர்ஜுனனை அழித்து விடவேண்டுமென்று எண்ணிய பகதத்தன் மிகவும் சக்தி வாய்ந்த 'வைஷ்ணாவாஸ்திரம்' என்கிற அஸ்திரத்தை அர்ஜுனன்மீது பிரயோகித்தான். அதிவேகத் தோடு அர்ஜுனனை அழித்துவிடப் பாய்ந்துவந்தது அஸ்திரம்.

அது வலிமையுடன் வந்து அர்ஜுனனைத் தாக்கும் முன்பாக, கிருஷ்ணன் தனது மார்பில் அந்த அஸ்திரத்தைத் தாங்கிக் கொண்டான். அப்போது அது 'வைஜயந்தி' என்கிற மாலையாகி, அவனுடைய கழுத்தை அலங்கரித்தது.

இதைக்கண்ட பகதத்தன் மிகவும் ஏமாற்றமடைந்தான். அர்ஜுனனோ, கிருஷ்ணனின் செயலால் மனவருத்தம் கொண்டான்.

'யுத்தத்தில் பங்குகொள்ள மாட்டேன் என்று சொல்லிவிட்டு எதற்காக அந்த அஸ்திரத்தை நீ ஏற்றுக்கொண்டாய் கிருஷ்ணா? நானே அந்த அஸ்திரத்தை வீழ்த்தியிருப்பேனே!' என்றான்.

'அர்ஜுனா! இந்த வைஷ்ணவாஸ்திரத்தைத் தடுக்கும் திறன் கொண்டவர், உலகில் என்னைத் தவிர யாரும் இல்லை. முன்பு பூமாதேவி கேட்டுக்கொண்டதனால் அவளுக்கு நரகாசுரன் என்கிற மகனையும், இந்த வைஷ்ணவாஸ்திரத்தையும் நான்தான் அளித்தேன். பூமாதேவி இந்த அஸ்திரத்தை நரகாசுரனுக்குக் கொடுத்தாள். நரகாசுரனுக்குப் பிறகு அந்த அஸ்திரம், அவனுடைய மகனான பகதத்தனுக்குக் கிடைத்திருக்கிறது. அதனால்தான் உன்னை அழிவிலிருந்து காக்கவும், நான் அளித்த அஸ்திரத்தை நானே பெற்றுக்கொள்ளவுமாக இப்படிச் செய்தேன்' என்று சமாதானப்படுத்தினான்.

பின், அர்ஜுனனிடம் சொன்னான்.

'அர்ஜுனா, பகதத்தனைப் பார். அவன் தனது வயதின் காரணமாக சதைகள் தொங்கிக் காணப்படுகிறான். அத்துடன் தனது கண்களை மூடும் சதையை, பட்டுத் துணியினால் தூக்கிக் கட்டியிருக்கிறான். நீ அம்பை எய்தி அவனுடைய தலைப்பாகையை அறுத்துவிடு. அப்போது அவனுடைய சதைகள் கீழே விழுந்து கண்களை மறைக்கும். அதன் காரணமாகப் போரிடமுடியாமல் தடுமாறுவான். அந்தச் சமயத்தில் பாணத்தை எய்து கொன்றுவிடு' என்று ஆலோசனை சொன்னான்.

அர்ஜுனன் அதுபோலவே செய்து பகதத்தனைக் கொன்றான். பின், தரும புத்திரனுக்குத் துணையாக நின்று சகுனியின் இரு சகோதரர்களைக் கொன்று, எண்ணற்ற கௌரவ வீரர்களையும் அன்றைய தினம் துவம்சம் செய்து முடித்தான்.

துரியோதனனுக்குக் கொடுத்த வாக்குறுதியை நிறைவேற்ற முடியாமல் துரோணர் வருந்த, தருமன் தப்பித்த மகிழ்ச்சியோடு அன்றைய போர் சூரிய அஸ்தமனம் காரணமாக முடிவடைந்தது.

இரவு கௌரவ பாசறையில் துரியோதனன் வேதனையும் கோபமுமாக துரோணரிடம் பேசினான்.

'ஆசாரியரே! நீங்கள் நினைத்தால் முடியாதது எதுவுமே இல்லை. அப்படியிருக்க, தங்கள் வாக்குறுதிப்படி தருமனை பிடித்துத்தர முடியாததன் காரணம் என்ன? தரும புத்திரனைப் பிடிப்பதில் உங்களுக்கு விருப்பமில்லை என்றால், அதை மனம் திறந்து சொல்லிவிடுங்கள். என்னை நம்பவைத்து ஏமாற்றமடையச் செய்யாதீர்கள்'

துரியோதனனின் குற்றம் சுமத்திய பேச்சு துரோணரை வேதனைப்படுத்தியது.

'துரியோதனா! உனது வெற்றிக்காக என் உயிரையும் கொடுக்கத் தயாராகவே இந்த யுத்தத்தில் இறங்கியுள்ளேன். ஆனால் நீயோ என்னை, தேவையில்லாமல் சந்தேகிக்கிறாய். கிருஷ்ணனும் அர்ஜுனனும் யாராலும் வெல்லமுடியாத நர நாராயணர்கள். நீ நம்பாவிட்டாலும் அதுதான் உண்மை. தருமன் அவர்கள் பாதுகாப்பில் உள்ளவரை, அவனை நிச்சயம் பிடிக்க முடியாது. ஆனாலும் நாளைய தினம், உன் மனம் மகிழும்படியான காரியத்தைச் செய்தே தீருவேன். பாண்டவர் தரப்பில் அர்ஜுனனைப் போன்ற மாபெரும் வீரன் ஒருவனை வீழ்த்திக்காட்டுகிறேன். இதை நான் செய்ய வேண்டுமானால், அர்ஜுனன் அருகில் இல்லாமல் நீ பார்த்துக் கொள்ள வேண்டும்' என்றார்.

32

அபாயத்தில் அபிமன்யு!

பதிமூன்றாம் நாள் யுத்தம் பெரும் எதிர்பார்ப்புடன் தொடங்கியது.

அன்றைய தினம், துரோணர் தனது சேனையை யாராலும் எளிதில் உடைக்க முடியாத, தாமரைப்பூ போன்ற பத்ம வியூகமாக வகுத்திருந்தார். அதைப் பிளக்கக்கூடியவன் அர்ஜுனன் மட்டும்தான்!

ஆனால், போரின் தொடக்கத்திலேயே ஸம்சப்தர்கள் அர்ஜுனனை மீண்டும் தங்களுடன் போரிடுமாறு அறைகூவல் விடுத்தார்கள். அவனும் அவர்களுடன் போரிடச் செல்ல, ஸம்சப்தர்கள் போரிட்டுக் கொண்டே அர்ஜுனனை தென்திசைக்கு அழைத்துச்சென்றார்கள். அங்கே அவர்களுக்குள் பெரும் யுத்தம் மூண்டது.

இங்கே, துரோணரின் பத்ம வியூகத்தை உடைக்க பாண்டவர் படை பெரும் முயற்சி செய்தது. பீமன், திருஷ்டத்யும்னன் முதல் துருபதன், கடோத்கஜன், சிகண்டி, சாத்யகி வரை எல்லோரும் எதிர்த்துப் போரிட்டும், வியூகத்தைப் பிளக்கமுடியவில்லை.

துரோணரோ அதிவேகத்துடன் பாண்டவர் படையை சின்னாபின்னப் படுத்திக்கொண்டிருந்தார். அவரை எப்படித் தடுப்பது என்று புரியாமல் திகைத்தான் தருமன். கடைசியில், வேறுவழியில்லாமல் அர்ஜுனனின் மகனான அபிமன்யுவைக் கூப்பிட்டுப் பேசினான்.

'மகனே அபிமன்யு! உன் தந்தை அர்ஜுனனுக்குப் பிறகு, இந்த பத்ம வியூகத்தை உடைக்கத்தெரிந்தவன் நீ ஒருவன் மட்டும்தான். இந்த வியூகத்தை உடைக்காதவரை, துரோணரை நாம் எதிர்கொள்ள முடியாது. இப்போது உன்னால்தான் நமது சேனை காப்பாற்றப்பட வேண்டும். உன்னால் இதைச் சாதிக்க முடியுமா?' என்று கேட்டான்.

'தந்தையே! வெகுசுலபமாக பத்ம வியூகத்தைப் பிளந்து என்னால் புகுந்துவிட முடியும். ஆனால், பகைவர்கள் சுதாரித்து வியூகத்தைமூடி விட்டால், அதிலிருந்து வெளியே வர எனக்கு வழி தெரியாது. அதற்காகத்தான் யோசிக்கிறேன்! - உண்மையைச் சொன்னான் அபிமன்யு.

'அபிமன்யு! அதைப்பற்றிக் கவலைப்படாதே. அப்படி உன்னை ஆபத்தில் சிக்கவிட மாட்டோம். நீ வியூகத்தைப் பிளந்து முன்னேறும் போது, உன் பின்னால் நாங்கள் அனைவருமே தொடர்ந்து வந்து விடுவோம். அதன்பிறகு கௌரவர் சேனையைச் சிதைப்பது சுலபம்!' - தைரியம் தந்தான் பீமன்.

'அப்படியே ஆகட்டும்! எனது தந்தை அர்ஜுனரும், மாமன் கிருஷ்ண னும் போற்றும்படியாக பத்ம வியூகத்தைப் பிளந்து காட்டுகிறேன், வாருங்கள்!' - உற்சாகமாகச் சொன்ன அபிமன்யு, தனது சாரதியிடம் எதிரிப் படையின் வியூகத்தை நோக்கி தேரைச் செலுத்தக் கட்டளை யிட்டான்.

கௌரவர்கள் திகைத்துப்போகும்படியாக அபிமன்யு தான் சொன்னது போலவே துரோணரின் பத்ம வியூகத்தை சாமர்த்தியமாக உடைத் தான். ஒரு புயல்போலப் பாய்ந்துவந்த அவனை, தடுத்து நிறுத்த கௌரவ சேனையால் முடியவில்லை. வியூகத்தை உடைத்து விறு விறுப்பாக முன்னேறினான் அபிமன்யு. ஆனால் திட்டமிட்டபடி பீமன், திருஷ்டத்யும்னன், சாத்யகி முதலானவர்களால் அவனைப் பின் தொடர்ந்து உள்ளே நுழையமுடியவில்லை.

அவர்கள் ஒருவரைக்கூட வியூகத்தினுள் நுழையவிடாமல் ஆக்ரோஷ மாகத் தடுத்தான் ஜயக்ரதன்.

துரியோதனனின் சகோதரி துச்சலையின் கணவனும் சிந்து நாட்டின் மன்னனுமான ஜயக்ரதன், முன்பு ஒருமுறை சிவபெருமானிடம் வரம் ஒன்று பெற்றிருந்தான்.

'யுத்தகளத்தில் நான் ஒருவனாக நின்று பாண்டவர்கள் அனைவரையும் தடுக்கவேண்டும்!' என்று சிவபெருமானிடம் அவன் வரம் கேட்ட போது, 'ஒரேயொருமுறை மட்டும் நீ அதைச் சாதிக்க முடியும்!' என்று சிவன் அவனுக்கு அருளிஇருந்தார்.

இப்போது அந்த வரத்தின் சக்தியால், தருமன், பீமன் முதலான அனைவரையுமே, ஜயக்ரதன் தனி ஒருவனாக நின்று வியூகத்தினுள் நுழையமுடியாமல் தடுத்தான். பாண்டவர்கள் போராடி வியூகத்தினுள்

நுழைய முயற்சிப்பதற்குள், கௌரவ வீரர்கள் வியூகத்தை நன்றாக மூடி பலப்படுத்திவிட்டனர். தன்னந்தனியே வியூகத்தினுள் சிக்கிக் கொண்டான் அபிமன்யு. அவனை கௌரவப்படை சூழ்ந்துகொண்டு தாக்கியது.

அது, அபிமன்யுவின் ஆற்றலை உலகமே அறிந்து கொள்ளும் சந்தர்ப்ப மாக அமைந்தது.

கொஞ்சமும் கலவரமேயில்லாமல் தன்னை எதிர்த்துநின்ற வீரர்களை யெல்லாம் மளமளவென்று கொன்று குவித்தான் அபிமன்யு. அவ னுடைய அஸ்திரங்கள் ஒன்று நூறாகி, கௌரவ சேனையை மிகப் பயங்கரமாக நாசப்படுத்தியது. அவனை எதிர்த்த துரியோதனன், அபிமன்யுவின் பாணங்களால் தாக்கப்பட்டு மூர்ச்சித்து வீழ்ந்தான். சிறுவனென்றும் பாராமல் யுத்த தர்மத்துக்கு மாறாக கிருபர், அஸ்வத்தாமன், கர்ணன் போன்ற மகாவீரர்கள் ஒரே சமயத்தில் அவனை மொத்தமாகத் தாக்கினார்கள். அத்தனை பேருக்கும் ஈடு கொடுத்துப் போரிட்ட அபிமன்யுவின் வீரம் எல்லோரையுமே வியக்கவைத்தது.

'தகப்பன் அர்ஜுனனுக்கு தப்பாத பிள்ளை இவன்! இவனுக்கு நிகரான வீரன் யாரும் நம்மிடையே இல்லை!' என்று மனம் திறந்து பாராட்டி னார் துரோணர்.

இதைக்கேட்ட துரியோதனன் மேலும் கோபம் கொண்டான்.

கர்ணனிடமும் மற்றவர்களிடமும், 'அபிமன்யு தனது மாணவன் என்பதாலும், தன்னுடைய அபிமானச்சீடன் அர்ஜுனனின் மகன் என்ப தாலும் துரோணர் அவனை வீழ்த்தத் தயங்குகிறார் போலிருக்கிறது. எனவே, நீங்கள் செல்லுங்கள். நமது படையை நாசம் செய்துகொண் டிருக்கும் அந்தச் சிறுவனைக் கொல்லுங்கள்' என்று கட்டளை யிட்டான்.

துச்சாதனன் சென்று ஆவேசத்துடன் அபிமன்யுவை எதிர்த்தான். சிறிது நேரத்திலேயே அபிமன்யுவின் பாணத்தால் அடிபட்டு மயங்கி விழுந் தான். மேலும், அபிமன்யுவைத் தாக்க முனைந்தவர்கள் எல்லோருமே அடுத்தடுத்து பிணங்களாகச் சரிந்தார்கள். துரியோதனனின் மகனான லட்சுமணனும் அபிமன்யுவால் கொல்லப்பட்டான்.

அஸ்தினாபுரத்தில் சஞ்சயன் சொல்லச் சொல்ல, யுத்த நிகழ்வுகளைக் கேட்டுக்கொண்டிருந்த திருதராஷ்டிரன் அலறினான்.

‘ஐயோ! எனது அருமைப் பேரன் லட்சுமணன் மாண்டானா? அந்தக் கொடியவன் அபிமன்யுவை, யாராலுமே ஒன்றும் செய்ய முடிய வில்லையா?’ என்று கேட்டான்.

‘ஆமாம் அரசே! வியூகத்தில் தனியே சிக்கிக்கொண்டோமே என்கிற பயம் கொஞ்சமும் இல்லாமல், தேவர்களும் வியக்கும்படி போரிடுகிறான் அபிமன்யு. ஆயிரக்கணக்கான கௌரவ வீரர்கள் யுத்த தர்மத்தை மீறி அவனை ஒரே சமயத்தில் தாக்குகிறார்கள். ஆனாலும் சுழற்காற்று போல சுற்றிச் சுற்றி வந்து அஸ்திரங்களைத் தொடுக்கிறான் அவன். குறி தவறாமல் பாயும் கணைகள், கொத்துக் கொத்தாக கௌரவ வீரர்களின் உயிர்களைப் பறித்துக்கொண்டே இருக்கின்றன’ என்று வர்ணித்தான்.

மகன் மாண்டுபோன ஆத்திரத்தில் துரியோதனன் கத்தினான்.

‘ஆசாரியரே! பிசாசு போல இயங்கும் அந்த அபிமன்யுவை உடனே கொன்றுபோடுங்கள்’ என்று சீறினான்.

துரோணர், ஒரு முடிவுக்கு வந்தவராக கர்ணனிடம் கூறினார்.

‘கர்ணா! அபிமன்யுவை வீழ்த்துவது மிகவும் கடினம். அவன் அணிந் திருக்கும் கவசத்தை எளிதில் உடைக்க முடியாது. இந்தக் கவசம் பூட்டும் வித்தையை நான் அர்ஜுனனுக்குச் சொல்லித் தந்தேன். அவன் தன் மகனுக்குக் கற்றுக்கொடுத்திருக்கிறான். அதனால் கவசத்தை உடைத்து அவனைக் கொல்வது சாத்தியமல்ல. அவனுடைய வில், நாண் கயிறு போன்றவற்றை அறுத்தும், குதிரைகளையும் ரதத்தின் சாரதியையும் கொன்று தான் அபிமன்யுவைக் கொல்லமுடியும். அதை இவன் எதிரே நின்றுசெய்வது முடியாத காரியம். எனவே, பின்புறத்தி லிருந்து நீ தாக்கு. முன்புறம் நான் பார்த்துக்கொள்கிறேன்’ என்றார்.

துரோணர் சொன்ன மோசமான யோசனையைக் கேட்டு அதிர்ந்து போனான் கர்ணன். இது மகா அதர்மம் என்று தெரிந்தும், கௌரவ படையைத் தொடர்ந்து நாசப்படுத்திக் கொண்டிருக்கும் அபிமன்யுவை வீழ்த்தியே ஆகவேண்டும் என்பதால், அதைச் செய்ய ஒப்புக் கொண்டான்.

கர்ணன் பின்புறத்திலிருந்து தாக்கி, அபிமன்யுவின் வில்லை அறுத்து வீழ்த்த, துரோணர், அபிமன்யுவின் குதிரைகளைக் கொல்ல, கிருபர், ரதத்தின் சாரதியைக் கொன்றார். மற்றவர்கள் அபிமன்யுவை வட்ட மாகச் சூழ்ந்துகொண்டு அடுக்கடுக்காக அம்புகளைப் பொழிந்தார்கள். இறுதியில் கர்ணன், அபிமன்யுவின் கவசத்தையும் பிளந்தான்.

இத்தனை இக்கட்டான தருணத்திலும் அபிமன்யு கொஞ்சமும் கலங்காமல் தொடர்ந்து வீரசாகசங்கள் நிகழ்த்தினான். அவனால் கடுமையாகத் தாக்கப்பட்டு வீழ்ந்த துச்சாதனனின் மகன், கோபம் கொண்டு கதாயுதத்துடன் ஓடிவந்தான். அபிமன்யு எதிர்பாராத நேரத்தில் அவனுடைய தலையில் ஓங்கியடித்து மண்டையைப் பிளந்தான்.

கடைசிநேரம் வரையிலும் கௌரவர்களைக் கதிகலங்க வைத்த இளம் வீரனான அபிமன்யு மண்ணில் விழுந்தான். அவன் உயிர் உடலை விட்டுப் பிரிந்தது.

கௌரவப்படை இதைக்கண்டு ஆனந்தக்கூத்தாட, பாண்டவர்கள் தரப்பினர் குற்றஉணர்ச்சியுடன் சோகத்தில் மூழ்கினார்கள். மாலைப் பொழுது நெருங்கி யுத்தம் முடிந்தது.

அன்றைய இரவு, பாசறையில் அனைவரையும் திட்டித் தீர்த்தான் அர்ஜுனன்.

சோகமும் கோபமும் அழுகையுமாகப் பேசினான்: 'நீங்களெல்லாம் என்ன செய்துகொண்டிருந்தீர்கள்? உங்களை நம்பியல்லவா என்னுடைய வீரமகனை விட்டுச் சென்றேன். கடைசியில், உங்கள் சுயநலத்துக்காக அவனைப் பலி கொடுத்து விட்டீர்களே! கோழைகளே! உங்களுக்கு எதற்கு ஆயுதங்கள்? ஐயோ! பாவி நான். பத்ம வியூகத்தைப் பிளக்கச் சொல்லிக் கொடுத்தவன் அதிலிருந்து மீளும்வழியை அவனுக்குக் கற்றுத்தராமல் போய்விட்டேனே! அபிமன்யுவின் மரணத்துக்கு நானும் ஒரு காரணமாகி விட்டேனே!' என்று புலம்பினான். பின், பாம்பின் சீற்றத்துடன் திரும்பினான்.

'என் மகனின் மரணத்துக்குக் காரணமானவன் யார்? முதலில் அதைச் சொல்லுங்கள். அவனைக் கொன்று பழிதீர்த்தால்தான் என் மகனின் ஆத்மா சாந்தியடையும்!' என்று கொந்தளித்தான்.

துயரம் நிரம்பிய குரலில் தருமன் சொன்னான்.

'அர்ஜுனா! பத்ம வியூகத்தை உடைத்துச்சென்ற அபிமன்யுவின் பின்னால், நாங்கள் செல்ல முடியாதபடி தடுத்தவன் ஜயக்ரதன். அவன்தான் அபிமன்யுவின் மரணத்துக்குக் காரணம்' என்று சொல்லி, நடந்தது அனைத்தையும் விவரித்தான்.

அர்ஜுனன் தொண்டை நரம்புகள் புடைக்க, ஆவேசத்துடன் சபதம் செய்தான்.

'யார் தடுத்தாலும் சரி. என் மகனின் மரணத்துக்குக் காரணமான அந்த ஜயக்ரதனை என் கைகளால் கொல்வேன். நாளை, சூரிய அஸ்தமனத் துக்குள் இதைச் செய்துமுடிப்பேன். அப்படி முடியாவிட்டால், நான் இந்த யுத்த பூமியிலேயே தீக்குளித்து இறப்பேன். இது சத்தியம்!' என்று முழங்கினான்.

அர்ஜுனன் இப்படிச் சொன்னதும், கிருஷ்ணன் தனது பாஞ்ச சன்யம் என்கிற சங்கை எடுத்து ஒலித்தான்.

அர்ஜுனனின் சபதம் எங்கும் பரவியது. இதைக்கேட்ட ஜயக்ரதன் பதறிப்போனான். துரியோதனனின் முன் சென்று நடுங்கி நின்றான்.

'துரியோதனா! என்னைக் கொன்றே தீருவது என்று அர்ஜுனன் முடிவெடுத்துவிட்டான். அவன் அதை செய்தே தீருவான். அர்ஜுன னிடமிருந்து என்னைக் காப்பாற்றும் வல்லமை, நமது படையில் யாருக்கும் இருப்பதாக எனக்குத் தெரியவில்லை. ஆகவே நீங்கள் அனுமதித்தால், நான் இப்போதே யுத்தகளத்தை விட்டுப் புறப்பட்டு, பாண்டவர்கள் கண்களில் படாமல் எங்காவது போய் ஒளிந்து கொள்வேன்!' என்று அச்சத்துடன் கூறினான்.

'ஜயக்ரதா! மாவீரனான நீயா இப்படிப் பயப்படுகிறாய்? அர்ஜுனனிட மிருந்து உன்னைப் பாதுகாக்க, நாங்கள் எங்கள் உயிரையும் தருவோம். கவலைப்படாதே! கர்ணன், சல்லியன், அஸ்வத்தாமன், சுசர்மன் போன்ற மகாவீரர்கள் நாளை உனக்குத் துணையாக காவல் நிற்பார்கள். தன்னுடைய சபதத்தில் தோற்று அர்ஜுனன் தீக்குளிப்பதை நீ காணத்தான் போகிறாய். கலக்கமில்லாமல் இரு!' என்று தேற்றினான் துரியோதனன்.

துரோணரும் அவனுக்கு, தைரியமளித்தார்.

'ஜயக்ரதா! நாளை அர்ஜுனன் உன்னை எளிதில் நெருங்கவே முடியாத படி வலிமையான வியூகம் அமைத்து உன்னைக் காப்பாற்றுகிறேன். துயரமில்லாமல் இரு!' என்றார்.

இதனால் ஜயக்ரதன், தன் பயத்தைவிட்டு பாசறைக்குத் திரும்பினான்.

33

துரோணரின் முடிவு

அர்ஜுனனின் சபதம் நிறைவேறுமா நிறைவேறாதா என்கிற பெரும் கேள்வி யுடன், பதினான்காம் நாள் போருக்காக சூரியன் உதயமானான்.

ஏனென்றால், ஜயக்ரதனைக் கொல்வதென்பது சாதாரண விஷய மில்லை. ஜயக்ரதனை யார் கொல்லுகிறார்களோ அவர்களுக்கு ஒரு பெருத்த அபாயம் காத்திருந்தது. தலை சிதறிப்போகும் ஆபத்து அது!

ஆம்! சிந்து தேசத்து மன்னனான விருத்தக்ஷத்திரன் என்பவனுக்கு மகனாகப் பிறந்தவன்தான் ஜயக்ரதன். அவன் பிறந்தபோது, ‘இவன் மிகச்சிறந்த வீரனாக பெரும்புகழோடு விளங்குவான். ஆனால், உலகத்தில் யாராலும் வெல்ல முடியாத க்ஷத்திரியன் ஒருவனால் தலை வெட்டப்பட்டு மாண்டுபோவான்!’ என்று வானில் அசரீரி ஒலித்தது.

இதைக்கேட்ட விருத்தக்ஷத்திரன் கோபத்துடன், ‘அசரீரியின் வாக்கு பலிக்குமானால், என் மகன் தலையை எவன் பூமியில் விழும்படிச் செய் கிறானோ அப்போதே அவன் தலையும் சுக்கு நூறாக வெடித்துச்சிதறி சாவான்!’ என்று சாபமிட்டான்.

இப்போது அர்ஜுனன் அவனைக் கொன்றாலும் ஆபத்து! கொல்லா விட்டாலும் சபதப்படி தீக்குளித்து இறந்து போவான்! என்கிற சூழலில் யுத்தம் தொடங்கியது.

இருபுறமும் படைகள் அணிவகுத்து போருக்குத் தயாராக நின்றன.

துரோணர் மிகவும் சாமர்த்தியமாக மூன்றடுக்கு வியூகத்தை அமைத் திருந்தார். சகட வியுகம் எனும் சக்கர வடிவான வியூகம். அதற்குள் தாமரைப்பூ வடிவான பத்மவியூகம். அதற்கும் உள்ளே ஊசிமுக

வியூகம் என்று பலத்த பாதுகாப்புடன் திடமாக வியூகத்தை வகுத்து, கடைசியாக ஜயக்ரதனை உள்ளுக்குள் மறைத்து வைத்திருந்தார். வியூகத்தின் முனையில்தானே படைகளுக்கு தலைமை வகித்து நின்றிருந்தார்.

அர்ஜுனன் இதைக் கவனித்துவிட்டு, 'கிருஷ்ணா! நாம் துரோணரை எதிர்த்தால், மிகவும் கால தாமதமாகி விடும். எனவே, நாம் அவரை எதிர்க்காமல் யானைப்படை உள்ள இடத்துக்குச் சென்று அதைத் தாக்கலாம். யானைகள் மிரண்டு திரும்பி ஓடி, அவைகளே அந்த வியூகத்தைத் தகர்த்துவிடும். அப்போது நாம் உள்ளே புகுவது எளிதாகிவிடும்' என்றான்.

கிருஷ்ணன் அவன் கூறியபடியே துரோணரைத் தவிர்த்து விட்டு, யானைப்படையை நோக்கி ரதத்தைச் செலுத்தினான்.

துரோணர் தரும புத்திரனைப் பிடிக்கவேண்டிய காரணத்தால், அர்ஜுனனைப் பின்தொடர முடியாதவராக ஆனார். அர்ஜுனனை எதிர்க்க துரியோதனனை அனுப்பிவைத்தார்.

அர்ஜுனன் திட்டப்படியே எல்லாம் நடந்தது. வியூகம் உடைபட்டது. அர்ஜுனன் ஒரு தீப்பிழம்பு போலத் தகித்தான். அவனுடைய கணைகள் பாய்ந்துசென்ற இடமெல்லாம் வீரர்கள் சுருண்டுவிழுந்து மடிந்தார்கள். சுருதாயுதன், சுதர்க்ஷணன் போன்ற பெரும் வீரர்கள் எல்லாம் மாண்டு போனார்கள்.

போர்க்களத்தில் ரத்தம் தெறித்துச் சிதறியது. அலறல் சத்தம் இடைவிடாமல் கேட்டுக்கொண்டேயிருந்தது.

அதேசமயம் துரோணரைக் கொல்வதற்காகவே பிறந்த திருஷ்டத்யும்னன், அவரைத் தீவிரமாகத் தாக்கினான். அவனுக்குத் துணையாக சாத்யகியும் வந்துசேர்ந்தான். இருவரையுமே துரோணர் மிகச்சுலபமாக தாக்கித் துன்புறுத்தினார். இதைக்கண்டு பீமனும் நகுல சகாதேவனும்கூட வந்து துரோணரையும் அவரின் படைகளையும் தாக்கத் தொடங்கினார்கள்.

போர் மேலும் மேலும் உக்கிரம் அடைந்துகொண்டே போனது.

ஜயக்ரதனைத் தேடிச்சென்ற அர்ஜுனன், பகல் பொழுது தாண்டியும் திரும்பி வராததைக் கண்டு தருமன் கவலையில் ஆழ்ந்தான். பீமனையும் சாத்யகியையும் அழைத்து அர்ஜுனனைப் பார்த்துவரச் சொல்லி அனுப்பிவைத்தான்.

அர்ஜுனனைத் தேடிச் செல்ல முயன்ற பீமனை, கர்ணன் தடுத்துப் போரிட்டான். பீமனுடைய ஆவேசத் தாக்குதலில் தேரை இழந்த கர்ணன், வேறு தேர் ஏறிப் போரிட்டான். கர்ணனுக்குத் துணையாகச் சென்ற துரியோதனனின் தம்பிகள் பதின்மூன்று பேரை, பீமன் அன்று கொன்று தீர்த்தான்.

இதனால் துக்கமும் கோபமும் கொண்ட கர்ணன், மிகுந்த ஆத்திரத் துடன் பீமனைத் தாக்கி அவனை நிர்க்கதியாக்கினான். அப்போதே அவன் பீமனைக்கொன்றிருக்க முடியும். என்றாலும், குந்திக்குக் கொடுத்த வாக்கை நினைத்து பீமனைக் கொல்லாமல் அவனை மிகவும் இழிவாகப்பேசி மனத்தைப் புண்படுத்தித் துரத்தினான்.

மற்றொரு இடத்தில் அர்ஜுனனின் சீடனான சாத்யகிக்கும் கௌரவர் களின் நண்பனான பூரிசிரவசுக்கும் உக்கிரமாகப் போர் நடந்துகொண் டிருந்தது. இருவருக்குள்ளும் முன்பே இருந்த பரம்பரைப் பகையால் மிகக் கடுமையாகத் தாக்கிக் கொண்டார்கள். இருவருமே ரதங்கள் இழந்து, ஆயுதங்கள் இழந்து கடைசியாகக் கைச்சண்டையில் இறங்கி னார்கள். கட்டிப்புரண்டு உருண்டார்கள். போகப்போக சாத்யகி களைத்துப்போய் சோர்ந்தான். பூரிசிரவசு அவனை மோசமாகத் துன் புறுத்தி, தூக்கிக் கீழேபோட்டு அடித்தான். சாத்யகி மயங்கி விழுந்தான்.

அதைக்கண்ட கிருஷ்ணன், 'அர்ஜுனா அங்கே பார்! பூரிசிரவசு, சாத்யகியைக் கொல்லப்போகிறான். நீ அவனைத் தாக்கி சாத்யகியைக் காப்பாற்று' என்றான்.

'கிருஷ்ணா! பூரிசிரவசு என்னோடு யுத்தம் செய்யவில்லை. என்னைப் பார்க்கவும் இல்லை. அவன் சாத்யகியுடன் போர் செய்யும்போது நான் எப்படி அவனைத் தாக்குவது? இது யுத்த தர்மமில்லையே!' என்று தயங்கினான் அர்ஜுனன். ஆனால், தன்னுடைய சீடன் மரணத்தின் விளிம்பில் கிடப்பதைப் பார்த்துக்கொண்டு சும்மா இருக்கவும் மனம் வரவில்லை.

அப்போது பூரிசிரவசு, தரையில் மயங்கிக்கிடக்கும் சாத்யகியைக் கொன்றுவிடும் நோக்கத்தில் வாளை உயர்த்திக் கொண்டு நெருங்கி னான். அர்ஜுனனுக்கு அதற்குமேல் பொறுக்கவில்லை. காண்டீ பத்தை எடுத்து அம்பைச்செலுத்தி பூரிசிரவசின் வாள் உயர்த்திய கையைத் துண்டித்தான்.

பூரிசிரவசு அதிர்ச்சியடைந்தான். தன்னைத் தாக்கியது அர்ஜுனன் என்பதை அறிந்து கொந்தளித்தான். கோபமும் இகழ்ச்சியுமாகப் பேசினான்.

'அர்ஜுனா! நீயா இப்படியொரு கேவலத்தைச் செய்தாய்? இதுவா யுத்த தர்மம்? குதர்க்க புத்திக்காரனான கிருஷ்ணன்தான் இப்படிச் செய்யுமாறு உன்னை ஏவியிருக்கவேண்டும். அவன் சொன்னாலும், நீ இதைச் செய்யலாமா? இது உன் வீரத்துக்கே இழுக்கல்லவா?' என்று குமுறினான்.

'பூரிசிரவசு! உனக்கு ஒரு அநீதி என்றதும் சீறி எழுகிறாயே! நீ செய்ய முற்பட்டது நியாயமா? நாளெல்லாம் போரிட்டுக் களைத்து மயங்கி விழுந்த சாத்யகியை நீ கொல்லமுயன்றதும் அநீதிதான்! அதைத் தடுக்கவே நான் இப்படிச் செய்தேன். யுத்த தர்மம் பற்றிப்பேச உங்கள் யாருக்கும் அருகதையில்லை. என்னுடைய வீர மகன் அபிமன்யு கொல்லப்பட்டபோது. இந்தப் போர் நெறியும் யுத்த தர்மமும் நினைவுக்கு வரவில்லையா?' என்றான் அர்ஜுனன்.

அதற்குமேல் ஏதும் பேசாமல், துண்டிக்கப்பட்ட தன் கையைத் தூக்கி அர்ஜுனன்மேல் அடித்துவிட்டு அப்படியே தரையில் அமர்ந்து தியானத்தில் மூழ்கினான் பூரிசிரவசு.

அந்தச் சமயத்தில், மயக்கம் தெளிந்து எழுந்தான் சாத்யகி. எதிரே பத்மாசனத்தில் அமர்ந்திருக்கும் பூரிசிரசைப் பார்த்தான். யோசனையே இல்லாமல் கோபம் மேலிட்டு, தியானத்தில் மூழ்கியிருக்கும் பூரிசிரவசிடம் சென்று அவன் தலையை வாளால் வெட்டி வீழ்த்தினான்.

இதைக்கண்டு எல்லோரும் அலறினார்கள். சாத்யகி இப்படிச் செய்வான் என்று யாரும் எதிர்பார்க்கவில்லை. தியானத்தில் இருந்த பூரிசிரவசை சாத்யகி கொன்றதை, எல்லோருமே இகழ்ந்தார்கள். திட்டித் தீர்த்தார்கள்.

இருதரப்பிலும் யுத்தநெறிகள் பேசப்பட்டு, யுத்த தர்மம் வகுக்கப்பட்டு நியாய, அநியாயங்களுக்குப் பயந்து நடந்த குருக்ஷேத்திர யுத்தத்தில், போகப்போக வெற்றி ஒன்றே பிரதானமாகப் போய், இதுபோல பலமுறை நெறிகள் மீறப்பட்டன. அநீதியான செயல்களை இருதரப்பினருமே செய்தார்கள்.

அஸ்தமன நேரம் நெருங்கிக்கொண்டிருந்தது. தனது சபதப்படி ஜயத்ரதனைக் கொல்லமுடியாமல் போகுமோ என்று கலங்கினான் அர்ஜுனன். அவனும் பீமனும் சாத்யகியும் ஜயத்ரதனை அடைவதற்காக, கௌரவ வீரர்களை வெட்டி வீழ்த்திக் கொண்டு முன்னேறினார்கள். பிசாசு போல இயங்கினார்கள்.

இதைப் பார்த்த துரியோதனன், கர்ணனிடம் கூறினான்.

'கர்ணா! சூரியன் மறைய இன்னும் சிறிதுநேரமே உள்ளது. ஜயக் ரதனை மட்டும் நாம் பத்திரமாகப் பாதுகாத்து காப்பாற்றி விட்டால் போதும். சபதம் நிறைவேறாமல், அர்ஜுனன் தானே தீக்குளித்து இறந்துபோவான். அவனுடைய பிரிவைத் தாங்காமல் மற்ற பாண்டவர்களும் மாண்டுபோவார்கள். ராஜ்ஜியம் நமக்கே சொந்த மாகிவிடும். போ கர்ணா! அந்த மூவரும் ஜயக்ரதனை நெருங்காமல் தடுத்துக் காப்பாற்று!' என்று கேட்டுக்கொண்டான்.

துரியோதனன் சொற்படி கர்ணன் விரைந்தான். கர்ணனுடன் கூட கிருபர், அசுவத்தாமன், சல்லியன் போன்றோரும்கூட அர்ஜுனனைத் தடுக்க முற்பட்டனர். சரமாரியாக அர்ஜுனன் மீது பாணங்களைத் தொடுத்தனர்.

சண்டை தீவிரமடைந்துகொண்டே செல்ல, அஸ்தமன நேரமோ நெருங்கிக்கொண்டிருந்தது. ஜயக்ரதன் எங்கிருக்கிறான் என்றே தெரியவில்லை.

அப்போது சூரியன் மறையத்தொடங்கினான். அர்ஜுனன் அதிர்ந்து போய் செயலிழந்து நின்றான். சபதத்தை நிறைவேற்ற முடியாமல் போன துயரம், அவன் மனத்தைக் கவ்வியது. தீக்குளிக்கும் முடிவுக்கு வந்தான்.

அர்ஜுனன் சோர்ந்துபோனதைக் கவனித்த கிருஷ்ணன், அவனிடம் புன்னகையுடன் சொன்னான்.

'அர்ஜுனா, பயப்படாதே! சூரியன் இன்னும் அஸ்தமனமாகி விட வில்லை. நான்தான் வேண்டுமென்றே தாற்காலிகமாக சூரியனை மறைத்திருக்கிறேன். நீ அம்பு தொடுத்துத் தயாராக இரு. சூரியன் அஸ்தமனமாகி விட்டான் என்கிற சந்தோஷத்தில், ஜயக்ரதன் தானாகவே வெளிப்படுவான். அப்போது நீ அவன்மீது அம்பை எய்து தீர்த்து விடு!' என்றான்.

கிருஷ்ணன் சொன்னது போலவே சூரியன் மறைந்ததும் ஜயக்ரதன் உற்சாகமானான்.

'அர்ஜுனா! உன் சபதம் தோற்றது' என்று கூக்குரல் எழுப்பியபடி வெளிப்பட்டான். அர்ஜுனனைக் கேலிசெய்து சிரித்தான். அவன் தலை தெரிந்தபோதே அர்ஜுனன் அவனை நோக்கிக் கணையைச் செலுத்தினான். அம்பு பாய்ந்துசென்று ஜயக்ரதனின் தலையைத் தனியே துண்டித்து எடுத்தது.

கிருஷ்ணனின் மாயை மறைந்து சூரியனும் வெளிப்பட்டது.

அர்ஜுனனின் கணை ஜயக்ரதன் தலையை வெட்டியதுமே, கிருஷ்ணன் பதற்றத்துடன் சொன்னான்.

‘அர்ஜுனா! ஜயக்ரதனின் அறுபட்ட தலை தரையில் விழாமல் மேலும் அம்புகளைச் செலுத்து. அவனுடைய தந்தை விருத்தக்ஷத்திரன் பஞ்சகத்தில் தவம் செய்துகொண்டிருக்கிறான். தலையை, அவனுடைய மடியில் போய் விழுமாறு செய்!’ என்று திட்டம் வகுத்துத் தந்தான்.

அர்ஜுனனும் அதைக் கச்சிதமாகச் செய்துமுடித்தான். அவனுடைய அம்புகள் ஒன்றன்பின் ஒன்றாக தலையை அந்தரத்தில் சுமந்துசென்று, விருத்தக்ஷத்திரன் மடியில் கொண்டுபோய் போட்டன. தியானத்தில் இருந்த விருத்தக்ஷத்திரன் திடுக்கிட்டுப்போய் எழுந்து நின்றான். அவனுடைய மடியில் இருந்த தலை தரையில் விழ, ‘என் மகனுடைய தலையை எவன் தரையில் தள்ளுகிறானோ, அவன் தலை சிதறி மாண்டு போவான்’ என்கிற சாபம் இப்போது அவனுக்கே பலித்துப் போனது. தலைசிதறி இறந்துபோனான் விருத்தக்ஷத்திரன்.

அர்ஜுனனுடைய சபதம் நிறைவேறிய சந்தோஷத்தில் பாண்டவர் படை மகிழ்ச்சிக்கூத்தாட, கௌரவ சேனை துக்கத்தில் மூழ்கியது. மனத்தில் மேலும் வெறிகொண்டது.

அதன் காரணமாக, இந்தப் பதினான்காம் நாள் போர் பகலுடன் நிற்காமல் இரவிலும் தொடர்ந்தது.

யானை, குதிரைகள், தேர்கள் மீதெல்லாம் விளக்குகள் ஏற்றினார்கள். ஆங்காங்கே தீப்பந்தங்கள் கொளுத்தப்பட்டு யுத்தம் தொடர்ந்தது.

துரியோதனன், மிகுந்த சோகத்தில் கொந்தளித்துப்போனான். தனது தம்பிகள் பெரும்பாலோரையும், பூரிசிரவசு, ஜயக்ரதன் போன்ற மகாவீரர்களையும் வரிசையாக இழந்த வேதனையில் அவன் மனம் வெறி கொண்டு அலைந்தது. அந்த ஆத்திரத்தில் துரோணர், அசுவத்தாமன், கிருபர் போன்ற எல்லோரையுமே சந்தேகத்துடன் கடுமையாகப்பேசி அவர்களின் மனத்தை நோகடித்தான்.

மேலும், அவன் கோபத்தைத் தூண்டுவதாக அமைந்தது கடோத்கஜனின் போர்.

பீமனின் அசுர மனைவிக்குப் பிறந்தவனான கடோத்கஜனும் அவனுடைய அரக்கர் கூட்டமும் துரியோதனனின் படையை அந்த இரவுப்போரில் தொடர்ந்து வதைத்துக் கொண்டிருந்தார்கள். இந்த ஒரு இரவிலேயே கௌரவப்படை முழுவதையும் தீர்த்துக் கட்டிவிடுவார்கள் போல் தோன்றியது.

துரியோதனன், 'கர்ணா! நான் மற்ற எவரையும் நம்பப்போவதில்லை. நீதான் என்னைக் காப்பாற்றவேண்டும். அதோ பார்! பீம புத்திரன் கடோத்கஜனும் அவனுடைய பூதப் படையும் நமது படையை மொத்தமாக அழித்துவிடுவார்கள் போலிருக்கிறது. போ! அவனை முதலில் எப்படியாவது தீர்த்துக்கட்டு!' என்று கேட்டுக் கொண்டான்.

கர்ணனும் அப்போது நடந்துகொண்டிருந்த யுத்தத்தைப் பார்த்து, கடோத்கஜன் மேல் கோபத்தில்தான் இருந்தான். அந்தக் கோபத்தின் காரணமாக, கொஞ்சமும் முன்யோசனையின்றி அர்ஜுனனை வீழ்த்துவதற்காகவே வைத்திருந்த, இந்திரன் அளித்த அற்புதமான சக்தி ஆயுதத்தை கடோத்கஜன் மேல் ஏவினான். அந்தச் சமயத்தில் கடோத்கஜனைத் தடுக்க அவனுக்கு வேறுவழி தெரியவில்லை. சக்தி ஆயுதம் குறி தவறாமல் சென்று கடோத்கஜனை தாக்கிக் கொன்றது. அத்துடன் மீண்டும் இந்திரனைச் சென்றுசேர்ந்தது.

கடோத்கஜனின் மரணத்தால் பாண்டவர்கள் மனம் கலங்கிப் போனார்கள். துயரத்தால் இதயம் வருந்தித் துடித்தார்கள். கிருஷ்ணன் அவர்களுக்கு ஆறுதல் சொன்னான்.

'கடோத்கஜன் மாண்டுவிட்டானே என்று நீங்கள் மனம் வருந்துகிறீர்கள். ஆனால் அவன், அர்ஜுனன் உயிரைக் காப்பாற்றியிருக்கிறான் என்று நான் மனம் மகிழ்கிறேன். கர்ணனுக்கு இந்திரன் அளித்த சக்தி ஆயுதத்தால், அர்ஜுனன் உயிருக்கு ஆபத்து நேருமோ என்று அஞ்சிக்கொண்டிருந்தேன். ஏனெனில், அந்தச் சக்தி ஆயுதத்தை யாராலும் வெல்ல முடியாது. ஆனால் இப்போது அதை கர்ணன், கடோத்கஜனைக் கொல்வதற்குப் பயன்படுத்திவிட்டதால் அர்ஜுனனுக்கு வரவிருந்த ஆபத்து நீங்கிவிட்டது. இனி அர்ஜுனனை எதிர்க்க யாராலும் முடியாது. வெற்றி நெருங்கி விட்டது!' என்று விளக்கினான்.

இரு தரப்பு வீரர்களும் மிகவும் களைத்துப்போய் ஓய்வெடுக்கத் தொடங்கிய பின்னிரவில், பதினாலாம் நாள் போர் முடிவுக்கு வந்தது.

பாண்டவர்கள் பாசறையில், கிருஷ்ணன் எல்லோரும் அதிர்ந்து போகும்படியாக ஓர் யோசனையை முன்வைத்தான்.

'அர்ஜுனா! நாம் அடையக்கூடிய வெற்றிக்குப் பெரும் தடையாக இருப்பவர் ஆச்சாரிய துரோணர்தான். அவர் தொடர்ந்து நமது படையை நிர்மூலப்படுத்துகிறார். எத்தனை முயற்சித்தும் அவரை நம்மால் வெல்ல முடியவில்லை. அவர் கையில் ஆயுதமேந்தி இருக்கும்வரை, நம்மால் கௌரவர்களை வீழ்த்த முடியாது. அவராக

ஆயுதத்தைக் கீழே போடுமாறு ஏதாவது தந்திரம் செய்தால்தான் உண்டு. அதற்கு ஒரு வழி உள்ளது. அவருடைய மகன் அசுவத்தாமன் இறந்து விட்டான் என்று கேள்விப்பட்டால், அவர் மனம் சோர்ந்து ஆயுதத்தைக் கீழே போட்டுவிடுவார். நாம் அதைத்தான் செய்யவேண்டும்!' என்று கூறினான்.

'நீ சொல்வது சரிதான். ஆனால், அசுவத்தாமனை வீழ்த்துவது எளிய காரியம் அல்ல கிருஷ்ணா!' என்றான் அர்ஜுனன்.

'ஆமாம்! அதற்காக அசுவத்தாமனைக் கொல்லவேண்டும் என்ப தில்லை! அசுவத்தாமன் இறந்துவிட்டான் என்று பொய் சொன்னால் கூடப் போதும்!'

'இல்லையில்லை. இது அநியாயம்! இதை நான் ஏற்றுக் கொள்ள மாட்டேன். இது அதர்மமான வழி!' - பதறினான் அர்ஜுனன்.

'அதர்மம்தான்! ஒப்புக்கொள்கிறேன். ஆனால் லட்சக்கணக்கான வீரர்கள் மேலும் மாண்டுபோகாமலிருக்க வேண்டுமானால், இந்தச் சிறு பொய் சொல்வதில் தவறில்லை. இறுதியில் தருமம் நிலையாக வெல்லவேண்டுமானால், இடையில் சிறு சிறு அதர்ம காரியங்கள் நடைபெற்றுத்தான் தீரவேண்டும்!'- உறுதியாகச் சொன்னான் கிருஷ்ணன்.

எல்லோருக்கும் கிருஷ்ணனின் யோசனையை ஏற்றுக்கொள்வதில் தயக்கமிருந்தது. யோசித்துப்பார்த்ததில், துரோணரை வேறு எந்த விதமாகவும் வீழ்த்த முடியாது என்பதும் புரிந்தது. எனவே, வேறு வழியில்லாமல் மன உறுத்தலுடனே தலையசைத்தனர். இந்தத் திட்டத்தில் தருமனுக்குத்தான் முக்கியப் பங்கு என்பதும் தீர்மானிக்கப் பட்டது.

பதினைந்தாம் நாள் போர் தருமம் வெல்வதற்கான அதர்மச் செயலுடன் ஆரம்பமாகியது.

காட்டைக் கொளுத்தும் நெருப்பு போல, உக்கிரத்துடன் பாண் டவப்படையை தவிடுபொடியாக்கிப் பொசுக்கினார் துரோணர்.

துரியோதனனுக்கு வாக்களித்தபடி தரும புத்திரனை சிறைப்பிடிக்க முடியாதது ஒருபுறம் அவர் மனத்தை வருத்த, தினம் தினம் துரியோதனன் சந்தேகத்துடன் அவரைக் குத்திக் காட்டிப் பேசிவருவதும் அவரை வேதனைக்குள்ளாக்கி இருந்தது. அதனால் மூண்ட கோபத்தை, பாண்டவர் படையின் மீது செலுத்தி பாணங்களால் இம்சித்தார்.

கிருஷ்ணன் சொன்ன உபாயத்தை, கையாளவேண்டிய வேளை நெருங்கிவிட்டது என்று நினைத்தான் பீமன்.

அவன் தனது கதாயுதத்தைத் தூக்கிக்கொண்டுபோய் அசுவத்தாமன் என்கிற யானையை தாக்கிக்கொன்றான். பின் துரோணர் இருந்த இடத்துக்குச் சென்று அவர் காதில் விழும்படியாக, 'நான் அசுவத்தாமனைக் கொன்றுவிட்டேன்!' என்று சத்தமாகச் சொன்னான். பின், இதைச் சொல்லநேர்ந்ததற்காக வெட்கப்பட்டு தலை குனிந்தான்.

துரோணர், இதைக்கேட்டு அதிர்ந்துபோனார். அப்போது அவர் பாண்டவர் சேனையை அழித்துவிடும் முடிவில் கையில் பிரம்மாஸ்திரம் ஏந்தியிருந்தார்.

பீமன் கூறியதைக் கேட்டதும் அதை நம்ப முடியாதவராக, 'இல்லை! என் மகன் அசுவத்தாமனை அத்தனை எளிதில் யாராலும் வீழ்த்திவிட முடியாது' என்று சொல்லிக்கொண்டார். ஆனாலும், மனம் பதைத்துத் துடித்தார். தன் சந்தேகத்தைப் போக்கிக்கொள்வதற்காக தருமனைப் பார்த்து, 'தருமபுத்திரா! பீமன் சொன்னது உண்மையா?' என்று கேட்டார்.

மூன்று உலகங்களையும் தன் காலடியில் வைப்பதாக இருந்தாலும், தருமன் பொய் சொல்லமாட்டான் என்பது துரோணரின் நம்பிக்கை!

தருமன் என்ன சொல்லப்போகிறானோ என்று பாண்டவர்கள் பதை பதைப்புடன் காத்திருந்தார்கள்.

பொய்சொல்ல மனம் கூசியது என்றாலும், வெற்றிபெற்றே தீர வேண்டும் என்கிற ஆசை, தருமனை அதர்மத்தின் பாதையில் தள்ளி விட்டது.

தருமன் மனத்தைத் திடப்படுத்திக்கொண்டு, 'ஆம்! அசுவத்தாமன் இறந்தான்!' என்று சத்தமாகச் சொல்லிவிட்டு, 'அசுவத்தாமன் என்கிற யானை!' என்பதை, மெல்லிய குரலில் சொல்லி முடித்தான்.

அசுவத்தாமன் இறந்தான் என்று தருமன் சொன்னதுமே, கிருஷ்ணன் தனது பாஞ்சசன்யத்தை எடுத்து பெரிதாக முழங்கினான். அதன் சத்தத்தில், தருமன் அடுத்ததாகச் சொன்ன 'அசுவத்தாமன் என்கிற யானை' என்பது துரோணரின் காதில் விழாமலே போனது.

தருமன் இப்படிப் பொய் சொன்னதுமே, அதுவரை பூமியில் படாமல் தரைக்குமேல் நான்கு அங்குலம் உயரே சென்று கொண்டிருந்த அவனுடைய ரதம், சட்டென்று கீழே இறங்கி மண்ணைத் தொட்டது.

மகன் அசுவத்தாமன் இறந்துவிட்டான் என்று கேட்டதுமே, துரோண ருக்கு வாழ்க்கை வெறுத்துப்போனது. கையில் ஏந்தியிருந்த ஆயுதங் களைக் கீழே எறிந்துவிட்டு தேர்த் தட்டின் மேலேயே அமர்ந்து யோக நிஷ்டையில் மூழ்கினார். மனத்தில் பிரம்மத்தை நினைக்கத் தொடங்கினார்.

அப்போது துரோணரைக் கொல்வதற்காகவே பிறந்தவனான திருஷ்டத்யும்னன், ஓடோடிவந்து துரோணரின் தேரில் ஏறி தனது வாளால் அவருடைய தலையை வெட்டி வீழ்த்தினான். இந்தத் தகாத செய்கையைப் பார்த்துக்கொண்டிருந்தவர்கள் எல்லோரும், 'ஐயோ! இது மகா பாவம்!' என்று சத்தம் எழுப்பி அலறினார்கள். அவர்கள் கண்ணெதிரில், துரோணரின் ஆத்மா ஜோதி ரூபமாக விண்ணுலகுக்குச் சென்றது.

குலகுருவான ஆசாரிய துரோணரைக் கொன்றவிதம் பற்றி திருஷ்டத்யும்னனைக் கண்டித்து திட்டித்தீர்த்தான் அர்ஜுனன். ஆனால் பீமனோ, கௌரவர்கள் தங்களுக்கு இழைத்த அநியாயங்களைப் பட்டியலிட்டு, அதைத் தட்டிக் கேட்காமல் மௌனமாக அங்கீகரித்த துரோணரைக் கொன்றவிதம் பற்றி அலட்டிக்கொள்ளத் தேவை யில்லை என்று சொல்லி, திருஷ்டத்யும்னனை ஆதரித்தான்.

துரோணர் கொல்லப்பட்ட விதம் குறித்து, அவருடைய மகன் அசுவத்தாமன் கொதித்துப்போனான். பாண்டவர்களை எதிர்த்து பெரும்போரில் இறங்கினான். அவனுடைய ஆவேசத் தாக்குதலை யாராலும் எதிர்கொள்ள முடியவில்லை.

பரசுராமருக்கும் இந்திரனுக்கும் இணையான வலிமை பெற்ற அசுவத் தாமன், பாண்டவர் படையை மொத்தமாக அழித்து விட எண்ணி னான். சிறந்த அஸ்திரங்களில் ஒன்றானதும், யாராலுமே எதிர்கொள்ள முடியாததுமான 'நாராயணாஸ்திரம்' என்கிற அஸ்திரத்தை எய்தான். அதை ஒருமுறை மட்டுமே பயன்படுத்த முடியும்.

அசுவத்தாமன் விடுத்த அந்த அஸ்திரம், ஆயிரக்கணக்கான ஆயுதங் களை வெளிப்படுத்திக்கொண்டு பாண்டவர் சேனையை அழித்து விடுவதற்காகப் பாய்ந்துவந்தது.

இதைக்கண்ட கிருஷ்ணன் பாண்டவர் படையை நோக்கி, 'எல்லோ ரும் ரதத்திலிருந்து கீழே இறங்கி, கையிலிருக்கும் ஆயுதங்களைக் கீழே போட்டுவிட்டு, நிராயுதபாணிகளாக நில்லுங்கள்! எதிர்க்க முன்வராதவர்களை நாராயணாஸ்திரம் ஒன்றும் செய்யாது!' என்று கூறினான்.

எல்லோரும், கிருஷ்ணன் கூறியது போலவே செய்தார்கள். நாரா யணாஸ்திரம், எதிர்ப்பார் யாருமில்லாததால் உக்கிரத்தை இழந்து மறைந்துபோனது.

அசுவத்தாமன் தன்னுடைய அஸ்திரம் பயனற்றுப்போனதால் வெட்க மடைய, பதினைந்தாம் நாள் போர் அத்துடன் முடிந்தது.

அன்றைய இரவு, கௌரவர் பாசறை துயரத்திலும் துக்கத்திலும் மூழ்கி யிருந்தது. துரோணர் மாண்டுபோனதால் அடுத்த படைத்தளபதியாக கர்ணன் முடிசூட்டப்பட்டான்.

'துரியோதனா! எனக்கென்று தனி விருப்பம் எதுவுமில்லை. உன் விருப்பமே என் விருப்பம். உன் ஆசைப்படியே, பாண்டவர்களை வீழ்த்திக்காட்டுவேன்!' என்றான் கர்ணன்.

34

கர்ணனை வீழ்த்திய சாபங்கள்...

குருக்ஷேத்திர யுத்தம் தொடங்கியபோது இருந்த படைகளின் எண்ணிக்கை, இரு தரப்பிலும் பாதிக்கும் மேலாகக் குறைந்து போயிருந்தது. ஆனால், போரின் உக்கிரமோ குறைந்தபாடில்லை.

இரு பக்கமும் சங்கு முழங்கியதும், படைகள் ஆவேசத்துடன் மோதிக்கொள்ளத் தொடங்கின.

பதினாறாம் நாள் யுத்தத்தில் பீமன், சேமதூர்த்தியைக் கொன்றான். சாத்யகி - விந்தன், அனுவிந்தன் என்பவர்களை வீழ்த்தினான். நகுலன், கர்ணனை எதிர்த்தான்.

கர்ணன், நகுலனுடைய வில்லை முறித்து, குதிரைகளைக் கொன்று, சாரதியையும் சாகடித்தான். தேரை நொறுக்கித் தள்ளினான். பின் வாங்க முயன்ற நகுலனின் கழுத்தில், வில்லை மாட்டி இழுத்து அவனை அவமானப்படுத்தினான். குந்திக்குக் கொடுத்த வாக்குறுதியினால், அவனைக் கொல்லாமல் விரட்டியடித்தான்.

தருமன், துரியோதனனைத் தாக்கிக் கடுமையான பாணங்களால் அவனை மூர்ச்சையடையச் செய்தான்.

அன்றும் பாண்டவர்கள் தரப்பே வெற்றி முழக்கமிட, போர் முடிவுக்கு வந்தது.

கௌரவர் பாசறையில் கவலையோடு பேசினான் கர்ணன்.

'அஸ்திர வித்தையில் அர்ஜுனனுக்குச் சகலவிதத்திலும் நிகரானவன் நான். ஆனாலும், அவனுக்கு கிருஷ்ணன் சாரதியாக அமைந்ததுபோல எனக்கு ஒரு திறமையான சாரதி அமையவில்லை. இது மட்டும் நிறைவேறி, என் எண்ணத்தைப் புரிந்து ரதம் செலுத்தும்

அறிவாளியான சாரதி கிடைத்து விட்டால், நான் எளிதாக பாண்டவர்களை ஜெயித்து அர்ஜுனனைக் கொன்றுவிடுவேன்' என்றான்.

துரியோதனன், நண்பனின் கவலையைப்போக்கத் தீர்மானித்தான்.

மத்திரதேசத்து மன்னனும், நகுல சகாதேவர்களின் தாய் மாத்ரியின் சகோதரனும், தான் வஞ்சனையாக உபசரித்து இழுத்துக்கொண்ட பாண்டவர்களின் தாய்மாமனான சல்லியனிடம் சென்றான். தேரோட்டுவதில் வல்லவனான சல்லியனை, கர்ணனுக்கு சாரதியாக இருந்து வழிநடத்த வேண்டுமென்று கேட்டுக்கொண்டான்.

இதைக்கேட்ட சல்லியன் உள்ளுக்குள் கோபம் கொண்டான். இதைச்செய்ய அவனுக்கு விருப்பமில்லையென்றாலும், தருமனுக்கு தான் அளித்த வாக்குப்படி, கர்ணனின் மன உறுதியைச் சிதைப்பதற்காக துரியோதனனின் யோசனைக்குச் சம்மதித்தான்.

•••

எல்லா தர்ம நியாயங்களும் மீறப்பட்டு, யுத்தநெறிகள் மண்ணில் புதைக்கப்பட்டு ஒரு கோரதாண்டவம் நிகழப் போகிற நாளாக பதினேழாம் நாள் யுத்தம் ஆரம்பித்தது.

கௌரவப்படையின் முன்னணியில் வில்லேந்தி நின்ற கர்ணன், சாரதியாக அமர்ந்திருந்த சல்லியனிடம் சொன்னான்.

'சல்லியா! அர்ஜுனனை நோக்கித் தேரைச் செலுத்து. இன்று என் அபார ஆற்றலை மூவுலகமும் காணப்போகிறது. அர்ஜுனனை வதைத்து, அவன் தலையை மண்ணில் வீழ்த்திக் காட்டுகிறேன் பார்!' என்றான்.

சல்லியன் கேலி நிறைந்த குரலில், 'கர்ணா, வீண் ஜம்பம் பேசாதே! பலமுறை, அர்ஜுனனிடமும் பீமனிடமும் தோற்றவன் நீ! அர்ஜுனனுடைய வீரத்துக்கும் அஸ்திரத் திறமைக்கும் கால்பங்கு கூட இணையாக மாட்டாய். எதற்காக தற்பெருமை பேசி காலத்தை வீணாக்குகிறாய்? அவனோடு சண்டையிடப் பயந்து பின்வாங்கி ஓடாமல் இருந்தால் சரிதான்!' என்று, கர்ணனை இழிவுபடுத்தும் விதமாகப் பேசினான்.

கர்ணன், இதைக்கேட்டு வெகுண்டான். அவனும் பதிலுக்கு சல்லியனைத் தாக்கிப்பேசினான். கடைசியில் அலுத்துப் போய், 'சல்லியா! வீண் வாக்குவாதம் வேண்டாம். உன் வேலையைக் கவனி!' என்று சொல்லி மௌனமானான்.

சல்லியன்மேல் கொண்ட கோபத்தை, பன்மடங்கு அதிகமாக பாண்டவர் படையின்மீது காட்டி அவர்களை ஓடஓட விரட்டினான்.

ஆனாலும் சல்லியன், அவ்வப்போது கர்ணனின் உற்சாகத்தையும் மனதிடத்தையும் குலைக்கும்படி அவமதிப்பாக பேசிக்கொண்டே தான் இருந்தான்.

கர்ணன் அதைப் பொருட்படுத்தாமல், எதையும் காதில் வாங்காமல் போர் நடத்திக்கொண்டிருந்தான். ஆனால் அவன் மனத்துக்குள் ஒரு மெல்லிய கவலை, எச்சரிக்கை மணியாக அடித்துக்கொண்டே யிருந்தது.

அது, அவன் தலைவிதியையே மாற்றியமைத்த இரண்டு சாபங்களைப் பற்றிய கவலை!

கர்ணன், இந்திரனிடம் கவச குண்டலங்களை இழந்திருந்த சமயம் அது.

தெய்வீகத் தன்மை வாய்ந்த கவச குண்டலங்களைத் தானம் செய்து விட்டதால், அதை ஈடுசெய்யும் விதமாக மேலும் சிறந்த திவ்யாஸ்திரப் பிரயோகங்களை கற்றுக்கொள்ளத் தீர்மானித்தான் கர்ணன். அதற்காக, தனுர் வேதத்தில் வல்லவரான பரசுராமரிடம், சீடனாகச் சேர்ந்து கொள்ள முயற்சித்தான்.

பரசுராமருக்கு, க்ஷத்திரியர்களைக் கண்டால் பிடிக்காது. க்ஷத்திரியர் களுக்கு வில்வித்தையைக் கற்றுத்தரவும் மாட்டார். எனவே கர்ணன், அந்தணனைப் போல வேடமிட்டுக்கொண்டு பரசுராமரிடம் சென்று சீடனாகச் சேர்ந்தான். பிரம்மாஸ்திரம் முதல் சகல அஸ்திரங்களையும் கற்றுத்தேர்ந்தான்.

ஒருநாள்...

கர்ணனின் மடியில், தலைவைத்துப் படுத்திருந்தார் பரசுராமர். அப்போது வண்டு ஒன்று, கர்ணனின்மேல் வந்து அமர்ந்தது. இந்திரன் தான் அப்படி உருமாறி வந்திருந்தான். அர்ஜுனனுக்கு எதிரியான கர்ணன், அஸ்திரங்களில் தேர்ச்சி பெறுவதைத் தடுப்பதற்காகவே வண்டாக வந்தவன், கர்ணனின் தொடையைக்குடைந்து உள்ளே புகுந்தான்.

கர்ணன் வலியினால் துடித்தான். என்றாலும், அசைந்தால் மடிமீது படுத்திருக்கும் குருவின் உறக்கம் கலைந்துவிடும் என்பதால், அதைப் பொறுத்துக்கொண்டு அமர்ந்திருந்தான். வண்டு மேலும் மேலும்

குடைந்ததால், தொடையிலிருந்து ரத்தம் பெருகியது. அது பரசு ராமரை நனைத்தது. விழித்துக் கொண்ட பரசுராமர் எழுந்து பார்த்தார். நடந்ததைத் தெரிந்து கொண்டார். கர்ணனின் மன உறுதி அவரை வியப்பில் ஆழ்த்த, அவனிடம் கேட்டார்.

'சீடனே, உண்மையைச் சொல்! நீ யார்? ஒரு பிராமணனுக்கு இத்தனை மன உறுதியோ சகிப்புத் தன்மையோ இருக்க முடியாது. நீ, நிச்சயம் க்ஷத்திரியனாகத்தான் இருக்கவேண்டும். மறைக்காமல் சொல்!' என்றார்.

கர்ணன் தலைகுனிந்தபடி உண்மையைச் சொன்னான். அதைக்கேட்டு பரசுராமர் கோபம் கொண்டார்.

'பொய் சொல்லி நீ என்னிடம் வித்தையைக் கற்றுக் கொண்டதால் குருத் துரோகி ஆனாய். என்னிடம் நீ கற்றுக் கொண்ட அஸ்திரங்கள், உன் மரணத் தறுவாயில் பயன்படாமல் மறந்துபோகும்' என்று சாபம் அளித்தார்.

இதேபோன்றுதான் நிகழ்ந்தது இன்னொரு அந்தணரின் சாபமும்!

ஒருமுறை கர்ணன், தானே ரதம் ஓட்டிக்கொண்டு விரைந்தபோது, குறுக்கே ஒரு பசு வந்து தேர்க்காலில் விழுந்து இறந்து விட்டது. எதிர்பாராமல் நேர்ந்த தவறுதான் அது!

ஆனாலும், இறந்தது ஒரு யாகப்பசு. அதனால் கோபித்துக் கொண்ட பசுவுக்குச் சொந்தக்காரரான அந்தணர், 'துஷ்டனே! ஓடிவரும் பசுவையும் கவனிக்காமல் அகந்தையாக தேர் ஓட்டிக்கொண்டுவந்து எனது பசுவைக் கொன்றாய்! அதனால் உன்னைச் சபிக்கிறேன். எதிரியுடன் நீ போரிடும்போது, உன் தேர்ச்சக்கரம் பூமியில் புதைந்து போகும். அப்போது நீ கொல்லப்படுவாய்!' என்றார்.

எவ்வளவோ சொல்லிப்பார்த்தும், அந்தணர் சாபத்தை மாற்றிக் கொள்ளவில்லை.

அந்த இரண்டு சாபங்களும் இந்த யுத்தத்தில் பலித்துவிடுமோ என்று அஞ்சினான் கர்ணன். பின் சுதாரித்துக்கொண்டு, 'எதுவானால் என்ன? விதிப்படிதான் வாழ்வு' என்று மனத்தைத் தேற்றிக்கொண்டு முழுத் திறமையும் காட்டி அர்ஜுனனை எதிர்த்தான். அர்ஜுனனுக்குத் துணை யாக வந்த பீமனை, துச்சாதனன் தனது பாணங்களால் தடுத்தான். துச்சா தனனைக் கண்டதுமே அவன் திரௌபதியை அவமானப்படுத்தியது நினைவுக்கு வர, பீமன் பற்களை நெறித்தபடி ஆவேசமானான்.

‘இன்று என்னிடம் வசமாகச் சிக்கினாய் துச்சாதனா! சூதாட்ட மண்டபத்தில் நான் செய்த சபதத்தை, இப்போது நிறைவேற்றி விடுகிறேன். வா! உன் கதையை முடித்துவிடுகிறேன்’ என்று சொல்லி கர்ஜித்தான்.

துச்சாதனனும் ஆக்ரோஷத்துடன், பீமனுக்குச் சற்றும் சளைக்காமல் போரிட்டான். அவனுடைய கணைகள், பீமனின் தேர்க்குதிரைகளைக் கொன்று வீழ்த்தின. சாரதியும் கொல்லப்பட்டான். மேலும் கூரிய அம்புகளால், பீமனுடைய உடலைக் குத்திக்கிழித்தான். அவனுடைய தேரை உடைத்துப் போட்டான்.

தேரை இழந்த பீமன், கதாயுதத்துடன் ஓடி துச்சாதனின் தேரில் ஏறினான். அவனை இழுத்துத் தரையில் தள்ளினான். கண்கள் சிவந்து, நரம்புகள் புடைக்க அவன்மேல் பாய்ந்தான்.

‘துச்சாதனா! திரௌபதியின் தலைமுடியைப் பற்றியிழுத்தது இந்தக் கைகள்தானே?’ என்றபடி துச்சாதனின் கைகளை பலத்துடன் பற்றி, மூங்கிலை உடைப்பதுபோல உடைத்து, உடலிலிருந்து கைகளைப் பிய்த்து தனியே எறிந்தான். துச்சாதனன் அலறினான், துடிதுடித்தான்.

இப்படி துச்சாதனின் அங்கங்களை ஒவ்வொன்றாக உடைத்து, சித்ரவதைப்படுத்தி, இறுதியாக அவனுடைய கழுத்தின்மேல் காலை வைத்து நெறித்துக்கொன்றான் பீமன். பின் துச்சாதனின் நெஞ்சைப் பிளந்து, பொங்கி வழிந்த ரத்தத்தை அள்ளிக் குடித்தான்.

இந்தக் கோரக்காட்சியைப் பார்த்துக்கொண்டிருந்தவர்கள் குலை நடுங்கிப் போனார்கள்.

கோபம் அடங்காமல் துச்சாதனனின் உடலைச் சுழற்றித் தூக்கி வீசிய பீமன், ‘நாளை, துரியோதனனுக்கும் இதே கதிதான்!’ என்று சொல்லி கர்ஜனை செய்தான்.

எதற்குமே அஞ்சாத கர்ணனும், பீமன் நிகழ்த்திய துச்சாதனன் வதம் கண்டு நடுங்கித்தான் போனான். ‘வனவாசம் செய்து காட்டு மிருகங்களைப்போல் ஆகிவிட்ட இந்தப் பாண்டவர்களை, வீழ்த்தியே தீருவேன்’ என்று ஆவேசம் கொண்டான். முன்னிலும் தீவிரமாக அர்ஜுனனைத் தாக்கினான்.

துரியோதனன், தன் தம்பி துச்சாதனனுக்கு நேர்ந்த கோர முடிவைக் கண்டு துக்கத்தில் மூழ்கினான். கண்கள் கலங்கி அழுதான்.

‘துரியோதனா! மேலும் மேலும் நிகழும் அழிவுகளைக்காணச் சகிக்கவில்லை. இனியும் யுத்தம் வேண்டாம். மீதியிருப்போராவது

பிழைத்திருக்கட்டும். சமாதானமாகப் போகலாம்!' என்றான் அசுவத்தாமன்.

'அசுவத்தாமா! யுத்தத்தில் வெற்றிபெறுவோம் என்கிற நம்பிக்கை எனக்கும் போய்விட்டது. துச்சாதனன் இறந்த விதத்தைப் பார்த்த பிறகு, எனக்கும் உயிர் வாழும் ஆசையில்லை. பிதாமகர் பீஷ்மர், துரோணர் முதல் ஜயக்ரதன், பகதத்தன், துச்சாதனன் போன்ற பெரும் வீரர்களெல்லாம் என் பொருட்டு பலியானார்கள். இதற்குமேல் யுத் தத்தை நிறுத்தி சமாதானம் செய்துகொள்வது நான் உயிர் பிழைக்கவா? எனக்கு அதில் விருப்பமில்லை. நான் போரை தொடரத்தான் போகி றேன்!' - விரக்தியான குரலில் உறுதியுடன் சொன்னான் துரியோதனன்.

கர்ணனும் உயிரை வெறுத்துத்தான் அர்ஜுனனுடன் போரிட்டுக் கொண்டிருந்தான். இருவருக்குள்ளும் பெரும்போர் நடந்தது. கர்ணன், தன்னுடைய முக்கிய அஸ்திரமான நாகாஸ்திரத்தை எடுத்தான். அர்ஜுனன்மேல் குறி வைத்தான்.

அந்த நாகாஸ்திரம் அர்ஜுனனின்மேல் பகைகொண்ட ஒரு பாம்பின் அஸ்திரம்.

முன்பு ஒருமுறை, காண்டவ வனம் என்கிற காடு எரிந்து போவதற்கு அர்ஜுனன் துணையாக இருந்தான். அந்த நெருப்பில் ஏராளமான பாம்புகள் இறந்துபோக, தப்பிப்பிழைத்த அசுவசேனன் என்கிற பாம்பு மட்டும் தன் இனத்தாரை அழித்த அர்ஜுனனைக் கொல்வதற்காக பழிவெறியுடன் காத்திருந்தது.

இப்போது அந்தப் பாம்புதான் கர்ணனின் நாகாஸ்திரத்தில் அடைக் கலம் புகுந்து, அர்ஜுனனைக் கொல்லத் தயாராக இருந்தது.

கர்ணன் நாகாஸ்திரத்தைச் செலுத்தத் தயாரானான். அதுவரை சல்லியன் தொடர்ந்து கர்ணனைக் கேலி செய்தாலும், ஒரு கட்டத்தில் அவனுக்கு மனசாட்சி உறுத்தியது. துரியோதனனுக்கு துரோகம் செய்கிறோமோ என்று கலக்கம் ஏற்பட்டது. இனியாவது சேர்ந்த இடத்துக்கு விசுவாசமாக இருக்கத் தீர்மானித்த சல்லியன், கர்ணன் நாகாஸ்திரத்தை குறி வைத்த விதம் கண்டு மனம் தாளாமல் அவனிடம் சொன்னான். 'கர்ணா! நீ அர்ஜுனனின் தலைக்குக் குறிவைக்கிறாய் என்று தோன்றுகிறது. வேண்டாம்! அவனுடைய கழுத்துக்குக் குறி வைத்து நாகாஸ்திரத்தைச் செலுத்து!' என்றான்.

'சல்லிய மன்னா! உன் யோசனைக்கு நன்றி. ஆனால் நான், எப்போதும் வைத்த குறியை மாற்றுவதில்லை. அப்படியெல்லாம் கபடம் செய்து,

மாற்றி மாற்றிக் குறி வைத்து எதிரியை ஏமாற்றும் பழக்கமும் எனக்கில்லை!' என்று சொல்லி, நாகாஸ்திரத்தை அர்ஜுனன்மேல் ஏவினான்.

அர்ஜுனனை நோக்கி வஞ்சத்துடன் சீறிச்சென்றது நாகாஸ்திரம்.

அதைக்கவனித்த கிருஷ்ணன், சட்டென்று காலை அழுத்தி தங்க ளுடைய தேரை பூமிக்குள் அழுந்துமாறு செய்தான். தேர் பூமியில் புதைய, சீறிவந்த நாகாஸ்திரம் அர்ஜுனனின் கிரீடத்தைத் தட்டி வீழ்த்திவிட்டுப் பறந்தது.

அசுவசேனனாகிய நாகாஸ்திரம் மீண்டும் கர்ணனிடம் வந்தது. 'வீரனே! நீ சரியாகக் குறிவைக்காததால், என்னால் அர்ஜுனனின் மகுடத்தைத் தான் வீழ்த்த முடிந்தது. ஆகவே மறுபடியும் என்னைச் செலுத்து! இம்முறை அவனுடைய தலையைக் கொய்துவிடுகிறேன்' என்றது.

'நாகமே! நீ இந்த அஸ்திரத்தில் புகுந்ததே எனக்கு இப்போதுதான் தெரிகிறது. மற்றவரின் உதவியோடு எதிரியை வீழ்த்துவதில் எனக்கு விருப்பம் இல்லை. அதுதவிர, ஒரே அஸ்திரத்தை இரண்டுமுறை ஏவும் பழக்கமும் எனக்குக் கிடையாது. எல்லாவற்றுக்கும் மேலாக, நாகாஸ்திரத்தை ஒருமுறைக்கு மேல் பயன்படுத்த மாட்டேன் என்று ஒரு தாய்க்கு வாக்குக் கொடுத்திருக்கிறேன். என்னை மன்னித்து விடு!' என்று மறுத்துவிட்டான்.

கர்ணன் இப்படிச் சொன்னதால் ஏமாற்றமடைந்த நாகம், மிகுந்த ஆத்திரத்துடன் தானே அர்ஜுனனைக் கொன்றுவிடும் நோக்கத்தில் திரும்பிப் பாய்ந்தது. உடனே அர்ஜுனன், தனது அம்புகளால் அந்தப்பாம்பை பலதுண்டுகளாக்கி வெட்டி வீழ்த்தினான்.

பின் கர்ணனை, இடைவிடாத பாணங்களால் தாக்கி அவனுடைய கவசத்தைப் பிளந்தான். வில்லின் நாணை அறுத்தான். அடுத்தடுத்து தன்னைத் தாக்கிய வலிமையான பாணங்களால் கர்ணன் மிகவும் களைத்துப்போய் சரிந்தான்.

அதனால் அர்ஜுனன், அவனைத் தாக்காமல் நிறுத்தினான். அதைக் கண்ட கிருஷ்ணன், 'அர்ஜுனா! இது கருணை காட்டவேண்டிய நேர மல்ல. காலம் பார்த்து எதிரியை வீழ்த்துபவனே, வெற்றி பெறுவான். எனவே, தயக்கம் காட்டாமல் தாக்கு!' என்று தூண்டினான்.

அதற்குள் கர்ணனும் சுதாரித்துக்கொண்டு ஆக்ரோஷமாக எழுந்தான். அர்ஜுனனைத் தாக்குவதற்காக தான் பரசுராமரிடம் கற்றுக்கொண்ட திவ்யாஸ்திரங்களை நினைவுக்குக் கொண்டுவர முயற்சித்தான்.

ஆனால் எத்தனை யோசித்தும் அந்த அஸ்திரங்கள் நினைவுக்கு வரவில்லை.

அந்தச் சமயம் பார்த்து மிகச்சரியாக, கர்ணனின் இடது தேர்ச் சக்கரம் பூமியில் அழுத்தமாகப் புதைந்து போனது. கர்ணன் விரக்தியாகச் சிரித்துக்கொண்டான். தான் பயந்தது போலவே, தனக்கு விதிக்கப் பட்ட சாபங்கள் இப்போது பலிக்கத் தொடங்கிவிட்டது என்று புரிந்துகொண்டான்.

ரதத்தின் சாரதியான சல்லியனிடம், 'மன்னா! ரதத்தின் சக்கரம் மண்ணில் சிக்கிக்கொண்டுவிட்டது. இறங்கி, தேர்ச் சக்கரத்தை தூக்கிவிடு' என்றான்.

கர்ணன், தன் வார்த்தையை அவமதித்து அர்ஜுனனின் கழுத்துக்குக் குறிவைக்காமல் தலைக்குக் குறிவைத்து அஸ்திரத்தை வீணடித்த தால், கோபத்தில் இருந்தான் சல்லியன்.

ஆகவே வெறுப்புடன், 'கர்ணா! எந்த விதத்திலும் எனக்குச் சமமில்லாத வன் நீ. ஒரு மன்னனாகிய நான், உனக்குத் தேரோட்ட வந்ததையே அவமானமாகக் கருதுகிறேன். தவிர, என் வேலை ரதத்தைச் செலுத்து வதுதான். பூமியில் புதைந்து விட்ட சக்கரத்தை மேலே தூக்குவது அல்ல! வேண்டுமானால், நீயே கீழே இறங்கி அதைச் செய்!' என்று அலட்சியமாகச் சொன்னான்.

கர்ணனுக்குள் கோபம் மூண்டது. ஆனாலும் சல்லியனிடம் வாக்கு வாதம் செய்ய விருப்பமில்லாமல், ரதத்தைவிட்டுக் கீழே இறங்கி பூமியில் அழுந்திக்கிடந்த தேர்ச்சக்கரத்தை மேலே தூக்கும் முயற்சி யில் இறங்கினான். அவன் தன் பலமெல்லாம் திரட்டிப்பார்த்தும் தேர்ச் சக்கரம் வெளிப்படவில்லை. அப்போதும் அர்ஜுனன் அவனைக் கணைகளால் தாக்கிக்கொண்டேயிருக்க, கர்ணனின் உடல் முழுவதும் அடிபட்டு ரத்தம் பீறிட்டது.

'அர்ஜுனா, சற்றுப் பொறு! இந்தத் தேர்ச்சக்கரத்தை மேலேற்றி விடுகிறேன். பிறகு, நாம் போரிடலாம். உன்னைத் தாக்க முற்படாமல் வேறு வேலையில் இருக்கும் என்னை எதிர்ப்பது யுத்த தர்மம் அல்ல. அதுதவிர நான் தரையில் இருக்க, நீ தேரில் நின்றபடி தாக்குவதும் யுத்த நியாயமல்ல' என்றான்.

இதைக்கேட்ட கிருஷ்ணன், மெல்லச் சிரித்தபடி கர்ணனிடம் சொன்னான்.

பூமியில் புதைந்த தேர்ச் சக்கரத்தை மீட்க முயலும் கர்ணன்.
தாக்கும் அர்ஜுனன்.

'தர்ம நியாயமெல்லாம் இப்போதுதான் நினைவுக்கு வருகிறதா கர்ணா? அரக்கு மாளிகையில் பாண்டவர்களைக் கொல்லப் பார்த்ததும், சூதாட்ட மண்டபத்தில் திரௌபதியை துகிலுரிந்து அவமானப் படுத்தியதும், பாண்டவர்களை சூதாட்டத்தின்மூலம் வஞ்சனையாக வென்று காட்டுக்கு அனுப்பியதும், சிறுவனான அபிமன்யுவை எல்லோரும் சூழ்ந்துநின்று தாக்கியதும் - இதெல்லாம் தர்மமான காரியங்களா? இப்போது நீ சொல்லும் தர்ம நியாயங்களெல்லாம் அப்போது எங்கே போயிருந்தன கர்ணா?' என்று கேட்டான்.

வெட்கத்துடன் தலைகுனிந்த கர்ணன், எதுவும் பதில் பேசாமல் தேர்ச்சக்கரத்தை மீட்கும் முயற்சியைத் தொடர்ந்தான்.

அர்ஜுனன் அப்போதும் கர்ணனைத் தொடர்ந்து தாக்கினான். அவனுடைய கவசத்தைப் பிளந்து உடலை கணைகளால் சல்லடை யாகத் துளைத்தான். கர்ணன் தளர்ந்துபோய் சரிந்தான். அவன் உடல் முழுவதும் ரத்தம் வழிந்து பூமியை நனைத்தது. பலத்த அடிபட்டும், ஏனோ அவன் உயிர் உடலை விட்டுப் பிரியமறுத்தது.

கர்ணன் இதுநாள்வரை செய்த தான தர்மத்தின் பலனே, அவன் உயிரைப் பிரியவிடாமல் காக்கிறது என்று கிருஷ்ணன் உணர்ந்துகொண்டான்.

ரதத்தைவிட்டு இறங்கி, ஒரு வயதான அந்தணன்போல வடிவ மெடுத்து கர்ணனை நெருங்கினான்.

'கர்ணா! கேட்பவருக்குக் கேட்டதைத் தரும் வள்ளலே! உன்னிடம் யாசிக்க வந்திருக்கிறேன். முடிந்ததை தானம் செய்!' என்று கேட்டான்.

கர்ணன் பரவசமானான். இறக்கும் நேரத்திலும் கொடுக்கும் வாய்ப்புக் கிடைத்ததே என்று மனம் மகிழ்ந்தான்.

'அந்தணரே! இந்தச் சூழலில் என்னால் தரமுடிந்ததைக் கேளுங்கள், நிச்சயம் தருவேன்!' என்றான்.

'வீரனே! நீ இதுவரை பெற்ற புண்ணியம் முழுவதையும் எனக்குத் தானம் செய்!'

'ஆஹா! பெரும் பாக்கியம் பெற்றேன் அந்தணரே. தருகிறேன். பெற்றுக் கொள்ளுங்கள்'

'கர்ணா! அதை நீரை தாரை வார்த்து என்னிடம் கொடு!'

கர்ணன் சிரித்தான். அந்த நேரத்தில் தண்ணீரை எங்கு போய் தேடுவது? தன்னுடைய மார்பில் செருகியிருந்த அம்பு ஒன்றைப் பிடுங்கினான்.

ரத்தம் பீறிட்டுக் கொட்டியது. வெளியேறிய ரத்தத்தைக் கையில் ஏந்தி, 'இதுவரை நான் பெற்ற புண்ணியம் முழுவதையும் உமக்குத் தந்தேன்!' என்று சொல்லி, கிருஷ்ணன் கையில் தாரை வார்த்தான்.

மனம் நெகிழ்ந்துபோன கிருஷ்ணன், ஸ்ரீமன் நாராயணனாக தனது விசுவரூப தரிசனத்தை கர்ணனுக்குக் காட்டி அருளினான்.

'கர்ணா! எத்தனை பிறவி எடுத்தபோதும், இதேபோல் வள்ளல் தன்மையுடன் புகழ்பெற்று விளங்குவாய்' என்று ஆசீர்வதித்தான்.

பின் அர்ஜுனனிடம் சென்று, 'அர்ஜுனா! இனி கர்ணனை மாய்க்கும் படியான கணையைச் செலுத்து!' என்று கட்டளையிட்டான்.

'நான் தவம் செய்ததும், பெரியோர்களை மதித்து நடந்ததும் உண்மையானால், இந்தக் கணை கர்ணனின் தலையைக் கிள்ளட்டும்!' என்று சொல்லி, 'அஞ்சலிகம்' என்கிற அம்பை எடுத்து காண்டீபத்தில் பூட்டி, கர்ணனின்மேல் செலுத்தினான் அர்ஜுனன்.

அந்த அம்பு குறி தவறாமல், மிகச் சரியாகச் சென்று கர்ணனின் தலையைத் துண்டித்துத் தரையில் உருட்டியது.

கொடுத்துக் கொடுத்துச் சிவந்த கரங்களுக்கு சொந்தக்காரனான கர்ணன், இறுதியாக அந்தக் கடவுளுக்கே தானம் செய்த பெரும் புகழுடன் இறந்துபோனான்.

படைத்தலைவனான கர்ணன் மாண்டுபோனதால் தைரியம் இழந்த கௌரவர் படை, நாலாபுறமும் சிதறி ஓடியது. உயிர் நண்பன் மாண்டு போனதால் இடிந்துபோன துரியோதனன் மனம் உடைந்து அழுதான். அவனுக்கு கிருபரும் கிருதவர்மனும் அசுவத்தாமனும் ஆறுதல் கூறி தேற்றினார்கள்.

உற்சாகமாகச் சங்குகளை ஒலித்தபடி பாண்டவர் படை பாசறைக்குச் செல்ல, பதினேழாம் நாள் போர் முடிந்தது.

கர்ணன் மாண்டுபோனதால், அடுத்து சல்லியனை படைத் தளபதி யாக்கினான் துரியோதனன்.

35

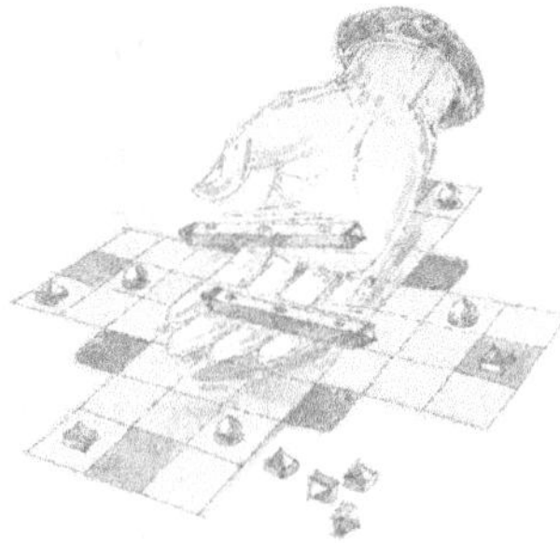

முடிந்தது யுத்தம்!

பழிவெறியும் சபதங்களும் முடிவுக்கு வரும் நாளாக, பதினெட்டாம் நாள் யுத்தம் ஆரம்பித்தது.

சல்லியனின் தலைமையில் களம் இறங்கிய கௌரவர் படையைக் கண்டதுமே கிருஷ்ணன், தருமனிடம் சொன்னான்.

'பீஷ்மர், துரோணர் போன்றவர்களுக்கு நிகரான பெரும் வீரன் சல்லியன். இவனை, நீதான் எதிர்கொள்ள வேண்டும். உன்னால்தான் அவனை வீழ்த்தமுடியும்' என்றான்.

அதுவரை பொறுமையின் வடிவமாகத் திகழ்ந்த தருமன், அன்று சீறும் சினத்துடன் பொங்கியெழுந்தான். இத்தனை இழப்புகள் நேர்ந்த பிறகும்கூட, துரியோதனன் மனம் மாறி சமாதானத்துக்கு வராமல் யுத்தத்தை நீட்டித்துக்கொண்டிருக்கிறானே என்கிற கோபம் அவனை வீறுகொண்டு எழ வைத்தது.

யுத்தம் தொடங்கிய சிறிது நேரத்திலேயே, தருமன் செலுத்திய அம்பு சல்லியனைத் தாக்கிக் கொன்றது.

சகாதேவன், சகுனியைத் தடுத்து நிறுத்திப் போரிட்டான். சகுனியின் மகன் உலூகன் தந்தைக்குத் துணையாக வர, அவனுடைய தலையை அஸ்திரத்தால் சீவித் தள்ளினான் சகாதேவன்.

பின் சகுனியைப் பார்த்து, 'வஞ்சகனே! உன் சூதாட்ட சூழ்ச்சியால் தான் இத்தனையும் நடந்தது. லட்சக்கணக்கான வீரர்களின் மரணத் துக்குக் காரணமான கொடியவனே! இனி இந்தப் பூமியில் உனக்கும் இடமில்லை. இதோ நீயும் அவர்களுடன் யமன் வீட்டுக்குப் போய்ச்

சேர்ந்துவிடு' என்று சொல்லி, சகுனியின் தலையையும் கூரிய அம்பு களால் துண்டித்துத் தரையில் உருட்டினான்.

பாண்டவப் படையினர் பெரும் உற்சாகத்துடன் மீதம் இருந்த கௌரவப் படை வீரர்களைக் கொன்றுகுவிக்க, கிருபர், கிருதவர்மன், அசுவத்தாமன் ஆகியோர் தப்பித்து ஓடினார்கள்.

கௌரவசேனை முழுவதும் அழிந்தது. உடன் பிறந்தவர்கள், உறவினர்கள், நண்பர்கள் அனைவரையும் இழந்து துரியோதனன் மட்டும் தன்னந்தனியே கதாயுதத்தை ஏந்தியவனாக சோர்ந்துபோய் நடந்தான். மனத்தில் வெறுமை தட்டிப் போயிருந்தது. வழியில் ஒரு மடுவைக் கண்டவன், காயம்பட்ட உடலின் களைப்பைப் போக்கிக் கொள்வதற்காக அதில் இறங்கினான்.

அதேசமயத்தில் போர்க்களத்தில் துரியோதனனைக் காணாமல் தேடிக்கொண்டிருந்தார்கள் பாண்டவர்கள்.

'பொறாமையினாலும் வஞ்சக எண்ணங்களாலும் இத்தனை பெரிய அழிவை ஏற்படுத்திய துரியோதனனைக் கொல்லாமல் விடக் கூடாது' என்று தேடிய பாண்டவர்கள், மடுவில் நின்று கொண்டிருந்த துரியோதனனைக் கண்டுகொண்டார்கள்.

'துரியோதனா! உன் கெட்ட புத்தியால்தான் இந்தப் பேரழிவு நேர்ந்தது. செய்வதையெல்லாம் செய்துவிட்டு உன்னைச் சேர்ந்தவர்கள் அனைவரையும் பலி கொடுத்துவிட்டு, நீ மட்டும் இங்கே வந்து ஒளிந்துகொண்டாயா? வெளியே வா! உன்னைக் கொல்லாமல் விடப்போவதில்லை!' என்று கூவினார்கள்.

'பாண்டவர்களே!, நான் ஒன்றும் கோழையல்ல. எவரிடமும் எனக்குப் பயமுமில்லை. போரிட்டதால் காயம் ஏற்பட்டு இருக்கும் உடலின் களைப்பைப் போக்கிக்கொள்வதற்காகவே மடுவில் இறங்கினேன்' என்றவன், தருமனைப் பார்த்துச் சொன்னான்:

'தருமா! எனக்கு ஆதரவானவர்கள், நான் நேசித்தவர்கள் எல்லாம் இறந்து போய்விட்டார்கள். அவர்களில்லாமல் எனக்கு ராஜ்ஜியம் எதற்கு? அரசனாகும் ஆசை எனக்குப் போய்விட்டது. பிணங்களால் நிரம்பி இடுகாடாகக் கிடக்கும் இந்தப் பூமியை, இனி நீயே ஆண்டுகொள்! போ!' என்றான்.

அவ்வளவுதான்! கொந்தளித்துப்போனான் தருமன்.

'நாங்கள் சமாதானமாக, 'ஐந்து கிராமங்களையாவது கொடு' என்று கேட்டோம். 'ஊசி முனையளவு நிலமும் கொடுக்க மாட்டேன்' என்று எங்களுக்குத் தீராத துன்பங்களைத் தந்த நீ, அத்தனை சுலபமாக எங்களிடமிருந்து தப்பித்துக்கொள்ளமுடியாது. வா! வந்து எங்களுடன் போரிடு. பதுங்கிக் கொண்டு க்ஷத்திரிய குலத்தின் பெருமையைக் கெடுக்காதே!' என்றான் தருமன்.

தருமனின் பேச்சால் அவமானமும் கோபமும் அடைந்த துரியோ தனன், மடுவைவிட்டு வெளியே வந்தான்.

'நீங்கள் ஐவருமே என்னுடன் போரிடுவதாக இருந்தாலும் நான் தயார். இப்போது நான் தன்னந்தனியே தரையில் கவசம் அணியாமல் இருக்கிறேன். நீங்களோ ரதத்தின்மீதும் குதிரையின்மீதும் அமர்ந்திருக் கிறீர்கள். இப்படியே போர் செய்வது யுத்த தர்மமல்ல. கீழிறங்கி ஒருவர்பின் ஒருவராக வாருங்கள். மோதிப் பார்த்துவிடலாம்' என்றான்.

'சிறுவனான அபிமன்யு தரையில் தன்னந்தனியே சிக்கிக் கொண்ட போது, நீங்கள் எல்லோரும் ரதத்தில் சூழ்ந்து கொண்டுதானே அவனைக் கொன்றீர்கள்? அப்போது, இந்த யுத்த தர்மமெல்லாம் உன் புத்தியில் தோன்றவில்லையா? போகட்டும்! தன்னந்தனியே நிராதரவாக நிற்கும் உன்னுடன் நாங்கள் ஐவரும் மோதுவது அதர்மம். அதை நாங்கள் செய்யமாட்டோம். எனவே, எங்களில் எவருடன் யுத்தம் செய்ய விரும்புகிறாய் என்று நீயே சொல்!'

'நான் கதாயுதத்துடன் தயாராக இருக்கிறேன். இந்த கதைப் போரில் மோத, உங்களில் யாருக்குத் துணிவுள்ளதோ அவர் என்னுடன் யுத்தம் செய்யலாம்!'

துரியோதனன் இப்படிச் சொன்னதுமே, பீமன் கதாயுதத்துடன் களத்தில் இறங்கினான்.

அப்போது பீம துரியோதனனுக்கு கதாயுதப் பயிற்சி கொடுத்த பலராமன், தனது தீர்த்த யாத்திரையை முடித்துவிட்டு அங்கே வந்திருந் தான். அவன் முன்னால் இருவருக்குமான யுத்தம் தொடங்கியது. இரண்டுபேருமே உக்கிரமாகத் தாக்கிக் கொண்டார்கள்.

கிருஷ்ணனுக்கு மனதுக்குள் கவலை எழுந்தது.

'கதாயுதப் போரில், பீமனை விடவும் துரியோதனன் மிகவும் திறமை சாலி. பீமனைக் கொல்லவேண்டும் என்பதற்காகவே, பீமனைப்

துரியோதனன் - பீமன்
இரு பலசாலிகளின் கதாயுதப் போர்

போன்ற ஓர் உருவத்தை இரும்பினால் செய்து வைத்து, அதனுடன் பதின்மூன்று வருடங்களாக கதைப் பயிற்சி செய்தவன். விடாமுயற்சி கொண்டவன். பீமன் பலசாலி என்றால், துரியோதனன் சாமர்த்திய சாலி. நேர்மையாக யுத்தம் செய்தால், பீமன் நிச்சயம் துரியோதனனை வெல்ல முடியாது. எனவே, ஏதாவது தந்திரம் செய்தால்தான் துரியோதனனைக் கொல்லமுடியும்' என்று நினைத்தான்.

அவன் நினைத்தது போல்தான் யுத்தம் நடந்தது.

பீமனும் துரியோதனனும் ஒருவருக்கொருவர் சளைத்தவர்களாக இல்லை. இருவருமே கதாயுதத்தால் மாறி மாறி தாக்கிக் கொண் டார்கள். பலத்த அடிபட்டார்கள். கீழே விழுந்தார்கள். விழுந்த வேகத் திலேயே எழுந்து திரும்பவும் மோதிக் கொண்டார்கள். ஆனால் துரியோதனன் காட்டிய திறமைக்கு முன், பீமனின் திறமை சற்றுக் குறைவாகவே இருந்தது. துரியோதனன் கதாயுதப் போரின் மிக நுணுக்கமான வீச்சுகளை அற்புதமாகப் பிரயோகித்தான். பீமனின் வீச்சில், நினைத்துப் பார்க்க முடியாத வேகம் இருந்ததே தவிர லாகவம் இல்லை. போகப் போக, பீமன் எந்தநேரத்திலும் சோர்ந்து விழுந்து விடுவானோ என்று தோன்றியது.

கிருஷ்ணன், பீமன் காதில் விழும்படியாக அர்ஜுனனிடம் சொன்னான்.

'அர்ஜுனா! போர் நீண்டுகொண்டே போகிறது. பீமன் தனது சபதத்தை மறந்துவிட்டான் போலிருக்கிறது. சூதாட்ட மண்டபத்தில் செய்த சபதப்படி துரியோதனனை வீழ்த்தினால்தான், பீமனுக்குப் பெருமை கிடைக்கும்!' என்று பூடமாகச் சொன்னான்.

இதைக்கேட்ட பீமனுக்கு, 'துரியோதனனின் தொடைகளைப் பிளந்து கொல்வேன்!' என்று தான் சபதம் செய்திருப்பது ஞாபகத்துக்கு வந்தது. அர்ஜுனனும் பீமன் தன்னைப் பார்த்த சமயத்தில், தொடையைத் தட்டிக்காட்டினான். குறிப்பைப் புரிந்துகொண்ட பீமன், துரியோதனன் மேலெழும்பி தன்னைத் தாக்க முற்பட்ட சமயத்தில், பெரும் கர்ஜனை செய்தபடி துரியோதனனின்மேல் பாய்ந்தான். பாய்ந்த வேகத்திலேயே துரியோதனனின் தொடைகளை கதாயுதத்தால் அடித்துப் பிளந்தான்.

பெரும் அலறலுடன் நிற்கமுடியாமல் நிலத்தில் வீழ்ந்தான்.

இதைப் பார்த்துக்கொண்டிருந்த பலராமன் கோபத்துடன் எழுந்தான்.

'கதாயுதப் போரில் நாபிக்குக் கீழே அடிக்கக் கூடாது என்பது விதி. அந்த விதிமுறையை மீறி சாஸ்திர விரோதமாக துரியோதனனை வீழ்த்திய இந்தப் பீமனை, நான் சும்மா விடமாட்டேன். இப்போதே அவனைக்

கொன்றுவிடுகிறேன்!' என்று சொல்லி தன்னுடைய ஆயுதமான கலப்பையைத் தூக்கிக்கொண்டு பாய்ந்தான்.

கிருஷ்ணன் அவனைத் தடுத்து நிறுத்தினான்.

'அண்ணா! பாண்டவர்கள் நமது அத்தையின் மைந்தர்கள். துரியோதன னின் அநீதியான செயல்களால் பெரிதும் துன்பப்பட்டவர்கள். சூதாட்ட சபையில் கௌரவர்கள் திரௌபதியைத் துகிலுரிந்து அவமானப்படுத்தியபோது, 'துரியோதனனின் தொடைகளைப் பிளந்துகொல்வேன்' என்று பீமன் சபதம் செய்தான். அந்தச் சபதத்தையே இப்போது நிறைவேற்றியுள்ளான். செய்த சபதத்தை நிறைவேற்றுவது க்ஷத்திரிய தர்மம்! துரியோதனன் ஒன்றும் யோக்கிய மானவன் இல்லை. யுத்த தர்மம் பார்க்காமல், அநீதியான முறையில் தான் இவர்கள் அபிமன்யுவை வீழ்த்தினார்கள். ஆகவே, பிறந்ததி லிருந்தே பாண்டவர்களின்மேல் பொறாமை கொண்டு அவர்களுக்குப் பலவகையிலும் துன்பங்கள் விளைவித்த துரியோதனனை, பீமன் சபதப்படி கொன்றது அதர்மம் இல்லை' என்று பலராமனை சமாதானப்படுத்தினான்.

ஆனாலும், பலராமன் சமாதானமாகவில்லை.

'கிருஷ்ணா! நீ எந்த விதமாக நியாயம் கற்பித்தாலும், பீமன் செய்தது அதர்மம்தான். இந்த யுத்தத்தைப் பொறுத்தவரை பீமன் எல்லோ ராலும் இகழப்படுவது உறுதி. துரியோதனன் வீரனாகப் புகழப்பட்டு வீர சொர்க்கம் அடைவான்' என்று கூறி விட்டு, கோபத்துடன் அங்கிருந்து புறப்பட்டுப் போனான்.

கிருஷ்ணன், பலராமனிடம் கூறியதைக் கேட்டுக்கொண்டிருந்த துரியோதனன் மனம் கொந்தளித்தான். சிரமத்துடன் கைகளை தரையில் ஊன்றி எழுந்து உட்கார்ந்தவன் சினத்துடன் சீறினான்:

'கண்ணா, வஞ்சகனே! நேர்மையான முறையில் இந்த யுத்தம் நடந் திருந்தால், நிச்சயம் நாங்கள்தான் ஜெயித்திருப்போம். அப்படியில்லா மல், தந்திரத்தாலும் குறுக்கு புத்தியாலும் சூழ்ச்சிகளாலும் நீதான் எங்களை வீழ்த்தினாய். சிகண்டியைக் கொண்டு பீஷ்மரைச் சாய்த்தாய். பொய் சொல்லவைத்து துரோணரைக் கொன்றாய். சூரியனை மறைத்து மாயாஜாலம் செய்து, ஜயத்ரதனை அழித்தாய். தேரை பூமி யில் அழுத்தி, கர்ணனின் நாகாஸ்திரத்தை வீணடித்தாய். இதோ இப் போதும், அர்ஜுனன்மூலம் தொடை தட்டி காண்பிக்கவைத்து அக்கிரமமான வழியில்தான் என்னை வீழ்த்தியிருக்கிறாய். நிச்சயம் உலகம் உங்களை இகழத்தான் போகிறது' என்று நிந்தித்தான்.

இதைக்கேட்ட கிருஷ்ணன், 'துரியோதனா! நான் செய்ததையெல்லாம் வஞ்சகம் என்று பட்டியலிட்டாய். இதற்கு முதல் விதை போட்ட வனே நீதானே? அரக்கு மாளிகையில் பாண்டவர்களைக்கொல்ல திட்டம் போட்டதில் தொடங்கி, திரௌபதியை அவமானப்படுத்தி யது, பாண்டவர்களை வனவாசத்துக்கு அனுப்பிவைத்து அவர்களின் துன்பங்களைக் கண்டு மகிழ்ந்தது, சிறுவனென்றும் பார்க்காமல் அபி மன்யுவை யுத்த தர்மத்துக்கு மாறாகக் கொன்றது என்று நீ செய்த அக்கிர மங்கள்தான் எத்தனையெத்தனை? நீ எதை விதைத்தாயோ அதுவேதான் முளைத்திருக்கிறது. நீ கோபத்தினால் செய்த பாவங்களின் பலன்தான் இது! விதி வலியது துரியோதனா! அதை ஏற்றுக்கொண்டுதான் ஆக வேண்டும். மற்றவரை நிந்தித்துப் பயனில்லை' என்றான்.

பின், அனைவரும் புறப்பட்டு பாசறைக்குத் திரும்பினார்கள்.

கிருஷ்ணன் தருமனிடம், 'யுத்தம் முடிந்தபிறகு, முக்கியமானவர்கள் மட்டும் தங்கள் பாசறையில் தங்காமல் வெளியே தங்குவதுதான் மங்களகரமானது. அதன்படி நாம், இன்றிரவை வேறு எங்காவது கழிப்போம்' என்று கூறினான்.

பின் கிருஷ்ணனும் பாண்டவர்களும், அவர்களுடன் சாத்யகியும் புறப்பட்டுச்சென்று 'ஓகவதி' என்கிற நதிக்கரையை அடைந்து இரவுப் பொழுதை அங்கேயே கழித்தனர்.

இந்தச் சமயத்தில் துரியோதனன் பீமனால் வீழ்த்தப்பட்டான் என்ற செய்தி கேட்டு, அசுவத்தாமனும் கிருபரும் கிருதவர்மனும் அங்கே விரைந்தனர்.

துரியோதனன் தொடைகள் முறிக்கப்பட்டு, குற்றுயிரும் குலை உயிருமாகக் கிடந்தான். தரையிலிருந்து எழுந்து கொள்ள முடியாமல், குமுறும் கோபத்துடன் பெருமூச்சு விட்டுக்கொண்டு, இரண்டு கைகளாலும் பூமியை ஓங்கி ஓங்கி அடித்துக்கொண்டு புழுதியில் புரண்டுகொண்டிருந்தான். மரணத்தை எதிர்பார்த்துக்கொண்டிருந்த அவனுடைய உடலைத் தின்பதற்காக, கழுகுகளும் நரிகளும் அங்கே சூழ்ந்திருந்தன.

துரியோதனனின் நிலையை காணச்சகிக்காமல் அசுவத்தாமன் கண்ணீர்விட்டுக் கதறி அழுதான். கோபத்தினால் சிவந்த விழிகளுடன் ஆக்ரோஷமாகச் சொன்னான்:

'துரியோதனா! எனது தந்தை துரோணர் கொடூரமாகக் கொல்லப் பட்டபோதுகூட நான் இத்தனை வேதனை அடையவில்லை. ஆனால்,

உன்னை இந்தச் சூழலில் பார்க்கும்போது மனம் எரிமலையாகக் கொதிக்கிறது. சத்தியமாகச் சொல்கிறேன். அந்தப் பாண்டவர் படையையும் திருஷ்டத்யும்னன் முதலான பாஞ்சாலர்களையும், மற்றும் எதிரிக்கூட்டம் மொத்தத்தையும் இன்றிரவே ஒருவரைக்கூட விட்டுவைக்காமல் தீர்த்து விடுகிறேன். சரி என்று சம்மதம் சொல்!' என்று கேட்டான்.

துரியோதனன் மகிழ்ச்சியடைந்தான். அந்த இடத்திலேயே அசுவத் தாமனை, மூவர் மட்டுமே மிஞ்சியிருந்த படைக்கு சேனாதிபதி யாக்கினான். 'அசுவத்தாமா, சொன்னதைச் செய்து முடிப்பாய் என்று நம்புகிறேன்' என்று சொல்லி அனுப்பி வைத்தான்.

மூவரும் புறப்பட்டுச்சென்று, காட்டுக்குள் ஒரு பெரிய மரத்தின்கீழ் தங்கினார்கள். அப்போது நள்ளிரவு நேரத்தில் வேகமாகப் பறந்து வந்த ஆந்தை ஒன்று, அந்த மரத்தில் கூடு கட்டித் தங்கியிருந்த ஏராளமான காக்கைகளை ஒன்றன் பின் ஒன்றாகத் தாக்கிக் கொன்று குவித்து விட்டுப் பறந்தது.

இதைப் பார்த்துக்கொண்டிருந்த அசுவத்தாமன், 'ஆந்தை காக்கை களைக் கொன்றதுபோல் நாமும் செய்வோம். அதர்ம யுத்தம் புரிந்த பாண்டவர்கள், இப்போது பாசறையில் உறங்கிக் கொண்டிருப் பார்கள். நாம் பாசறைக்குள் புகுந்து, தூக்கத்திலேயே அவர்கள் அனைவரையும் தாக்கி ஒருவர் மிச்சமில்லாமல் கொன்றுவிடலாம்!' என்று யோசனை சொன்னான்.

கிருபர், இந்தக் கொடூர யோசனையைக் கேட்டு மனம் நடுங்கிப் போனார். 'வேண்டாம் அசுவத்தாமா! இது தர்மமல்ல. உலகமே நம்மைத் தூற்றும்!' என்று எச்சரித்தார். ஆனால் அசுவத்தாமன் தன் னுடைய முடிவில் தீர்மானமாக இருந்தான். அவனை மட்டும் தனியே அனுப்ப மனமில்லாமல், கிருபரும் கிருதவர்மனும் மனத்தைக் கல் லாக்கிக் கொண்டு அவனுடன் சென்றனர்.

பாண்டவர் பாசறையில் அனைவரும் ஆழ்ந்த உறக்கத்தில் இருந்தனர்.

அசுவத்தாமன் மட்டும் கையில் ஒரு பெரிய வாளை ஏந்திக் கொண்டு பாசறைக்குள் செல்ல, மற்ற இருவரும் வாசலில் காவலுக்கு நின்று கொண்டனர்.

அவ்வளவுதான்! அடுத்த சிலமணி நேரங்களில் உலகமே இதுவரை பார்த்திராத கொடூரச் சம்பவம் அங்கே நடைபெற்று முடிந்தது.

திருஷ்டத்யும்னன் முதல் சிகண்டி, திரௌபதியின் மகன்கள் மற்றும் பாண்டவர் தரப்பு மன்னர்கள் என்று அனைவரையும் வெட்டி வீழ்த்தினான் அசுவத்தாமன். பாசறைக்கு வெளியே தப்பித்துச்செல்ல முயன்றவர்களை, கிருபரும் கிருதவர்மனும் கொன்றுதீர்த்தனர். குதிரைகள், யானைகளைக்கூட அவர்கள் விட்டு வைக்கவில்லை.

வெற்றிகரமாக தங்களின் கொலைவெறியைத் தீர்த்துக் கொண்டவர்கள், மரணத்தின் விளிம்பில் இருந்த துரியோதனனிடம் சென்றார்கள்.

'துரியோதனா! உனக்கு வாக்களித்தபடி பாண்டவர் சேனை முழுவதையும் இரவோடு இரவாக அழித்துவிட்டோம். இப்போது பாண்டவர்கள் தரப்பில் கிருஷ்ணன், சாத்யகி உட்பட ஏழுபேர் மட்டுமே உயிருடன் மிஞ்சியுள்ளனர். நம் தரப்பில் நாங்கள் மூவர் மட்டுமே இருக்கிறோம்' என்றனர்.

இதைக் கேட்டபடியே, மனத்திருப்தியுடன் சந்தோஷமாக உயிர் விட்டான் துரியோதனன்.

குருக்ஷேத்திர யுத்தம் தொடங்கிய நாளிலிருந்தே திருதராஷ்டிரனுக்கு ஒவ்வொரு நிகழ்வையும் சொல்லிவந்த சஞ்சயன், இறுதியாக துரியோதனன் இறப்புவரை சொல்லிமுடித்தான். அத்துடன் வியாசர் அவனுக்கு அளித்திருந்த ஞான திருஷ்டியையும் இழந்தான்.

அதேநேரத்தில் பாண்டவர் பாசறையில் எழுந்த அழுகைச் சத்தம் ஆகாயம்வரை எதிரொலித்தது.

இம்மாதிரியான கோரநிகழ்வை யாரும் எதிர்பார்க்கவில்லை. பாண்டவர்கள் அதிர்ந்துபோய் நின்றார்கள். எங்கு பார்த்தாலும் வெட்டப்பட்ட தலைகளும், அறுபட்ட அங்கங்களும், முண்டமான உடல்களுமாக சிதறிப்போய் ரத்தவெள்ளத்தில் மிதந்தன.

மகன்களை இழந்த திரௌபதியும், மற்றும் கணவனை, சகோதரனை, பிள்ளையை இழந்த பெண்களும் கதறித் துடித்தார்கள். ஆறாகக் கண்ணீர் விட்டார்கள். பாண்டவர்கள் இதைக்கண்டு மனவேதனை அடைந்தார்கள். அசுவத்தாமன் நிகழ்த்திய இந்த அதர்மச் செயல், அவர்களை மிகவும் கோபம் கொள்ள வைத்தது.

திரௌபதி சினந்து எழுந்தாள்.

'ஐயோ! எனது பிள்ளைகள் போரில் இறந்து போயிருந்தால்கூட, வீரத்தாயாக மகிழ்ச்சி கொள்வேனே! கொடியவன் அசுவத்தாமன்

கையால் கொலை செய்யப்பட்டல்லவா மாண்டு கிடக்கிறார்கள்? பெற்ற வயிறு பற்றி எரிகிறதே! அந்த அசுவத்தாமனைத் தண்டிக்க யாருமே இல்லையா?' என்று கத்திக் கூப்பாடு போட்டாள்.

பீமன் ஆவேசம் கொண்டவனாக தேரில் ஏறி புயல்போல புறப் பட்டான். நகுலன் அவனைப் பின்தொடர்ந்தான்.

அளவற்ற சக்தி கொண்டவனான அசுவத்தாமனால் பீமனுக்கு ஆபத்து ஏற்படுமோ என்கிற பயத்தில், கிருஷ்ணன் அனைவரையும் அழைத்துக்கொண்டு தானும் புறப்பட்டான்.

கிருஷ்ணன் பயந்தபடியே ஆனது!

பாகீரதி நதிக்கரையில் வியாசரின் ஆசிரமத்தில் பதுங்கியிருந்த அசுவத் தாமன், பாண்டவர்கள் வருவதைக் கண்டதுமே பதறி எழுந்தான்.

பாண்டவர்களைப் பூண்டோடு அழித்துவிடும் எண்ணத்தில், ஒரு புல்லைப் பிடுங்கி எடுத்தான். 'பிரம்மசிரஸ்' என்கிற மந்திரத்தை உச்சரித்து, 'பாண்டவர்கள் வம்சமே அழியக் கடவது' என்று சொல்லி அஸ்திரத்தை ஏவினான்.

'அர்ஜுனா! நீயும் பிரம்மசிரஸை ஏவி, அந்த பிரம்மசிரஸை அமைதி யாக்கு!' என்றான் கிருஷ்ணன். அப்படியே செய்தான் அர்ஜுனன்.

இரண்டு அஸ்திரங்களும் எதிரெதிராக ஒன்றையொன்று நெருங்கின.

அப்போது வியாசரும் நாரதரும், அந்த அஸ்திரங்களுக்கு இடையே வந்து நின்று கொண்டார்கள். அசுவத்தாமனையும் அர்ஜுனனையும் கடிந்துகொண்டார்கள்.

'உலகத்தையே அழிக்கக்கூடிய நாசகார அஸ்திரங்களை இப்படியா பொறுப்பில்லாமல் ஏவுவது? மீண்டும் இதை திரும்பப் பெற்றுக் கொள்ளுங்கள்' என்றார்கள்.

ரிஷிகளின் வேண்டுகோளை ஏற்று, தான் செலுத்திய அஸ்திரத்தை திரும்பப் பெற்றுக்கொண்டான் அர்ஜுனன். ஆனால் அசுவத்தாமனால் அதைச் செய்ய முடியவில்லை. அதை திரும்பப் பெற்றுக் கொள்ளும் சக்தி அவனுக்குக் கிடையாது. அது பாண்டவர் வம்சத்துப் பெண் களின் அத்தனை கர்ப்பத்தையும் கலைத்து கடைசியாக அபிமன்யுவின் மனைவியான உத்திரையின் கர்ப்பத்தையும் சென்று தாக்கியது.

அசுவத்தாமன் இதனால் மனம் மகிழ்ந்தான்.

கிருஷ்ணன் கோபத்துடன் அசுவத்தாமனைப் பார்த்து, 'உன்னால் அழிக்கப்பட்ட அந்தக் கரு, என்னால் காப்பாற்றப்பட்டு விட்டது. அவன் 'பரீட்சித்' என்கிற பெயருடன் அரசாண்டு பெரும்புகழ் பெறுவான். ஆனால் நீயோ, மூவாயிரம் ஆண்டுகள் உலகத்து மனிதர்களோடு எந்தத் தொடர்பும் இன்றி தொழுநோயால் பாதிக்கப்பட்டு அலைந்து திரிவாய்!' என்று வெறுப்புடன் கூறினான்.

கிருஷ்ணன் இவ்வாறு சாபமிட்டதால், பாண்டவர்கள் அவனைக் கொல்லாமல் விட்டனர். அசுவத்தாமன் பாண்டவர்களிடம் தோற்றதற்கு அடையாளமாக, தனது தலையில் சூடியிருந்த மிகச் சக்தி வாய்ந்த ரத்தின மணியை அவர்களிடம் கொடுத்துவிட்டு துயரத்துடன் காட்டுக்குச் சென்றான்.

●●●

அஸ்தினாபுரத்தில் திருதராஷ்டிரனும் காந்தாரியும், தங்களுடைய நூறு பிள்ளைகளையும் இழந்த துக்கத்தில் மூழ்கியிருந்தனர்.

பாண்டவர்கள், பணிவுடனும் பயத்துடனும் தயங்கித் தயங்கிச் சென்று அவர்களைச் சந்தித்தார்கள்.

வியாசர், திருதராஷ்டிரனையும், காந்தாரியையும் சமாதானப் படுத்தினார்.

'மகனே திருதராஷ்டிரா! இந்த யுத்தம் பூவுலகின் பாரத்தைக் குறைப்பதற்காகவே ஏற்பட்டது. நான் ஒருமுறை தேவலோகம் சென்றபோது, பூமாதேவி விஷ்ணுவிடம் முறையிட்டுக் கொண்டிருந்தாள். 'பிரபு! பூவுலகின் பாரம் மிகுந்துவிட்டது. என்னால் தாங்க முடியவில்லை. காக்கும் கடவுளான நீங்கள்தான், என்மீதுள்ள பாரத்தைக் குறைத்து என்னைக் காப்பாற்றவேண்டும்' என்று வேண்டினாள். அதைக்கேட்ட விஷ்ணு, 'அஸ்தினாபுரத்தின் மன்னன் திருதராஷ்டிரனுக்கு நூறு பிள்ளைகள் பிறப்பார்கள். அவர்களின் மூத்த பிள்ளையால், குருக்ஷேத்திரத்தில் பெரும் யுத்தம் நடைபெறும். அதில் பெரிதும் அழிவு ஏற்பட்டு உன்னுடைய பாரம் குறையும்' என்றார். அதற்காகவே, கலியின் அம்சமாக பொறாமையும் குரோதமும் கொண்டவனாக துரியோதனன் பிறந்தான். ஆகவே, இங்கு நடந்தவை எல்லாமே கடவுள் திட்டமிட்டு நடத்தியவை என்று உணர்ந்து கொள். மனிதர்கள் யாரும் இதற்குக் காரணமில்லை. பாண்டவர்கள்மேல் கோபப்பட்டு பிரயோசனமில்லை' என்றார்.

பின், கிருஷ்ணனும் கூறினான்.

‘அரசே! இப்போது நடந்த இந்த நாசத்தைத் தவிர்ப்பதற்காகவே நானும் பீஷ்மரும் விதுரரும் பலமுறை உங்களிடம் எடுத்துச் சொன் னோம். நீங்கள் அதைக் கேட்கவில்லை, அதுபோல, பாண்டவர்கள் கடைசித் தருணம்வரை சமாதானத்தையே விரும்பினார்கள். ஆனால், துரியோதனன் அதை ஏற்க/வில்லை. நீங்களும் அதற்கான முயற்சியை எடுக்கவில்லை. வேறு வழியில்லாமல் பாண்டவர்கள் தங்கள் உரிமைக்காக போரில் இறங்கினார்கள். விரும்பாத போதும், அவர்கள் மேல் யுத்தம் திணிக்கப்பட்டது என்பதுதான் உண்மை. க்ஷத்திரிய/ரின் கடமைப்படி, போரை ஏற்றுக் கொண்டு வெற்றி பெற்றிருக்கிறார்கள். இப்போதும் தங்களின்கீழ் தலைவணங்கி நிற்கும் அவர்களை, பெருந்தன்மையுடன் ஏற்றுக்கொண்டு ஆசீர்வதியுங்கள்’ என்றான்.

இதனால் திருதராஷ்டிரன் கோபம் தணிந்தான். தருமன், அர்ஜுனன், நகுலன், சகாதேவன் என எல்லோரையும் ஒவ்வொருவராக வரச் சொல்லி அவர்களைத் தழுவி அணைத்துக்கொண்டு ஆசி கூறினான். அவன் பீமனை அழைத்தபோது, கிருஷ்ணன் பீமனை நகர்த்திவிட்டு துரியோதனன் செய்துவைத்திருந்த பீமனைப் போன்ற இரும்புச் சிலையை திருதராஷ்டிரன்முன் நிறுத்தினான். அதை இறுகத் தழுவிய திருதராஷ்டிரன், ‘இவன்தானே, தன் மகன் துரியோதனனைக் கொன்றவன் என்கிற எண்ணத்தில் கோபத்துடன் தன் பலம் முழுவதும் சேர்த்து அணைக்க, சிலை நொறுங்கி தூள் தூளாகியது. பின் பீமன் இறந்துவிட்டான் என்று நினைத்து, ‘ஐயோ, பீமா! ஆத்திரத்தால் அறி விழந்து உன்னைக் கொன்றுவிட்டேனே!’ என்று கதறி அழவும் செய்தான்.

கிருஷ்ணன் அவனைத் தேற்றினான்.

‘திருதராஷ்டிரரே, வருந்தாதீர்கள்! உங்களையும் அறியாமல் கோபத் தால் இப்படிச் செய்வீர்கள் என்று எதிர்பார்த்துத்தான், பீமனை உங்க ளிடம் அனுப்பவில்லை. உங்களால் பீமன் கொல்லப்படவில்லை. நீங்கள் உடைத்தது இரும்புச் சிலை. இனி, கோபமின்றி பீமனை ஆசீர் வதியுங்கள்’ என்று கூறினான்.

திருதராஷ்டிரன் மனம் மாறி, பீமனை ஆசீர்வதித்தான்.

காந்தாரியையும், வியாசர்தான் சமாதானம் செய்தார்.

‘அம்மா காந்தாரி! நீயும் பாண்டவர்கள்மேல் கோபம் கொள்ள வேண் டாம். யுத்தத்துக்குமுன் துரியோதனன் உன்னிடம் ஆசீர்வாதம் பெற வந்தபோது, ‘எங்கே தர்மம் இருக்கிறதோ, அங்கே வெற்றி கிடைக் கட்டும்!’ என்று சொல்லி வாழ்த்தினாய். புண்ணியவதியான உனது

வார்த்தைகள் பலித்தன. தருமநெறியில் நின்ற பாண்டவர்கள் ஜெயித் தார்கள். இனி அவர்களையே, உனது வயிற்றில் பிறந்த புத்திரர்களாக ஏற்றுக் கொண்டு ஆசீர்வாதம் செய்' என்றார்.

அறிவாளியும், தருமம் தெரிந்தவளுமான காந்தாரி தன்னுடைய சோகத்தையும் துக்கத்தையும் அடக்கிக்கொண்டு பாண்டவர்களை ஆசீர்வதித்தாள். திரௌபதிக்கு ஆறுதலும் சொன்னாள்.

'மகளே திரௌபதி! எனது மகன் துரியோதனன், துச்சாதனன், சகுனி, கர்ணன் ஆகியோராலேயே இந்தக் குலநாசம் நிகழ்ந்தது. நீயும், பெற்ற மகன்களை இழந்தாய். நானும், அதே நிலையில்தான் இருக்கிறேன். தைரியம் கொள். தெய்வத்தின் செயலை எண்ணித் துக்கப்படுவதில் பயன் இல்லை' என்று தேற்றினாள்.

பின் யுத்தத்தில் இறந்த உடல்கள் எல்லாம் தக்க மரியாதையுடன் தகனம் செய்யப்பட்டன. தருமன் திருதராஷ்டிரனையும் அழைத்துக் கொண்டுவந்து, கங்கைக்கரையில் முறைப்படி தர்ப்பணம் செய்து முடித்தான்.

அப்போதுதான் குந்திதேவி கண்ணீருடன், கர்ணன் தன் மகன் என்பதை வெளிப்படுத்தினாள்.

இதைக்கேட்ட பாண்டவர்கள் அதிர்ச்சியடைந்தனர். எல்லையில்லாத துக்கம் அவர்களைச் சூழ்ந்தது.

'ஐயோ! எங்களுக்கெல்லாம் அண்ணனாகிய மூத்த சகோதரனா கர்ணன்? எங்கள் சகோதரனையா நாங்கள் கொல்லும்படி நேர்ந்தது? ஐயோ தாயே! எங்களைப் பாவியாக்கி விட்டாயே! நீ உண்மையைச் சொல்லாமல் மறைத்ததால் அல்லவா, இந்த விபரீதம் ஏற்பட்டது? பெண்கள் இத்தனை அழுத்தக்காரர்களா? இனி, பெண்களின் மனத்துக் குள் எந்த ரகசியமுமே தங்காமல் போகட்டும்' என்று சொன்னான் தருமன்.

பின், தம்பிகளிடம் கூறினான்.

'எனது அன்புக்குரிய தம்பிகளே! சகோதரர்கள், உறவினர்கள், நண்பர் கள் என நேசித்தவர்களையெல்லாம் கொன்று பெற்ற இந்த ராஜ்ஜி யத்தில், எனக்கு விருப்பமில்லை. நீங்களே இனி, இந்தப் பூமியை அரசாளுங்கள். நான் துறவறம் பூண்டு வனம் செல்லப்போகிறேன்!' என்று விரக்தியுடன் சொன்னான்.

தர்மம் ஜெயித்தது. அஸ்தினாபுரத்தின் மன்னனாக
தர்மனுக்கு முடிசூட்டுகிறான் கண்ணன்.

கிருஷ்ணன், பீமன், அர்ஜுனன் என அனைவரும் மாறி மாறி தருமனின் மனத்தை மாற்ற முயற்சித்தனர். வியாச மகரிஷியும் அவனுக்கு உபதேசம் செய்தார்.

'தரும புத்திரா! நீ போரிட்டது அரச குல தர்மப்படி நியாயமானதே! யுத்தம் உனக்கு விதிக்கப்பட்டது. அந்தக் கடமையை நீ நிறைவாகச் செய்துமுடித்தாய். அவ்வளவுதான்! நடந்தது எல்லாமே தெய்வத்தின் செயல். நடந்தவை எதற்கும் நீ பொறுப்பாக மாட்டாய். எந்த அழிவுக்கும் நீ காரணம் இல்லை. க்ஷத்திரியனின் கடமை ஆட்சிப் பொறுப்பேற்று நல்லமுறையில் அரசு புரிவது. குடிமக்களிடம் அன்பு செலுத்தி, அவர்களை தம் மக்களைப்போல் எண்ணி, பாதுகாப்பது. அதைச் சிறப்பாகச் செய்து தருமத்தைக் காப்பாற்று' என்றார்.

தருமன் மனம் தெளிந்தான்.

ஒரு சிறந்த முகூர்த்தத்தில், அஸ்தினாபுரத்தின் மன்னனானான் தருமன். கிருஷ்ணன் அவனுக்கு மணிமுடி சூட்டினான்.

பீமனுக்கு, இளவரசுப் பட்டம் கட்டப்பட்டது. அர்ஜுனன், பகைவர்களை அடக்கும் பொறுப்பை ஏற்றுக்கொண்டான். விதுரன் அமைச்சனானான். சஞ்சயன், வரவு செலவு கணக்கைக் கவனித்துக்கொள்ள, நகுலன் சேனாதிபதியானான். சகாதேவன் தருமனின் பக்கத்திலேயே துணையாக நின்றான்.

பின் பாண்டவர்கள் கிருஷ்ணனுடன் சென்று அம்புப் படுக்கையில் இருந்த பீஷ்மரிடம் ஆசீர்வாதம் பெற்றனர். மனம் மகிழ்ந்த பீஷ்மர், அனைவரையும் அமரவைத்து ராஜ தர்மம், மோட்ச தர்மம் போன்றவைகளை உபதேசித்தார். பராசர கீதையும், புகழ்பெற்ற விஷ்ணு சஹஸ்ரநாமமும் அவரிடமிருந்துதான் அப்போது வெளிப்பட்டது.

அனைவரையும் வாழ்த்திய பீஷ்மர், மாசி மாத சுக்லபட்ச அஷ்டமி திதியன்று உயிர் துறந்தார்.

தியாகம், கடமை, அன்பு, பெருந்தன்மை, கருணை போன்ற சிறந்த குணங்களின் முழு வடிவமாகத் திகழ்ந்த பீஷ்மரின் ஜீவன், அவருடைய கபாலத்தின் வழியே ஜோதி ரூபமாக விண்ணுலகம் சென்று சேர்ந்தது.

ஓம்!

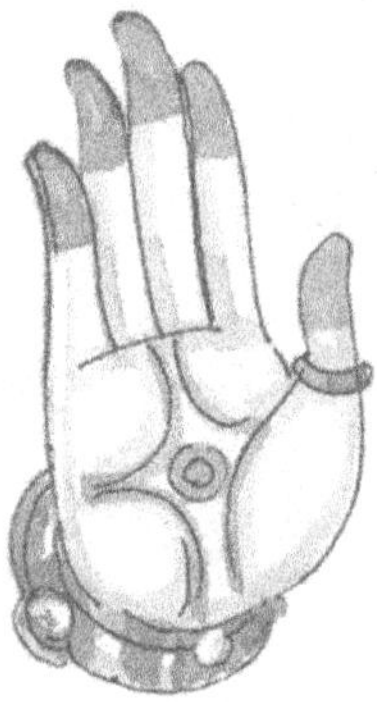

இன்பமே சூழ்க...
எல்லோரும் வாழ்க!

Printed in the USA
CPSIA information can be obtained
at www.ICGtesting.com
LVHW090741270324
775599LV00001B/85

9 788183 684989